ஏறுவெயில்

பெருமாள்முருகனின் பிற நூல்கள்

(காலச்சுவடு வெளியீடு)

நாவல்
- நிழல் முற்றம் (தமிழ் கிளாசிக்)
- சூளமாதாரி (தமிழ் கிளாசிக்)
- கங்கணம்
- மாதொருபாகன்
- ஆளண்டாப் பட்சி
- பூக்குழி
- ஆலவாயன்
- அர்த்தநாரி
- பூனாச்சி அல்லது ஒரு வெள்ளாட்டின் கதை
- கழிமுகம்
- நெடுநேரம்

சிறுகதை
- பெருமாள்முருகன் சிறுகதைகள் (1988 – 2015)
- மாயம்
- வேல்!
- போண்டு

கவிதைகள்
- மயானத்தில் நிற்கும் மரம்
- கோழையின் பாடல்கள்

கட்டுரைகள்
- துயரமும் துயர நிமித்தமும்
- கரித்தாள் தெரியவில்லையா தம்பீ . . .
- பதிப்புகள் மறுபதிப்புகள்
- வான்குருவியின் கூடு (தனிப்பாடல் அனுபவங்கள்)
- கெட்ட வார்த்தை பேசுவோம்
- ஆர். ஷண்முகசுந்தரத்தின் படைப்பாளுமை
- நிழல்முற்றத்து நினைவுகள்
- நிலமும் நிழலும்
- தோன்றாத் துணை
- மனதில் நிற்கும் மாணவர்கள்
- அப்படியெல்லாம் மனசு புண்படக்கூடாது

பதிப்புகள்
- சாதியும் நானும் (அனுபவக் கட்டுரைகள்)
- கு.ப.ரா. சிறுகதைகள் (முழுத் தொகுப்பு)
- கருவளையும் கையும்: கு.ப.ரா. கவிதைகள்

தொகுத்தவை
- உடைந்த மனோரதங்கள்
- பிரம்மாண்டமும் ஒச்சமும்
- பறவைகளும் வேடந்தாங்கலும் – மா. கிருஷ்ணன்
- உ.வே.சா. பன்முக ஆளுமையின் பேருருவம் (கட்டுரைகள்)
- தீட்டுத்துணி – சி.என். அண்ணாத்துரை (தேர்ந்தெடுத்த சிறுகதைகள்)
- கூடுசாலை – சி.சு. செல்லப்பா (கிளாசிக் சிறுகதைகள்)

ஏறுவெயில்

பெருமாள்முருகன் (பி. 1966)

படைப்புத் துறைகளில் இயங்கிவருபவர். அகராதியியல், பதிப்பியல், மூலபாடவியல் ஆகிய கல்விப்புலத் துறைகளிலும் ஈடுபாடுள்ளவர்.

2023ஆம் ஆண்டுக்கான 'பன்னாட்டுப் புக்கர் விருது' நெடும்பட்டியலில் 'பூக்குழி' நாவலின் ஆங்கில மொழிபெயர்ப்பு 'Pyre' இடம்பெற்றது. இவரது 'ஆளண்டாப் பட்சி' நாவலின் ஆங்கில மொழிபெயர்ப்பான 'Fire Bird' நூலுக்கு 2023ஆம் ஆண்டு ஜேசிபி இலக்கியப் பரிசு வழங்கப்பட்டது.

● அன்பார்ந்த வாசகருக்கு,

வணக்கம்.

காலச்சுவடு நூலை வாங்கியமைக்கு நன்றி.

நூலின் உள்ளடக்கம், உருவாக்கம், அட்டைப்படம் இன்ன பிற அம்சங்கள் பற்றிய உங்கள் கருத்துகளையும் ஆலோசனைகளையும் காலச்சுவடு வரவேற்கிறது. தகவல், எழுத்து, வாக்கியப் பிழைகள் தென்பட்டால் அவசியம் தெரிவித்து உதவுங்கள். நூல் தயாரிப்பில் கடும் குறைபாடு இருப்பின் மாற்றுப் பிரதி உங்களுக்குக் கிடைக்கக் காலச்சுவடு ஏற்பாடு செய்யும்.

மின்னஞ்சல்: **publisher@kalachuvadu.com**

காலச்சுவடு நாகர்கோவில் அலுவலகத்திற்குக் கடிதம் அனுப்பலாம்.

தங்கள்
எஸ்.ஆர். சுந்தரம் (கண்ணன்)
பதிப்பாளர் — நிர்வாக இயக்குநர்

Unauthorised use of the contents of this published book, whether in e-book or hardcopy format, for any type of Artificial Intelligence (AI) training — including but not limited to Machine Learning, Deep Learning, Natural Language Processing, Computer Vision, Chatbot Training, Image Recognition Systems, Recommendation Engines, and Language Models — is strictly prohibited without prior licensing from the publisher. Any such unauthorised use may result in legal action.

பெருமாள்முருகன்

ஏறுவெயில்

காலச்சுவடு பதிப்பகம்

ஏறுவெயில் ♦ நாவல் ♦ ஆசிரியர்: பெருமாள்முருகன் ♦ © பெருமாள் முருகன் ♦ முதல் பதிப்பு: டிசம்பர் 1991 ♦ காலச்சுவடு முதல் பதிப்பு: நவம்பர் 2008, திருத்தப்பட்ட நான்காம் பதிப்பு: டிசம்பர் 2016, பதினான்காம் பதிப்பு: ஆகஸ்ட் 2025 ♦ வெளியீடு: காலச்சுவடு பப்ளிகேஷன்ஸ் (பி) லிட்., 669 கே. பி. சாலை, நாகர்கோவில் 629001

Eruveyil ♦ Novel ♦ Author: PerumalMurugan ♦ © PerumalMurugan ♦ Language: Tamil ♦ First Edition: December 1991♦ Kalachuvadu First Edition: November 2008, Reviced Fourth Edition: December 2016, Fourteenth Edition: August 2025 ♦ Size: Demy 1x 8 ♦Paper: 18.6 kg maplitho♦ Pages: 224

Published by Kalachuvadu Publications Pvt.Ltd., 669 K.P. Road, Nagercoil 629001, India ♦Phone: 91-4652-278525 ♦ e-mail:publications @kalachuvadu.com ♦ Printed at Mani Offset, Chennai 600077

ISBN: 978-81-89945-41-1

08/2025/S.No.255, kcp 5922, 18.6 (14) ass

தன்னை உருக்கி
என்னை வார்த்த
அம்மாவுக்கு

முன்னுரை

முதல் கண்ணி

'ஏறுவெயில்' நாவலுக்கு இது இருபத்தைந் தாம் ஆண்டு. எனது இருபத்தைந்தாம் வயதில் வெளியாயிற்று. இந்த நாவல் என்னோடு கால் நூற்றாண்டைக் கடந்திருக்கிறது. சும்மா கடக்க வில்லை. எனக்கு ஓர் அடையாளத்தை வழங்கிய படியே வந்திருக்கிறது. ஆம், கால் நூற்றாண்டு காலமாகத் தொடர்ந்து இயங்க எனக்குக் கடைகாலாக அமைந்தது இந்நாவல். 1988இல் என் முதல் சிறுகதை பிரசுரமான பிறகு சில ஆண்டுகள் சிறுகதைகளும் கவிதைகளும் எழுதிக் கொண்டிருந்தேன். என் ஆர்வத்திற்கும் வேகத் திற்கும் அவ்வடிவங்கள் போதவில்லை. இன்னும் கொஞ்சம் பரந்த வெளி தேவைப்பட்டது. அப்போதுதான் 'ஏறுவெயி'லை எழுதினேன். இதை எழுதிய காலத்தில் நாவல் வடிவம் பற்றி பெரும் புரிதல் ஏதும் இருந்திருக்கவில்லை. இன்றும்கூட எவ்வளவு புரிந்திருக்கிறேன் என்பது ஐயம்தான். ஆனால் புரிதல் இல்லாமலே எழுதிய இதற்கு அருமையான வடிவம் ஒன்று தானாகவே அமைந்துவிட்டது. தலைப்பும் அப்படித்தான்.

என் நாவல்களுக்கு அமைந்த தலைப்புகளி லேயே இதற்கு நிகரான தலைப்பு வேறில்லை. வெயில் உணர்ந்து வெயிலில் திரிந்து வெயிலில் புரண்டு வெயிலோடு உறவாடி வெயில் தாங்கி வளர்ந்த மேனி இது. சிலசமயம் இளவெயில்.

இளவெயிலில் நீராடிக் களிக்கிறேன். பெரும்பாலும் உச்சி வெயில். உச்சிவெயிலில் பாறையில் வீசப்பட்ட புழுவாய்த் துடிக்கிறேன். வெயில் ஏறிக்கொண்டேதான் இருக்கிறது. மேகம் மறைக்கும் கணம்கூட இல்லை. இறங்குமுகமும் அதற்கில்லை. ஏறுவெயிலை என் வாழ்வின் குறியீடாகக் காண்கிறேன். என் வாழ்வுக்கு மட்டுமல்லாமல் பொதுச்சமூக வாழ்வுக்கும் குறியீடாக அமைவதுதான் இந்நாவலை இன்னும் உயிர்ப்புடன் இருக்கச் செய்கிறது போலும்.

ஏதோ ஓர் தேர்வடத்தைப் பின்னிக்கொண்டிருக்கிறேன் போல. அதில் என் ஒவ்வொரு நாவலும் ஒவ்வொரு கண்ணி. இந்தக் கண்ணிகளை வடத்தில் எங்கெங்கே பொருத்துவது என்பதில் முழுத் தெளிவில்லை. இன்னும் பல கண்ணிகளை உருவாக்கிய பிறகு வேண்டுமானால் கோத்துப் பார்க்கலாம். முன்பின் எழுதினாலும் இப்போதைக்கு மூன்று கண்ணிகள் அடுத்தடுத்து இயல்பாக அமைந்துவிட்டன. 'கூளமாதாரி', 'ஏறுவெயில்', 'கங்கணம்' என்னும் வரிசை அது. இவற்றில் முதலில் நான் பின்னிய கண்ணி 'ஏறுவெயில்'. என் கையால் உருவாக்கிய இதை ஆச்சர்யமாகப் பார்த்திருக்கிறேன். இப்போதும் இது தரும் ஆச்சர்யத்திற்குக் குறைவில்லை. இந்த வடம் பின்னும் வேலையைத் தொடர்ந்து செய்து முடிந்த வரைக்கும் இடைவெளிகளைக் குறைக்கலாம் என்று ஒருகாலத்தில் நினைத்ததுண்டு. ஆனால் இனிமேல் அது சாத்தியமா என்னும் கேள்வி இப்போது. வடம் பின்னும் வேலையில் சலிப்பும் எரிச்சலும் சேர்ந்து கை உதறி எழுந்து விட்டேன் இதோ.

இனி வேறோர் வேலையைத் தேடிக்கொள்வேன். ஒரே வேலையில் வாழ்நாளைக் கழித்துத் தொலைக்கும் நம் சமூக மனப்பான்மை எனக்குள்ளும் இதுநாள்வரை புகுந்துகொண் டிருந்தது போலும். அதை உணர்த்தி ஒரு விலங்கிலிருந்து என்னை விடுவித்திருப்பதும் இதே சமூகம்தான். என் கைத் தழும்புகளைப் பார்த்து மலைக்கிறேன். ஏன் இப்படிச் சிக்குண்டு கிடந்தோம் என்று கழிவிரக்கம் தோன்றுகின்றது. பல காலம் சிக்குண்டு விலங்குடன் கிடந்தவன் முழுவதுமாகச் சட்டென்று விடுபட்டுவிட முடியாது. எனினும் விலங்கை உதறிய மாதிரி அது கொடுத்த மனப்பான்மையையும் உதறிவிட முயல்கிறேன். அது உடனடிச் சாத்தியம் இல்லை எனினும் படிப்படியாகச் சாத்தியமாகும் என்னும் நம்பிக்கை இருக்கிறது.

ஏறுவெயில் பல பதிப்புகளைக் கண்டுவிட்டது. ஒவ்வொரு பதிப்பிற்கும் சுவாரசியமான கதை ஒன்றை வைத்திருக்கிறேன். முதல் குழந்தையை உச்சி மோந்து கர்வப்படுவது போல

இதன் முதல் பதிப்புக் காலம் எனக்கு மகிழ்ச்சியைக் கொடுத் திருந்தது. அதன் பின்னால் எத்தனையோ துயர்கள். எல்லா வற்றையும் கடந்து நூலாகக் கையில் எடுத்துப் பார்த்தபோது எழுந்த உற்சாகம் இப்போதும் நினைவிருக்கிறது. அது இன்றைக்குக் கதையாக எனக்குள் உருப்பெற்றிருக்கிறது. இப்போதைய இந்தத் திருத்தப் பதிப்பிற்கும் கதை உண்டுதான். நூல் தரும் சுவாரசியத்தைவிட அந்த நூலின் பின்னணிக் கதை கூடுதல் சுவாரசியம் தருவதாக அமைந்துவிடக்கூடும். ஏறுவெயிலுக்கு அப்படி ஒன்றை எழுதிப் பார்க்க ஆசை வருகிறது. அப்போது இப்பதிப்பின் கதையையும் சொல்வேன். இப்போதைக்குச் சொல்ல இருப்பது இது: இந்நாவல் முழுக் கற்பனை. இதன் களமும் பாத்திரங்களும் என் மனவெளியில் உதித்து உலவுபவை. எவ்விடத்தையும் எவரையும் குறிப்பன அல்ல. அனைவருக்கும் நன்றிகள்.

நாமக்கல்   **பெருமாள்முருகன்**
24.12.2016

1

"மணி மணி... மணி மணி மணீ... மணீஇ..."

குரல் கம்மிப்போய்விட்டது. நீண்ட நேரமாய்க் கூப்பிட்டதில் தொண்டை அடைக்கிற வலி. நெஞ்சு வறள, கண் கலங்கியது. பல்லைக் கடித்துக்கொண்டு கண்ணீரை அடக்க முயன்றான். ம்கூம். பறைக்கப் பறைக்க முட்டிக்கொண்டு வருகிற ஊற்றுத் தண்ணீராய்க் கண்ணீர் உடைந்தது. கொஞ்ச நேரம் நின்று, எச்சிலைக் கூட்டிக் கொண்டு மறுபடியும் கூப்பிட்டான்.

குரலைக் கேட்டதும் தாவி வரும் நாய் பத்தடி தூரத்திலேயே நின்றுகொண்டது. ஆட்டுகிற ஆட்டில் வால் கழன்றுவிடும் போலிருந்தது. நாக்கு சலவாய் கொட்டியது. அதே இடத்தில் உட்கார்ந்துகொண்டு வாலைத் தரையில் அடித்தது. கண்கள் மலங்க இவனையே பார்த்தது. "மணி மணீஇ..." மறுபடியும் குரல் கேட்க உடலை முறுக்கி 'ம்ம்ஊஒ...' என்பதாய் ஒருவித ஒலியை உமிழ்ந்தது. மண்ணில் புரள்கிற உடல் அன்பின் வெளிப்பாடு.

சனியனை அடித்துத் தொலைத்துவிட வேண்டும் போல இவனுக்கு வெறியேறியது. மெல்ல அருகில் போய், நைசாகப் பிடித்துவிடலாம் என்று, குரலில் அன்பை நெகிழ்த்துக்கொண்டு, வெல்லத்தை வழியவிட்டு நாயை நெருங்கினான். கைகளை நீட்டிப் பாதி விரல்களை மட்டும் மடித்துக்கொண்டு கூப்பிட்டான். கையில் ஏதோ தின்பண்டம் இருப்பதான தோற்றம். நெருங்க நெருங்க முறுக்கி எழுந்த நாய் ஓடி, வீரக்காட்டுக் கிணற்று மேட்டின் மேல் நின்றுகொண்டது. இவனிடம் சிக்கவும் மனமில்லை. விட்டு ஓடிவிடவும் மனமில்லை. நடுவில் நின்று தவித்தது.

அந்தி நேரச் சூரிய ஒளி பட்டுத் தகதகக்கும் வண்டித் தட வெண்மை. கரடு தட்டிப் புல் முளைத்த காடுகள். தூரத்தில் மரங்கள் கைகளைப் பரப்பி வீழ்ந்து கிடந்தன. அடிச் சாயும் நேரம். இவனுக்கு நாயைப் பிடித்துக் குதறிவிட வேண்டும் போலிருந்தது. இரண்டு மூன்று நாட்களாக இந்த நாயோடு இதே ரச்சை. துரத்துவதும் இது போக்குக் காட்டிக்கொண்டு ஓடுவதும் வாடிக்கை. இந்த மண்ணை விட்டே வேரோடு பெயர்ந்தாயிற்று. இனி இதில் என்ன பாத்தியதை இருக்கிறது? ஒரு மண்ணாங்கட்டிகூடச் சொந்தமில்லை. இந்த நாய்க்கு எப்படிப் புரியவைப்பது? இதன் பாஷையும் தெரியவில்லை. தெரிந்தாலும் காதில் சொல்லவா முடியும்? கையில் சிக்க மறுத்து இந்த ஓட்டம் ஓடுகிறதே. 'யாருடைய மடியில் குழைந்து குழைந்து விளையாடினாயோ, அவர்களில் யாரும் இங்கில்லை. நீ எந்தெந்த வீட்டு வாசலில் படுத்துக்கொண்டு 'சரக்' சத்தம் வந்தாலும் குரைத்தோடினாயோ, அவை ஆளரவமற்றுவிட்டன. பாழடைந்து நிற்கின்றன. சோறுபோடவும் ஆளில்லை. அப்புற மென்ன?'

நினைக்க நினைக்கக் கோபம் கோபமாய் வந்தது. சோர்வு மண்டியது. பக்கத்தில் கோயில் திண்டு. அதன்மீது சாய்ந்து உட்கார்ந்தான். எப்படியோ போய்த் தொலையட்டும். சோறில்லாமல் சாகட்டும்.

காற்று வெம்மையாய் முகத்திலடித்தது. கோயில் வாசலில் நட்டுவைத்திருந்த வேல் முனைகளில் தொங்கும் சிறு மணிகள் காற்றில் அசைந்தன. 'நணநண' ஒலி அந்த நேரத்திற்குத் தாலாட்டு. வாசலுக்குப் போய் அதன் மெல்லிய அசைவுகளைக் கண்குளிரக் காண வேண்டும். அல்லையிலிருந்து வாசல் திண்ணைக்குப் போனான். சிவப்பு வர்ணம் அடித்த இரண்டு கூச்சங்கள் நிறுத்திவைக்கப்பட்ட வெளி. கம்பிகள் அடைத்து மெழுகிய சின்னக் கல்சாமி உள்ளே. காய்ந்த சாணி ஏடுகள் மாதிரி அதன்மீது நாள்பட்ட எண்ணெய்ப் படிவுகள். சாமியைச் சுற்றிலும் மட்டும் சின்ன மாடம் போன்ற அறை. அதைச் சுற்றிச் சுற்றித் 'தொடற' விளையாட்டு விளையாடியது, கூச்சத்தைக் கட்டிக்கொண்டு ஓடிப்பிடித்து விழுந்தது எல்லாம் நினைவுக்கு வந்தன. செல்வனுக்கு முன்பல் அரைப்பல்லாகிப்போனது இங்கேதான். ஓடிச் சுற்றிய கிறுகிறுப்பில் கவிழ்ந்து விழுந்தான். பல் பட்டுத் தெறித்துச் சிதறியது. வாயை ரத்தம் அடைத்துக் கொண்டது. அவன் அழுத அழுகை வயிறு உப்பிய வெள்ளாட்டுக் குட்டியின் கத்தலாய் 'வீல்வீல்' என்று வந்தது.

காரை போட்டுப் பந்தல் நட்டிருக்கும் வெளிவாசலில் தாயக்கரம் ஆடிச் சலித்த நாட்கள். பெரிய பெரிய தலைகள்

மண்டியிட்டு, பல்லை இறுகக் கடித்துக்கொண்டு கொட்டையை உருட்டுவார்கள். "தாயம்...", "ஒரெட்டு ஒரெட்டு", "இதுதான் ஆறு பாத்துக்க." கலாமூலா சத்தம். கெக்கலிச் சிரிப்பு. தோற்றுப் போய்விட்டால் தாயக்கொட்டைகளை அள்ளி, எச்சில் துப்பித் தலையைச் சுற்றி வீசி எறிவார் அப்பன். அந்தப் புளியமரத்துக்கு அடியில் தேடிப் பார்த்தால், அவர் வீசி எறிந்த கொட்டைகள் இப்போதும் கிடைக்கும். பளிச்சிடும் எட்டாம் கொட்டையில் வேர்த்துச் சுண்டிக் கொதிக்கும் இவன் அப்பனின் முகம் தெரியும்.

கரட்டூரிலிருந்து ஓடையூர் போகும் சாலை. சாலைக்கு வடபுறம் ஒரு காடு தொலைவிலிருக்கும் ஆட்டூர் வளவு. தென்புற ஓரம் கோயில். அதனைச் சுற்றி நழுவிச் செல்லும் காடுகள். ஊருக்கும் கோயிலுக்கும் இந்தத் தொலைவு நிரந்தரம். அதனால் பிள்ளைகளுக்கு விளையாட்டுத் திடல் கோயில் தான். வெள்ளாமைக் காலத்தில் ஒரு ஈ குஞ்சுகூட அந்தப் பக்கம் வராது. சாமி தனிமையில் வெந்து புழுங்கும். பூசாரி எப்போதாவது வந்து தண்ணீர் தெளித்தால் உண்டு. வாசல்கூட இரண்டு மூன்று நாளுக்கு ஒருமுறைதான் கூட்டித் தெளிப்பது என்றாகிவிடும்.

இவன் பாட்டிதான் வாசல் தெளித்துக்கொண்டிருந்தது. வருசத்திற்கு இவ்வளவு என்று ஊர்க்கணக்கில் பணம் கொடுத்தார்கள். புளியமரச் சருகுகள் குத்தாரியாய்க் குவிந்து கிடந்தன. அத்தனையும் பாட்டி கைபட்டுச் சேர்ந்தவை. மாட்டுச் சாணி கொண்டுவந்துதான் தெளிக்கும். பாட்டியோடு இரண்டு மூன்று சிறுசுகள் வரும். வந்தால், பள்ளிக்கூடத்திற்குப் போக நேரமாகிவிட்டதென்று யாராவது கத்திக் கூப்பிட்டால்தான் உண்டு. பள்ளிக்கூடம் இல்லாத நாட்களிலென்றால் வீட்டிலிருந்து யாராவது வந்து முதுகில் இரண்டு போட்டுக் கூட்டிக்கொண்டு போனால்தான். விளையாட்டு மும்முரத்தில் பாட்டி போனதும் தெரியாது; பொழுது உச்சிக்கு வந்ததும் தெரியாது.

சாலையோரத்திலேயே கோயில் என்பதால், அடிக்கடி பஸ்ஸோ லாரியோ பின்புறச் சுவரில் மோதிச் சாய்த்துவிடும். அதை இடித்துக் கட்டிக் கட்டி ஊருக்கே சலித்துப்போனது. சாமிக்கு எப்போதும் எந்திரங்களோடுதான் மோதல். கன்னையா பஸ் இடித்துத்தான் மிகவும் கொடூரம். சுவரை மீறி உள்ளேயே மூக்கை நீட்டிக்கொண்டு நின்றது பஸ். சிதைந்த இரும்புக்குள் மாட்டிக்கொண்டு டிரைவர் கதறிய கதறல். மயக்கம்கூட வரவில்லை. எதை எதையோ உடைத்து இழுத்து எடுத்தார்கள். அப்படியும் பகுதி பகுதியாகத்தான் எடுக்க முடிந்தது. பாதி யிலேயே உயிர்போய்விட்டது. நாலைந்து பேர் சாவு. இவன்

சித்தப்பன் கொஞ்சம்கூடப் பயமில்லாமல் புகுந்து புகுந்து எடுத்தார். கருவேலங்கட்டை உடம்பு. எதையும் அனாயாசமாகத் தூக்கி விசிறுவார்.

அம்மாவின் சேலையைப் பிடித்துக்கொண்டு குருவிக் குஞ்சாய் ஒடுங்கி நின்றான். அன்றைய கோரக்களம் பல நாள் தூக்கத்தை ரத்தக் களறியாக்கிவிட்டது. அதற்கப்புறம் இந்தப் பக்கம் வருவதென்றாலே பயம்தான். நெஞ்சைப் பிளக்கும் அந்த டிரைவரின் குரல் இன்னும் பின்பக்கத்துச் சுவரில் ஒட்டிக்கொண்டிருக்கும் தோற்றம். ஒண்டியாய் வருவ தென்றால் பெரும் பயம். சாமியைவிடப் பேய்தான் முந்திக் கொள்கிறது.

பூட்டை தாம்பு கட்டும் தானியக்களமாய் வாசல் விரிந்து கிடந்தது. ஒன்றிரண்டு புளிகள் உதிர்ந்து கிடப்பது தெரிந்தது. கார்த்திகைக் கூம்பின்போது கம்மந்தட்டுகளைக் கூம்பாக்கித் தீபம் வைத்தது மரத்தின் அடியில்தான். வரத் தட்டுகளில் சரசரவென்று பற்றித் தீ ஏறும். தழைந்து நிற்கும் புளியமரத்தின் கிளைகளை நாவால் வருடி வருடி நக்கும். அந்த அனலில் பட்ட மரத்தின் பாதி கறுத்து இன்னும் நிற்கிறது. தென்புறம் சின்ன மேடை. இரண்டு மூன்று சாமிக் கற்கள். சுற்றிலும் அடைத்துக்கொண்டு 'உருவு'கள். அதைப் பார்க்கப் பார்க்க இவனுக்குச் சிரிப்பு வந்தது.

இவனை இக்கத்தில் இடுக்கிக்கொண்டு அக்காவையும் அண்ணனையும் கைகளில் பிடித்துக்கொண்டு அம்மா நின்றது. மூக்குச் சிதைந்து மொழுக்காகிப் போய்விட்டது. கைகள் உடைந்து விழுந்துவிட்டன. எடுத்துவைத்து மூன்று வருடத்திற்கு மேலிருக்காது? என்னவோ சின்னப் பையன் மாதிரி இவனை இக்கத்தில் வைத்திருந்தது. அப்பவே ஐந்தாவது படித்துக் கொண்டிருந்தான். மணிக்குக்கூட 'வேட்டை' செய்தார்கள். அது இன்னும் புத்தம் புதிதாய் மெருகு குலையாமல் நிற்கிறது. நாக்கை நீட்டிக்கொண்டு, வாலை உயர்த்தி ஆட்டியபடி அசல் மணியாட்டமே தெரிகிறது. உடம்பு முழுக்கச் சொறி வந்து செத்துப்போய்விடுகிற மாதிரி கிடந்தபோது வேண்டிக் கொண்டது. எல்லா 'வேட்டைகளுக்கும்' கழுத்தில் ஒரு பெல்ட் இருக்கிற மாதிரி செய்வான் பாண்டக்காரன். இதற்கு மட்டும் கிடையாது. மணியைப் பற்றி அப்பன் சொன்னாரோ என்னவோ? அழகாகவே அச்சடித்தது போலச் செய்திருந்தான். பார்க்கும்போதே முதுகைத் தடவிக்கொடுக்க இவன் கை பரபரத்தது. பாண்டக்காரன் கைகளுக்குப் பூச்சுற்ற வேண்டும்.

பக்கத்தில் பூதமாய் வாய்திறந்து கிடக்கும் வீரக்காட்டுக் கிணறு. அது கோயிலுக்குச் சொந்தமில்லை. இவனுடைய சின்னத் தாத்தாவுக்குச் சொந்தம். அவர்கள் பார்த்துக் கோயிலுக்கும் பயன்படுத்திக்கொள்ள விட்டிருந்தார்கள். கிணற்றைப் பார்க்கும்போதெல்லாம் சேலையை வரிந்து கட்டிக் கொண்டு ஆம்பளை மாதிரி கிரீச்கிரீச்சென்று வள்ளியக்கா ஏற்றம் இறைக்கும் காட்சிதான் இவனுக்கு நினைவு வரும். அந்த அக்காவை இப்போது கட்டிக்கொடுத்துவிட்டார்கள். காடும் போய்விட்டது. ஏற்றத்தையெல்லாம் சுவடு தெரியாமல் பெயர்த்தெறிந்துவிட்டார்கள்.

மணி இன்னும் அந்தக் கிணற்று மேட்டில்தான் உட்கார்ந் திருந்தது. கூப்பிட்டால் வர வேண்டும். அல்லது கைக்காவது சிக்க வேண்டும். ஒன்றுக்கும் வழியில்லாமல் இப்படி ஓடினால், சோறில்லாமல் சூத்துக் காய்ந்து இங்கேயே கிடக்க வேண்டியது தான். குட்டி நாயிலேயே கட்டிப் போட்டுப் பழகி இருக்க வேண்டும். எல்லாம் இவன் அப்பன் பண்ணியது. "அத ஏண்டா கட்டுவானே? அதும்பாட்டுக்கு உடுங்கடா" என்றார். கட்டாமல் போனதும் ஒன்றும் மோசமாகிவிடவில்லை. சோறு குடித்துவிட்டு, அதுவே போய்ப் பட்டிக்குப் பக்கத்தில் படுத்துக்கொள்ளும். ராத்திரிக்குப் பிடித்துக் கட்டுவதும் காலையில் போய் அவிழ்த்து விடுவதும் என வேலை இல்லாமல் போய்விட்டது. இருந்தென்ன, இப்படி ஒரு ஆத்திர அவசரத்துக்குக்கூடச் சிக்கமாட்டேன் என்கிறது. பிடிக்கத்தான் கூப்பிடுகிறார்கள் என்று தெரிந்து விட்டால் போதும். இப்படித்தான் போக்குக் காட்டும். கையில் கயிறுகூட இல்லை. இருந்தும் இவன் கூப்பிடுவதிலிருந்தே, தன்னைப் பிடிக்கத்தான் என்பதைத் தெரிந்துகொண்டு, வித்தை காட்டியது.

"மணி மணீஜீ..." கைகளைக் குவித்துக்கொண்டு பக்கத்தில் போனான். அது வாலை ஆட்டி முறுக்கிச் செல்லம் கொஞ்சியது. பக்கத்தில் போகப் போகக் கொஞ்சலை வாலில் சுருட்டிக் கொண்டு ஓடியது. சோறில்லாமல் கிடந்து சாகட்டும். இதைப் போய் வீட்டுக்குக் கூட்டிப் போக நினைத்த புத்தியைச் செருப்பால் அடிக்க வேண்டும். தலையில் ஓங்கி ஓங்கிக் கைகளால் அடித்துக்கொண்டான். நவண்டைக் கடித்துக் கொண்டு கல்லை எடுத்து வீசினான். கண்ணை மூடி முகத்தை மேல் நோக்கித் தூக்கிக்கொண்டு இவனைப் பார்த்தது. உடம்பைக் குறுக்கி, ஒருக்களித்துக் கல்லிலிருந்து ஒதுங்கிக்கொண்டது. வெற்றுடம்பு நசநசக்க ஓடி ஓடிக் கல் பொறுக்கினான். காக்கி ட்ரவுசர் இடுப்பில் அழுந்தியது. வெறி கொண்ட பன்றிக்

ஏறுவெயில்

குட்டியின் பரபரப்பு இவனைப் பற்றிக்கொண்டது. ட்ரவுசர் பாக்கெட் நிறையக் கல்லைப் பொறுக்கிக்கொண்டு சரமாரியாக வீசினான். மேலே கல் பட்டும் துளி சத்தமில்லை. "எச்சக்கலை பொறுக்கி நாயி. கொஞ்சமாவது பயமிருக்கிறதா பாரேன்?" இவன் வேகத்தைக் கண்ட மணி பின்னோக்கி ஓடியது.

"எங்க போயிருவ, இந்தக் காடு முழுக்கச் சுத்துனாலும் இன்னக்கிப் புடிக்காத உட்ரதில்ல. ஊட்டுச் சோறு திங்காத தொண்டு சுத்தலாமுனு பாக்கறயா, படவா?"

முட்கள் மண்டிக் கிடந்த காட்டினுள் புகுந்து ஓடியது மணி. முன்பிருந்த ஒற்றையடித் தடங்கள் புல் முளைத்து விட்டன. அனப்புகளுக்கிடையே இருந்த வரப்புகள் களைகள் மண்டித் தூர்ந்திருந்தன. பச்சைப்பசேல் என்று ஒரு பெரிய துப்பட்டியைக் கொண்டு மூடியதுபோலிருக்கும் காடுகள் 'கொறை' கிடந்தன. வெற்றுக் கால்களோடு எந்தப் பக்கமும் இவனால் ஓட முடியவில்லை. புதராய் வளர்ந்துவிட்ட முட்களுக்குள் நாய் புகுந்து எங்கோ மறைந்தது. துரத்தலில் 'ங்கெஸ் ங்கெஸ்' என்று இளைப்பு வாங்கினான். எந்த இடம் இது? முன்பு மாதிரி ஆள் நடமாட்டம் இருந்துகொண்டிருந்தால் அடையா எங்கள் பதிந்திருக்கும். எல்லாம் பாழாய்க் கிடந்தன. எதை வைத்து அடையாளம் காண்பது? வேலிகள் வெட்டிச் சாய்க்கப் பட்டிருந்தன. எல்லாம் கிழுவ மரங்கள். வீரக்காட்டையும் மாகாட்டையும் பிரிக்கும் வேலி. இதிலேயே நடந்து போனால் இட்டேரித்தடம். கோயிலுக்குப் பின்னால் போகிற வண்டித் தடம் ஏரிப் பள்ளம்வரை போய்ச் சேர்ந்தது என்றாலும் இட்டேரித் தடம்தான் நடைக்குப் புழுக்கத்திலிருந்தது.

அதை ஒட்டி நடந்தான். மேனி வேர்த்து, மழையில் நனைந்து கருமை ஜொலிக்கும் கட்டையாய், வெயில்பட்டு மின்னியது. காலில் புழுதி அப்பிக்கொண்டிருந்தது. கண்கள் சுற்றிலும் ஓடின. கோயில் அழுந்தக் கிழுபுறம் வீரக்காடு. மேபுறம் மின்னக்காடு. இரண்டும் முடிந்து நடுவில் மாகாடு தொடங்குகிறது. மேலே போகப் போக வேலிகாடு, மானுவக்காடு. செங்கல் வெட்டி எடுத்த வடிவில் ஏரிப் பள்ளத்தில் போய் முடிகிறது மாகாடு. நூறு ஏக்கருக்கு மேலிருக்கும். அங்கங்கே கிணறுகள். தேங்காய்த் தண்ணீர் மாதிரி கொஞ்சமாய்க் கிடக்கும். மற்றவை மேட்டுக்காடுகள். கம்பு, சோளம், கடலைக்காய்தான் பயிர்கள்.

இதற்குள்ளே இருபது குடும்பங்கள் இருந்தன. இவர்கள் குடும்பங்கள் நான்கு. சின்னத் தாத்தாவும் அவருடைய பையன்களும், பெரிய தாத்தாவும் அவருடைய பையன்களும். அதுபோகக் கரட்டூரைச் சேர்ந்த ஒரு ஏவாரியின் இரண்டு

ஏக்கர். தறியும் சைசிங்கும் பணத்தை வாரிக் குவித்தன அந்தாளுக்கு. அப்படியே கொப்பரை மாதிரி இருப்பான். அரசாங்கத்தை எதிர்த்துக் கேஸ் போட்டிருக்கிறான். நல்ல சமுத்துள்ள ஆள். பணம் செலவு செய்வான். மற்றவர்கள் எங்கே போவது? அத்தனை குடும்பங்களும் நிலை பெயர்க்கப் பட்டுவிட்டன.

எத்தனை தலைமுறை கண்ட நிலம். வேர்வையில் குளிர நனைந்து நனைந்து செம்மண்ணாய் விளைந்து கிடந்த பூமி. கம்பும் சோளமும் உதிர்ந்து உயிர்களைத் தன்னுள் இறுக்கி அணைத்துக்கொண்ட மண். பருத்திச் சிரிப்பு. கடலைத் திடம். பயிர்கள். எல்லாம் இறந்தவையாயின. பயிர்கள் முளைத்த மண்ணில் இப்போது முட்டுக்கற்கள் முளைத்து நிற்கின்றன. எங்கும் கட்டிடங்களாய். நூறு ஏக்கர் முழுவதும் கட்டிடங்களாய்.

இடம் பெயர்ந்து ஒரு மாத காலமாகிவிட்டது. அதற்கப்புறம் இவன் இந்தப் பக்கம் வரவில்லை. வந்து பார்த்துத்தான் என்ன ஆகிவிடப்போகிறது? திரும்பத் திரும்பப் பழைய நினைவுகள். ஒவ்வொன்றையும் பார்த்து மனசுடைந்து அழ வேண்டியதுதான். அதனால் ரோட்டிலேயே கண்ணைப் பதித்துக்கொண்டு போவதும் வருவதும். இந்தப் பக்கம் திரும்பவே மனம் வருவதில்லை. மூளியாய் மாறிக்கொண்டிருக்கும் மண்ணில் பார்க்க என்ன இருக்கிறது? ஆனாலும் காடு முழுக்க ஒரு சுற்றுச் சுற்றிவர வேண்டும்போல் கால் பரபரத்தது. நாயைக் காணோம். எங்காவது திட்டின்மேல் ஏறிக்கொண்டு இவன் 'வருகிறானா வருகிறானா' என்று பார்த்துக்கொண்டிருக்கும். தூக்குப்போசியில் கொஞ்சம் சோறாவது கொண்டு வந்திருந்தால் ஊற்றி வைத்திருக்கலாம். ஆள் போன பிறகாவது குடிக்கும். கிடக்கட்டும். எத்தனை நாளைக்குக் கிடக்குமோ? அப்புறம் வரட்டும். எப்படியும் வந்துதானே ஆக வேண்டும். நினைத்துக் கொண்டு, நாயை விட்டுத் தூரத்தில் மொட்டைச் சுவர்களாய்த் தெரியும் வீடுகளை நோக்கி நடந்தான்.

மாகாட்டிலிருந்து வேலிகாடுவரை இவர்களுக்குச் சொந்த மானது. இவனுடைய தாத்தா, பெரியப்பா, சித்தப்பாவுக்குச் சொந்தம். தூரத்திலிருந்தே சித்தப்பா வீடு முன்னால் துருத்திக் கொண்டு தெரிந்தது. பெரிய வீடு. எட்டு அங்கணம். நடை போட்டு எடுத்தது. முன்புறம் தவசங்கள், பூட்டைகள் காயப்போட காரை போட்ட பெரிய வாசல். கிழக்க வீட்டை ஒட்டித் தாவாரம். இப்போது மேற்கூரை கழற்றப்பட்டு வெற்றுச் சுவர்களோடு உயிரற்ற முண்டமாய் வீடு. அதன் பின்னால் பெரியப்பாவுடையது. அதுவும் பெரிய வீடுதான். கதவுகளைத் தள்ளித் திறப்பதற்கே யாராவது பெரியவர்களைக் கூப்பிட

ஏறுவெயில் 19

வேண்டும். குமிழ் மாதிரியான பூண்கள். பிடித்துத் தொங்கலாம். தூரி ஆடலாம். கோயில் கதவுதான். வீட்டைச் சுற்றிலும் ஆள் உயரத்துக்குச் சுவர்கள். அதற்கும் சற்றுத் தள்ளித் தாத்தா, பாட்டிக்கான ஓலைக் கொட்டகை. முன்னால் கைச்சாளை. பெரியப்பன் வீட்டுக்கு மேற்புறமாய் இவர்கள் வீடு. அது மற்ற வீடுகள் அளவுக்குப் பெரிதல்ல. எதிர் எதிராய் இரண்டு கொட்டகைகள். ஒன்று சமைக்க, பொருள்கள் அடுக்க. மற்றது படுக்கவும் அவ்வப்போது தேவைப்படும் சாமான்கள் வைக்கவும். அல்லையில் மாட்டுக் கட்டுத்தரை.

இந்தக் கட்டுத்தரையில் எத்தனையோ மாடுகள், எருமைகள் மாறி மாறிக் கட்டப்பட்டிருந்தன. இளங்கன்றுகள் துள்ளிக் குதித்து விளையாடியிருக்கின்றன. சாணி குத்தாரி குத்தாரி யாய்க் குவிந்து கிடக்கும். தாழிகள் புதைக்கப்பட்டுக் குதிர் மாதிரி உட்கார்ந்துகொண்டிருக்கும். எல்லாம் கைந் நொடிக்குள் மாயமாகிப்போயின. தரையெங்கும் சிதறிக் கிடந்த தட்டுகளில் கரையான் புற்றுகள். கட்டெறும்புக் குழிகள்.

கட்டுத்தரையின் வடபுறமாய்க் கொட்டகையை ஒட்டினாற் போல் தான் கிழட்டெருமை கட்டப்பட்டிருக்கும். இவன் குழந்தையாக இருந்த போதிலிருந்து அந்த எருமை இருந்தது. கன்றுக்குட்டியாக அத்தை கொடுத்தது. ரொம்பச் சாது. மிரளி. புதிதாக யாராவது வந்துவிட்டால் போதும். அதன் கண்களில் இனம் புரியாத ஒரு பயம் படர்ந்து நிற்கும். கட்டுத்தரையைச் சுற்றிச் சுற்றி வட்டமடிக்கும்; பாலுக்கு நிற்காது. எங்காவது காடுகரைக்கு, காளை சேர்க்க என்று வெளியில் பிடித்துக் கொண்டு போனாலும் அப்படித்தான். குதிக்கும், கனைக்கும். பயத்தில் சிலிர்க்கும். கையிலிருந்து பிடுங்கிக்கொண்டு மட்டும் ஓடாது. இவன் வீட்டிலிருப்பவர்களை அதற்கு நன்றாக அடையாளம் தெரியும். இவன் அக்காவை அதற்கு மிகவும் பிடிக்கும். அவள்தான் மேய்த்தது, தீனிபோட்டது, தாழிவைத்தது எல்லாம். அவளுக்கு அதன் பாஷைகூடப் புரியும். யாரும் எங்காவது போய்விட்டு வந்தால் ஒரு மாதிரி கத்தும். தீனிக்கு, தண்ணீருக்கு, கன்றை அழைக்க, பால்பீச்ச நேரமாகிவிட்டால், சக எருமைகளை எங்காவது பிடித்துக்கொண்டு போனால், காளைக்கு என ஒவ்வொன்றுக்கும் அதனிடம் சத்தங்கள் வேறுபடும். வீட்டோடு மிகவும் ஒன்றிப்போயிருந்தது. இவன் அம்மாவைத் தவிர யாராலும் பால்பீச்ச முடியாது. வாடை பார்த்து உதைத்துக்கொண்டோடிவிடும். அடுத்த கன்று வயிற்றில் ஏழு எட்டு மாதம் ஆகும்வரை பாலுக்கு நிற்கும். நாமாகப் பார்த்துப் பீய்ச்சாமல் விட்டால்தான் பால் வற்றும்.

இங்கிருந்து குடிபெயர்வதற்கு ஒரு மாதம் முன்னால்தான் அதை விற்றார்கள். இனி என்ன செய்வது? வளவுக்குள் கொண்டு போய்க் கட்ட முடியாது. கட்டீர்க்காரர்கள் வாங்கிக்கொண்டு போனார்கள். அடுத்தநாள் ராத்திரி "என்னவோ கெழட்டெருமைச் சத்தம் மாதிரி இருக்கிறதே?" என்று எழுந்துபோய் இவன் அம்மா பார்த்திருக்கிறது. அதுதான். இரவோடு இரவாய் ஓடி வந்துவிட்டது. அம்மாவுக்கோ தாங்க முடியவில்லை. அதன் மூஞ்சியைக் கட்டிக்கொண்டு அந்நேரத்திற்கு அழுகை. என்னமோ ஏதோ என்று எல்லோரும் எழுந்துவந்துவிட்டார்கள். அப்பேர்ப்பட்ட எருமை இருக்கிற இடம் தெரியவில்லை. நினைவுகள் மாத்திரம் பாறைக்குழியில் தங்கிய மழைத் தண்ணீராய்த் தேங்கிக் கிடக்கின்றன.

கட்டுத்தரையை விட்டு வீட்டுப் பக்கம் நகர்ந்தான். அம்மா கடைசியாய் வழித்த சாணி, பத்துப் பத்தாய்ப் பெயர்ந்திருந்தது. மேற்கு மூலையில்தான் சாணி அதிகமாய்ப் போடும். அங்கேதான் இவனும் அண்ணனும் புத்தகத்தை அடுக்கிவைப்பார்கள். சரஸ்வதி குடியிருக்கிற இடமாம். இவன் அத்தை வீட்டிலிருந்து ஒரு ஸ்டூலும் மேஜையும் கொண்டுவந்து போட்டார்கள். முதல் ஒரு வாரம் ஒரே அடிதடி. ஸ்டூலும் மேஜையும் வரும் முன்னால் ராத்திரியில் படித்ததே கிடையாது. வந்ததும் ஒரே படிப்புத்தான். உட்கார்ந்து படிக்க அத்தனை ஆசை. பழசு என்றாலும் 'நெகுநெகு'வென்று பாம்பின் உடம்பு மாதிரி இருந்தது. அண்ணன் பெரிய பையன். அவனுக்குப் படிக்க நிறைய இருந்தது. அதனால் அண்ணனுக்கு ஸ்டூலும் மேஜையும். இவன் அப்போது சின்னப் பையன். செல்லம். தனக்குத்தான் என்று கத்தி அடம். சித்தப்பன் வீட்டிலிருந்து ஒரு பழைய ஸ்டீல் எடுத்துவந்து போட்டு, ஆளுக்கொரு பக்கம் உட்கார்ந்து படியுங்கள் என்றார் அப்பன். அதற்கப்புறம் இரண்டு பேருமே படிப்பதை நிறுத்தி விட்டார்கள்.

O O O

ஓடுகள், பனங்கைகள் எல்லாவற்றையும் கழற்றிவிட் டான்கள். அந்தரமாய்த் தனித்து நிற்கும் இந்தச் சுவர்களையும் இனி இடித்து நிரவி விடுவான்கள். கிழக்குச் சுவர் நல்ல அகலம். மேற்குச் சுவரில் அம்மா கண்டையும் வைத்திருக்கும். கிழக்குச் சுவர் பையன்களின் ஆக்கிரமிப்பு. தேர்க்கடை உண்டியல் இந்தச் சுவரில்தான் இருக்கும். இவனுக்கு ஆரஞ்சு உண்டியல் தான் எப்பவும். அண்ணனுக்கென்றால் மாங்காய் உண்டியல். அது கிளி மாதிரி மூக்கை நீட்டிக்கொண்டு அசிங்கமாயிருக்கும். காசு போடவே மனசு வராது. வேப்பங்கொட்டை பொறுக்குவது,

கடலைக்காய் பறைப்பது என்று துளித் துளியாய் உண்டியலில் காசு சேரும். மாசியில் கரட்டூர்த் தேர் வரும். ஒரு மாதம் கோலாகலம் தான். வண்டி கட்டிக்கொண்டு தேர் பார்க்கப் போவார்கள். தேர்க்கடையில் பொருள்கள் வாங்கவென்று சொந்தக்காரர்கள் தேர்க்காசு கொடுப்பார்கள். தாத்தா, ஆயா, அத்தை, அப்புச்சி... அந்தச் சமயத்தில்தான் உண்டி நிறையக் காசு இருக்கும். அம்மா வாரத்திற்கொருமுறை வியாழக் கிழமை சந்தைக் காசு கொடுக்கும். அண்ணன் அதில் ஏதேதோ வாங்கித் தின்றுவிடுவான். இவனுடையதென்றால் உண்டிய லுக்குப் போகும். சேர்ந்த பணம் பள்ளிக்கூடம் திறந்ததும் புத்தகம், நோட்டுக்கு ஆகிவிடும்.

சுவர்களெங்கும் படர்ந்து கிடக்கும் நிகழ்ச்சிகள். ஒவ்வொரு இடத்திலும் நெஞ்சை நிறைக்கும் காட்சிகளுண்டு. அடுப்பு இடிந்துபோய்க் கிடந்தது. குட்டுகள் தகர்ந்துபோய்விட்டன. அண்ணன் கையில் நெருப்பை அள்ளிப்போட இரண்டு கையையும் பிடித்துவைத்துக்கொண்டு பயமுறுத்தியது அம்மா. காசைத் தெரியாமல் எடுத்துக்கொண்டு போய்விட்டான். எடுத்திருந்தால் சுடும், எடுக்காவிட்டால் சுடாது. முகம் முழுக்க வேர்வை கொட்ட, பயந்து வெளிறி ஒத்துக்கொண்டான். முதுகுத் தோல் உரிந்தது.

காக்காய்ச் சத்தம். புளியமரங்களில் வந்து அடையத் தொடங்கிவிட்டன. ஆட்டுப்பண்ணை வாதனாராம் மரங்களின் மீது இறக்கை அடித்துக்கொண்டு பறக்கும் பறவைகள் புள்ளி களாய்த் தெரிந்தன. எப்போதோ ஆட்டுப்பண்ணை இருந்ததாம். காமராசர் திறந்து வைத்த கல் மட்டும் நினைவாய் இப்போது இருக்கிறது. இன்னும் கொஞ்ச நேரத்தில் இருட்டுக் கட்டிவிடும். அம்மா தேடும். போய்விட வேண்டியதுதான். பள்ளிக் கூடத்திலிருந்து வந்ததும் ஒன்றும் சொல்லாமல் நேராக இங்கே வந்துவிட்டான். எப்படியும் இன்றைக்கு நாயைப் பிடித்துவிட வேண்டும் என்கிற வெறி. எங்காவது விளையாடப் போயிருப்பான் என்று அம்மா நினைத்துக்கொண்டிருக்கும். என்னத்தை விளையாடுவது? காட்டில் என்றால் புழுதிக்குள் கல்லெடுப்பான், சுக்குப்பறி என்று எத்தனை விளையாட்டுகள். ஆளுக்காரப் பிள்ளைகளோடு சேர்ந்துகொண்டால், வானத்துச் செம்மை முழுக்க அந்தச் செம்மண்ணிலிருந்து போனதுதானோ எனத் தோன்றுமளவில் புழுதி பறக்கும். இருட்டுக்கட்டுவதும் தெரியாமல் விளையாட்டு.

வளவுக்குப் போன பிற்பாடு விளையாடவா முடிகிறது? வீதியை அடைத்துக்கொண்டு இரண்டு பக்கமும் வீடுகள். இடித்துக் கட்டுவதாகச் சொல்லிக்கொண்டு வீதியையும் ஆக்கிர

மிப்பு. இதெல்லாம் போகத்தான் விளையாட இடம். சைக்கிள் பழகுகிற பையன்கள் திரும்பத் திரும்பக் குறுக்கே வந்துகொண்டே யிருப்பார்கள். தண்ணீர் எடுக்கப் போகிறவர்கள், காட்டிலிருந்து வருகிறவர்கள் என்று எப்போதும் நடந்து கொண்டே மக்கள். அத்தோடு வீட்டு வாசற்படிகளில் ஏறி உட்கார்ந்துகொண்டு, விளையாடுகிற பையன்களையே பார்த்துக் கொண்டிருக்கும் பெண்பிள்ளைகள். தலை சீவுவது போலவும் பேன் பார்ப்பது போலவும் பாவனைகள். "அங்க போவாத", "இங்க வராத", "அதத் தொடாத", "இதத் தொடாத" என்று அடிக்கடி அதட்டல்கள். இத்தனைக்கும் இடையில் விளையாடவா தோன்றும்? மண்ணை வாரி எல்லோர் மூஞ்சியிலும் தூற்றி விட்டு எங்காவது ஓடிப்போய்விடலாமா என்றுதான் எண்ணம் வந்தது இவனுக்கு.

மெல்லிய இருட்டுக் கவிந்தது. ட்ரவுசர் மட்டும் கொஞ்சம் வெளுப்பாய்த் தெரிய, நடந்தான். தூரத்தில் மரம் வெட்டு பவர்கள் வருவது தெரிந்தது. கோடாலியும் ரம்பமும் தோளைத் துருத்திக்கொண்டு முன் தெரிய மங்கிய வெளிச்சத்தில் அவர்கள் வந்துகொண்டிருந்தது ரம்மியமாகத் தானிருந்தது. ஆனால் அந்நேரம்வரை உயிரும் சதையுமாய் நின்றுகொண்டிருந்த பனை மரங்களைக் கூறு கூறாய் அரிந்து போட்டுவிட்டு வருபவர்கள் இவர்கள்.

நுங்கும் தெளுவுமாகக் குளிப்பாட்டிக்கொண்டிருந்த பனை மரங்களின் செழித்த தலைகள் பிய்த்து உதறப்பட்டுவிட்டன. பனஞ்சோறு தின்னப் பையன்கள் ஓடோடி வந்தார்கள். வாய்க்கரிசி மாதிரி கடைசிச் சோறு. காடு முழுக்கக் கம்பீரமாய் நின்றுகொண்டிருந்த மரங்கள் அத்தனையும் புல்டோசரின் கோர மோதலில் தலைகுப்புற விழுந்துவிட்டன. இவற்றை அறுத்துக் கூறுபோட எங்கிருந்தோ வேலைக்கு வந்தார்கள். முகம் தெரியாத மனிதர்கள். அறுத்து அறுத்துச் செங்கல் சூளை களுக்கு அனுப்பினார்கள். தூக்குப்போசியும் தளர்ந்த கையுமாகப் பஸ் ஏறிப் போவதும் சைக்கிள்களில் போவதுமாக அன்றாடம்.

எத்தனை மரங்கள். இவனுக்கும் சித்திக்கும் சண்டை மூட்டிய வாய்க்கால் பொம்மரம். அதன் பனம்பழம் அத்தனை ருசியாயிருக்கும். கொப்பத்து வெல்லம் தின்கிற மாதிரி. பனங் கொட்டையின் தலைப்பகுதி வழவழப் பொச்சு. வெண்ணெய் மாதிரி வழவழவென்று திரண்டிருக்கும். கீழ்ப்பகுதி நறநறப் பொச்சு. நார்நாராய்க் கிழிந்து தொங்கும். அதுதான் சூப்பத் தித்திப்பாயிருக்கும். பனம்பழம் தின்னும்போது இதைச் சொல்லிச் சொல்லி வெறுப்பூட்டுவார் தாத்தா. கேக்க அருவருப்பாயிருக்கும். ஆனாலும் அவர் அதை ரசனையோடு சொல்வார்.

ஏறுவெயில்

அந்த மரத்துப் பனம்பழத்திற்கு எப்போதும் அடிதடி தான். மரம் சித்தப்பா வீட்டு வாசலிலேயே இருந்தது. இவன் கோழிகூப்பிடவே எழுந்துபோய் விழுந்து கிடக்கிற பழங்களைப் பொறுக்கி வந்துவிடுவான். காற்றுக் காலமாதலால் பழங்கள் கொட்டும். காலையில் சித்தி மரத்தைச் சுற்றிப் பார்த்துவிட்டுத் திட்டும். கண்டபடி பேசும். இவனும் சளைத்ததில்லை. வரிந்து கட்டிக்கொண்டு எதிர்ப் பேச்சுதான். சின்னப் பையனோடு சண்டை போடுகிறோம் என்கிற உணர்வே இல்லாமல் சித்தி கத்தும். அப்புறம் அது இவன் அம்மாவுக்கும் சித்திக்குமான சண்டையாகி, அப்பனுக்கும் சித்தப்பனுக்கும் மோதலாகி... ரொம்ப நாள் யாரும் பேசவில்லை. நேரில் பார்த்தால்கூட 'உர்உர்'தான்.

வடமூலை ஆமரம் தெளுவுக்குக் குருவலம். கந்தன் ஏறுவான். ஒருமுறை ஏறினால் புரடை வழியத் தெளுவிறக்குவான். இரண்டாம்முறையும் ஏறினால் இன்னொரு புரடை வழியும். அந்த மரம் ஒன்றே ஒரு குடம் ரொப்பும். காம்புப்பாளைவரை நிற்காமல் ஊறும். அப்பன் அந்த மரத்தில்தான் திருட்டுத் தனமாய் ஏறிக் கள்ளு குடிப்பார். கொட்டக் கோலை ஒடித்து உறிஞ்சுகிற தண்டாக்கிக்கொள்வார். மரத்தில் ஏறி ஒவ்வொரு முட்டியிலும் கால்படி அளவுக்கு உறிஞ்சி விடுவார். மரமேறி மாதிரியே டக்டக்கென்று ஏறுவார். அல்லக் கயிறோ கால் கயிறோ இல்லாமலே ஏறி, குருத்தில் உட்கார்ந்துகொண்டு குடிப்பார். தெளுவு வழிய ஊறுவதால் குறைந்திருப்பதும் தெரியாது. கந்தனுக்கு இந்தத் திருட்டுவேலை கடைசி வரை தெரியவே இல்லை. கொந்தாளக் கொண்டை போட்டுக் கொண்டு கருப்பட்டிப் பாகை ஆலச்சட்டியில் ஊற்றி டிழுக்கடிக்கும் அவன் பொண்டாட்டியின் கைக் கருப்பட்டி தேன் மாதிரி இருக்கும். இப்போது எந்தப் பக்கக் காடு ஏறப்போய் விட்டார்களோ தெரியவில்லை.

இருட்டின் கவிதலில் காடு முழுக்க ரத்தக் களறியாய்த் தெரிந்தது. புல்டோசர் எல்லாத் திட்டுகளையும் உடைத்து வாரிக்கொண்டு போய்க் குழிகளில் கொட்டி நிரப்பியது. கரைகள் எல்லாம் உருத்தெரியாமல் கலைந்துவிட்டிருந்தன. யார் நிலம், எதுவரை என்கிற வரம்புக்கு எந்த அடையாளமும் இல்லை. புல்டோசர் ஏரிப்பக்கமிருந்து நிரவிக்கொண்டு வந்தது. அதன் கோரக் கரங்களும் ராட்சதப் பற்களும் முன்னாலிருக்கும் நிலங்களில் இன்னும் படவில்லை. வீட்டுச் சுவர்களையும் தரைமட்டமாக்கிவிடும் அதன் முன்பக்க இரும்புவாய் திறந்து கொண்டு வருவதைப் பார்க்கவே பயமாக இருக்கும். எதிரிலிருக்கிற எல்லாவற்றையும் வாரிச் சுருட்டிக்கொண்டு

போய்விடுகிற தோற்றம். மண்ணுக்குள் புகுந்து செல்வங்களை அள்ளித் தூற்றியது.

வெட்டிய மரங்களின் வேர்கள் பெரும்பெரும் கிழங்கு களாய்த் தூர்ந்து வந்தன. கொடிகள், வேலி மரங்கள், முட்செடிகள் எல்லாம் பூண்டோடு பெயர்ந்தன. முண்டு முடிச்சுகளோடு எற்றி விழுந்த அவற்றைப் பொறுக்கிக்கொள்ளக் கூட்டம். ஒருவர் மேல் ஒருவர் ஏறி விழுந்துகொண்டு போட்டி. என்னவோ இவற்றைப் பொறுக்கிக்கொண்டுபோய் வாழ்நாள் முழுவதுக்கும் அடுப்பெரித்துவிடுவது போல. அவரவர்கள் செத்தபின் போட்டு எரிக்க இப்போதே நல்ல விறகாக, மூலிகைகளாகச் சேமித்து வைக்கிறார்களோ? எப்படியோ, இந்த மண்ணிலிருந்து மக்களுக்கென்று கிடைத்த கடைசிச் செல்வம். களம் களமாய்க் கம்புப் பூட்டைகளும் வள்ளம் வள்ளமாய் அவரைக் காய்களும் கொட்டிக் கொடுத்த மண். தன்னுள் தேக்கிக்கொண்டிருந்த மிச்சம் மீதியையும் இந்தப் புல்டோசரின் அரக்கத் தாக்குதலில் உதிர்த்தது.

மண்ணின் உயிர் சிறிதும் தங்கிவிடாமல் புல்டோசர் பிடுங்கிக்கொள்கிறதா என்பதை மேற்பார்வை பார்க்கத்தான் வெள்ளையும் சொள்ளையும் போட்ட கவர்ன்மென்ட் ஆபீசர்கள். நோட்டும் கையுமாக வளைய வந்தார்கள். உலகத்தையே அளந்து பிரித்துவிட்டுத்தான் வேறு வேலை பார்ப்பவர்கள் போல. காலனிக்காக ஹவுசிங் போர்டு நிலத்தை எடுத்துக் கொண்டதும், ஆபீசர்கள் வந்து மொய்த்துக்கொண்டார்கள். ஈவிரக்கமே இல்லாத எமன்கள் மாதிரி விரட்டிய விரட்டு. அவனவன் அப்பன் வீட்டுச் சொத்துப் போல. மீசையே இல்லாமல் ஒரு ஆபீசர் வந்தான். அவன் முகம் எப்பவுமே கடுகடுவென்றுதான் இருக்கும். இவன் தாத்தாவும் சரி, மற்றவர்களும் சரி அவனிடம் கைகட்டிக்கொண்டுதான் பேசுவார்கள். ஆணையிடுகிற தோரணைதான். கேட்டால் தாத்தா சொல்வார். "கவர்மெண்டுல அவனுக்குப் பவுரு இருக்கு. நாமதான் தணிஞ்சு போவோனும்." எல்லாரும் காட்டை விட்டு வெளியே போனதும் புல்டோசர் நுழைந்துவிட்டது. கிங்கரர்களுக்குக் கட்டளையிடவும் அளவிடவும் எமதர்மர்கள். ஒரு மாதமாக இதுதான் நடந்தது. இன்னும் என்னென்ன செய்து இந்த நிலங்களைச் சாகடிப் பார்களோ?

கிணற்று மேட்டில் உட்கார்ந்தான். வாரிக்கல் இன்னும் பெயர்க்கப்படாமல் இருந்தது. இரண்டு தென்னை மரங்கள் இன்னும் நின்றுகொண்டிருந்தன. குழந்தையைக் கொல்கிற மாதிரி கழுத்தை அறுத்து எல்லாவற்றையும் துடிக்கத் துடிக்க வெட்டிவிட்டார்கள். தென்னை மரத்தின் அடியில் நாய்க்குழி.

மணி அங்கேதான் படுத்துக்கொள்ளும் போலிருந்தது. தென்னை மர நிழல் குளுகுளுவென்றிருக்கும். மண்ணைப் பறைத்து வட்டக் குழியாக்கி வைத்திருந்தது. மண்ணின் குளுமை இன்னும் அதை விடவில்லை. இந்த மரங்களையும் வெட்டிவிட்டால் அப்புறம் என்ன செய்யும்? வளவுக்கு வருமா, இங்கேயே கிடந்து உயிரை விட்டுவிடுமா? இவனால் ஒன்றையும் தீர்மானிக்க முடிய வில்லை.

பூனைதான் பாவம். பிள்ளை மாதிரி வளர்ந்தது. எல்லாச் சாமான்களையும் மூட்டை கட்டத் தொடங்கிய உடனேயே அதற்குப் பித்துப் பிடித்துப்போய்விட்டது. இடைவிடாத கத்தல். கைகளுக்குச் சிக்கவே இல்லை. அப்பன் அதைப் பிடித்துச் சாக்குக்குள் போட்டுக்கொண்டு போய்விடலாம் என்றார். துரத்தி, மிரட்டி, கொஞ்சிக் கூப்பிட்டுப் பார்த்தாயிற்று. எங்கோ ஓடிப்போனது. அடுத்த நாள் இங்கேதான் காட்டுக்குள் குரல்வளை கடிபட்டுச் செத்துக்கிடந்தது. நாயின் வாய்க்கு அகப்பட்டு விட்டது போல. அக்கா தன் வட்டலிலேயே அதற்குச் சோறு வைப்பாள். வட்டலின் ஒரு பக்கம் அது தின்னும். இன்னொரு பக்கம் அக்கா. தயிர்ச்சோறு என்றால் வாசம் பிடித்து எங்கிருந் தாலும் வந்துவிடும். காலிசெய்துகொண்டுபோன மறுநாளே உயிரை விட்டுவிட்டது. காலைச் சுற்றிக்கொண்டிருந்த வாயில்லாப் பிராணிகள் எல்லாம் போய்விட்டன. நாய்தான் காட்டைச் சுற்றிச் சுற்றி விருமுத்தி பிடித்ததுபோல் வந்து கொண்டிருந்தது. பட்டி ஆடுகளை மொத்தமாகச் சந்தைக்கு ஓட்டியாகிவிட்டது. கையும் காலும் கொண்ட மனிதர்கள்தாம் மிச்சம்.

ஒருத்தர் முகம் ஒருத்தருக்குத் தெரிகிறவரை விறகு பொறுக்கிக்கொண்டிருப்பார்களோ? கூடையும் கையுமாகப் பெண்கள், பையன்கள், பிள்ளைகள் எல்லாரும் ஓடிக்கொண்டி ருந்தார்கள். கத்தாழைப் பட்டைகளைக்கூட விடவில்லை. அங்கே போய்ப் பார்த்தால், வளவுக்கு வருகிறவர்கள் யாராவது இருப்பார்கள். அவர்களோடு போய்விடலாம் என்கிற எண்ணத்தில் எழுந்தான்.

கிணற்று மேடு நல்ல உயரம். பாம்பேரி கிணற்று மட்டத்திற்கு ஒரு படி மேலே கட்டியிருக்கிறது. வாரிக்காக. இங்கிருந்து பார்த்தால் ஏரிப்பள்ளம்வரை தெரியும். இவன் அத்தை மணியூரி லிருந்து மாதத்திற்கு ஒருமுறை வரும். அத்தை வருவது தெரிந்தால் அந்தக் கிணற்று மேட்டின் மேல் ஏறித்தான் பார்ப்பார்கள். "நான்தான் மொதல்ல அத்தயப் பாத்தேன்" என்று சொல்லிக் கொள்வதில் ஒவ்வொருவருக்கும் பெருமை. அத்தை வந்து விட்டால் எல்லாருக்கும் சந்தோஷம்தான். "எங்கூட்டலதான்

சோறு திங்கோணும்", "எங்கூட்லதான் காப்பி குடிக்கோணும்" என்று இழுத்து இழுத்து அத்தையைப் பாடாய்ப் படுத்தி விடுவார்கள்.

கோயில் திருநாள் போட்டுவிட்டால் வெள்ளாடுகளை ஓட்டிக்கொண்டு அத்தை வந்துவிடும். கூடவே அத்தை பையனும். அத்தை புருசன் சின்ன வயதிலேயே செத்து விட்டார். ஒரே ஒரு பையன் மட்டும்தான். திருநாளுக்கு வந்தால் ஒரு வாரம், பத்து நாள் இங்கே தங்கும். எல்லாச் சொந்தக்காரர்களையும் கூப்பிடுவார்கள். அம்மா பக்கத்துச் சொந்தம்தான் அதிகம். கரட்டூர்ச் சின்னம்மா வீடு, கொள்ளூர் மாமன் வீடு என்று ஏகக் கூட்டம். திருநாளுக்கு இடிக்கிற மாவுதான் விசேஷம். கடலைமாவு இடித்தால் சீக்கிரம் தீர்ந்துவிடும். எப்போதாவது கிடாயும் வெட்டுவதுண்டு. இனிமேல் அந்தச் சந்தோசம் வருமா? அத்தை வந்தால் எல்லாரையும் ஒரே இடத்தில் பார்க்க முடியுமா? ஒவ்வொருவரும் ஒவ்வொரு பக்கம் திக்காலுக்கொன்றாய்ப் போயாயிற்று.

ஒருவர் முகத்தை ஒருவர் பார்க்கவும் இனிச் சொந்தக்காரர் வீட்டுக்குப் போவது போலத்தான். இங்கே இருந்தபோதும் சண்டை சச்சரவு இல்லாமல் இல்லை. அம்மாவுக்கும் பெரியம்மா வுக்கும், பெரியம்மாவுக்கும் சித்திக்கும், சித்திக்கும் அம்மாவுக்கும் சின்னச் சின்ன விஷயங்களிலெல்லாம் சண்டை வரும். வெள்ளாடு வெள்ளாமைக் காட்டில் புகுந்துவிட்டால், கோழி பீப்பேண்டு வைத்துவிட்டால் – காரணங்களின்றிச் சண்டை வரும். இருந்தென்ன, நாலு நாள் முகத்தைத் தூக்கிக்கொண் டிருந்தால் பிறகு சரியாகிவிடும். பாட்டியோடும் சண்டை வரும். பாட்டிக்கு மருமகள்களோடு அவ்வளவாக ஒத்துப் போகாது. எல்லாரும் ஒரே இடத்தில் வாழ்ந்த மாதிரி வருமா? மேபக்கம் திரும்பிக் கூப்பிட்டால் பெரிய தாத்தா வீடு. கிழக்கம் திரும்பிக் கூப்பிட்டால் சின்னத் தாத்தா வீடு. ஒரு சத்தம் போட்டால் போதும். எத்தனை தூக்கத்திலும் எந்த நேரத்திலும் எதிர்க்குரல் வரும். இனிமேல் எங்காவது வழியில் பார்த்தால் ஒரு சிரிப்பு சிரித்துக்கொண்டு போக வேண்டியதுதான்.

கிணற்றைச் சுற்றிக்கொண்டு நடந்தான். அதன் உட்பகுதி தெரியவில்லை. இருட்டு கருகும்மென்று வந்துவிட்டது. விறகு பொறுக்குபவர்கள் நேராக வண்டித்தடம் இருக்கிற பக்கமாகவே போனார்கள். எல்லாப் பக்கமும் தடமாகிவிட்டது. 'வெள் ளாமையா ஒண்ணா?' எதிலும் எப்படியும் போகலாம். அவர்களை எட்டிப் பிடிக்க நடையைப் போட்டான். கிணறு கொஞ்சம் கொஞ்சமாய்த் தொலைவில் போய்க்கொண்டே

யிருந்தது. நீச்சல் பழகிய கிணறு. இரண்டுமுறை விழுந்து தப்பித்துக்கொண்ட கிணறு. ஆழமான கிணறுதான். எட்டு முட்டு. விழுந்து பிழைத்துக்கொண்டது யார் புண்ணியமோ? ஏத்தக்காலில் பெரிய குடத்தைக் கட்டிவிட்டு இவனும் அம்மாவும் தண்ணீர் சேந்தினார்கள். எப்போதும் இரட்டைக்கை போட்டு இழுத்தால் சீக்கிரம் சேந்திவிடலாம். அம்மா மதகில் நின்று கொண்டு இழுத்தது. இவன் ஏற்றக்காலில் கவட்டி போட்டுப் பின்னிக்கொண்டு இழுத்தான். மண்குடம்தான். பானை மாதிரி உப்பிய குடம். சாதாரணக் குடத்தில் இரண்டு பிடிக்கும். குடத்தை மேலே இழுத்தாயிற்று. பிடிக்கப்போனது அம்மா. குடம் கீழே கீழே சரிந்தது. "என்னடா எட்டுல?" என்றது அம்மா. அவ்வளவுதான். ஏற்றக்கால்களோடு இவனும் உள்ளே. வண்டி இரும்புக் கருது போட்டது. தலையில் விழுந்திருந்தால் அவ்வளவுதான். நல்லவேளை இடுப்பில்தான் அடி.

இன்னொருமுறை, கட்டருக்கு எல்லாரும் இழுவுக்குப் போய்விட்டார்கள். சித்தப்பன் வீடு மோட்டார் எடுத்து விட்டார்கள். அப்போதுதான் ஆயில் என்ஜின் வாங்கி வந்த புதுசு. வாய்க்கால் தண்ணீரில் நொண்டிக்கொண்டு சாணிப்பூரான் வந்தது. அதற்குப் போக்குக் காட்டிக்கொண்டு பின்பக்கமாய் நகர்ந்தான். ஓரமாய் விலகினான். கால் சட்டென்று நழுட்டிவிட உள்ளே பெட்டுக் குழிகல்லைப் பற்றிக் கொண்டான். செல்வன் கத்திச் சித்தப்பன் வந்து தூக்கினார். இரண்டுமுறை தப்பித்தாயிற்று. மூன்றாவது முறை விழுந்தால் அவ்வளவுதான் என்று ஜோசியம் சொன்னார்கள். அதற்குள் இங்கிருந்து ஒரேயடியாகப் போயாயிற்று.

நினைவுகளையும் நிகழ்ச்சிகளையும் தன்னுள் புதைத்துக் கொண்டு வெறும் கட்டிடங்களாய் இனி எழும்பப்போகிறது. நிலத்தின் சுவாசம் கான்கிரீட்டுகளால் அடைபடப்போகிறது. மழைத்துளியையும் உறிஞ்சுவதற்கு விடமாட்டார்கள். இத்தனை பேர் எங்கிருந்து வரப்போகிறார்கள்? இத்தனை வீடுகள் கட்டி யாருக்கு விற்கப்போகிறார்கள்? யோசிக்க யோசிக்கப் பிரமிப்பா யிருந்தது. அது நீங்காமலே விறகுக் கூடைகளை நோக்கி ஓட்டமும் நடையுமாய்ப் போனான்.

❈

2

பாட்டியையும் தாத்தாவையும் இவன் பார்க்கப் போய்ப் பத்து நாட்களுக்கு மேலாகிவிட்டது. இனியும் போகவில்லை என்றால் பாட்டியின் தொண தொணப்பையும் பேசப் பேசத் திடீரென்று கண்களில் திரண்டுவிடும் கண்ணீரையும் எதிர்கொள்ள வேண்டும். பாட்டியைச் சொல்லியும் தவறில்லை. மகன்களை எல்லாம் பக்கத்தில் வைத்துக்கொண்டு, கண்குளிரப் பார்த்திருந்து விட்டு, சூலவேரி காத்துக் கூரையைப் பிய்த்தெறிகிற மாதிரி சட்டென்று ஒவ்வொருத்தரையும் எங்கோ எறிந்து விட்டதைப் பார்க்க இன்னும் மனசு தாளவில்லை. எப்படியும் வாரம் ஒருமுறையாவது போய்வர வேண்டு மென்பதில் குறியாக இருந்தான்.

பள்ளிக்கூடம் விட்டு வந்ததும் பையை வீட்டுக்குள் வீசி எறிந்துவிட்டுக் கைகளை ஒருமுறை நெட்டி முறித்துக் கொண்டு புறப்பட்டான். அம்மா இருந்தால் முகத்தை நொடிக்கும். அதற்கு அர்த்தம் "கெழவியப் பாக்கலேன்னா தொண்டைல சோறு எறங்காதா?" உடல் நைந்து இற்றுப் போகிற நிலைக்கு வந்துவிட்ட மாமியார்மேல் கோபமும் எரிச்சலும் இன்னமும் போகவில்லை. அப்படி என்னதான் பிறவிப் பகையோ? அம்மா இப்போது இங்கே இல்லாததும் ஒருவகையில் நல்லதுதான். அக்கா தாவாரத்தில் அடுப்பைப் புகைத்துக்கொண்டிருந்தாள். கூப்பிட்டுச் சொல்லிவிட்டு உடனே கிளம்பிவிட்டான்.

வேலிகாட்டைத் தாண்டி ஏரிப் பள்ளத்தோரமாய்க் கொஞ்சம் புறம்போக்கு நிலத்திற்குத் தீர்வை கட்டிக் கொண்டிருந்தார்கள். காட்டைக் காலனிக்கு எடுத்துக் கொண்டதும் தாத்தாவும் பாட்டியும் அந்த நிலத்தில்

ஒரு கொட்டாய் போட்டுக்கொண்டார்கள். இவர்கள் வீடு வளவில் சும்மா கிடந்தது. பெரியப்பனுக்கும் சித்தப்பனுக்கும் கூட வளவு வீடு பிரிந்துதான் இருந்தது. அதை விற்றுவிட்டுக் காட்டிலேயே பெரிதாக வீடு கட்டினார்கள். காடு போனதும் முட்டையோடும் குஞ்சுகளோடும் இருந்த பனங்காடையின் கூட்டைக் கந்தன் பிய்த்துத் தூக்கி எறிகிற மாதிரி எல்லாரின் நிலையும் ஆனது. போன கூட்டுக்குக் கத்திக்கொண்டு அந்த மரத்தையே சுற்றிச் சுற்றி வருவதா, புதுக்கூடு கட்ட இடம் பார்ப்பதா? ஒன்றும் புரியவில்லை. வளவு வீட்டுக்கு இவர்கள் போய்விடுவதாக இருந்தார்கள். மாமனார் வீட்டில் கொஞ்சம் நிலம் கொடுப்பதாய்ச் சொன்னதும், பெரியப்பன் அங்கே போய்ச் சின்னதாய் ஒரு வீடு கட்டிக்கொண்டார். கைச்சாளை அளவுக்கு மட்டும். சித்தப்பனும் மாமனார் வீட்டுக்குத்தான் போனார். வீடு கட்டிக்கொள்ள வில்லை. அவர்களோடு ஒன்றாய் இருந்தார்.

அந்தச் சமயத்தில் தாத்தாவைப் பார்க்க லொங்கிப் போய்விட்ட நாய் மாதிரி இருந்தது. கட்டிலில் படுத்திருப்பார். திடீரென்று காணாமல் போய்விடுவார். வாசல் உரலின் மேல் உட்கார்ந்துகொண்டு வானத்தைப் பார்ப்பார். பகலெல்லாம் எங்கெங்கோ அலைவார். யாருடனும் முகம் கொடுத்துப் பேசமாட்டார். பாட்டியின் மேல் எரிந்துவிழுவார். "சோறு நல்லா இல்லை. சாறு நல்லா இல்லை." ஆயிரம் நூனாயம் பேசுவார். பார்க்கப் பாவமாயிருக்கும். மகன்களும் தங்களுக்கு ஏதோ ஒருவகையில் வழி பிறந்துவிட்டதில் அப்பனைப் பற்றி மூச்சுக்காட்டவில்லை. எங்கே தங்களோடு வருகிறோம் என்று சொல்லிவிடுவார்களோ என்று பயம். எல்லாவற்றையும் உடைத்துக்கொண்டு கடைசியாய்ப் பாட்டிதான் வழி சொன்னது.

"எதுக்கு இந்த அழிச்சாட்டியம் பண்ற? மானத்துக்குங் கீழ நம்புளுக்குக் கையவலம் இத்தன எடம் இல்லாதயா போயிருச்சு? பள்ளத்தோரத்துல இருக்கற பொறம்போக்குல நாலு குச்சிய நட்டுக் குடுசு போட்டாய் போதாதா? ஊடு போ போங்குது. காடு வா வாங்குது. இன்னமே தார்சு ஊடா வேணும்?"

அதையே வேதமாய்க் கொண்டு தாத்தா கொட்டாய் போட்டுக் குடியேறினார். ஏரியில் தண்ணீர் வந்தால்தான் கொஞ்சம் பிரச்சினை. வரும்போது பார்த்துக்கொள்ளலாம். அது மேடான இடம்தான். விடாமல் மழை பெய்தால்தான் மேலே தண்ணீர் எட்டும். இருக்கிறவரை இருக்கட்டும். போகிறேன் என்றதும் மகன்கள் யாரும் ஒன்றும் சொல்லவில்லை. நெஞ்சு முழும் ஏறி இறங்க ஆழ்ந்த பெருமூச்சு விட்டுக்கொண்டார்கள்.

இவன் போனபோதுதான் பாட்டியும் வந்தது. கிழுவங் காட்டுக்குக் களைவெட்டப் போயிருந்ததாம். இப்போது பருத்திக் காடு களை வெட்டுகிற பருவம். பாட்டி சும்மா இருக்காது. இருந்தால் இரண்டு சீவனின் வயிறும் காய வேண்டியதுதான்.

"எங்கேயோ குப்பன் சாயந்தரம் வாரமின்னு சொன்னான். காணாமே? பண்ணயங் கட்டிக்கிட்டு இருந்த வெரைக்கும் எதோ வவுத்துக்குத் கொறையாத ஆச்சு, இப்ப ஊட்ல மணி தானியம் இல்லயாம். கண்ணாமுழி பிதுங்குதுங்கறான்."

பாட்டி சொல்லிக்கொண்டே அடுப்பைப் பற்றவைத்தது. காய்ந்த எலந்தப்பழம் கணக்காய்ப் பாட்டியின் கண்ணைச் சுற்றிச் சுருக்கம் வட்டமிட்டிருந்தது. இவன் உரலின் மேல் உட்கார்ந்துகொண்டு பாட்டியோடு பழமை பேசினான்.

"அவனுக்கென்னயா? எங்கேயோ டவுனுப் பக்கம் வேலைக்கிப் போறானாட்டம் இருக்கு. நாயும் நக்கலும் பொறுக்கித் தின்னூட்டு வருவான். இல்லைன்னா எதுக்கு இந்தக் கஷ்டம் வருது?"

"இல்லடா பயா. அவன் அப்படியாப்பட்டவனில்ல. உங்க தாத்தனோட அப்பங் காலத்துல இருந்து அவந்தான் நம்ம பண்ணயங்கட்டறான். ஒரு திருட்டுப் பெரட்டுக் கெடையாது. நாக்குக்கு ருசியா வேணுங்கறதில்ல. வேலைன்னா மாங்குமாங்குனு தூக்கிப் போட்டுக்கிட்டுச் செய்வான். பணங் காசெல்லாம் பாங்கா வெச்சிருப்பான். என்னமோ ஆவாத காலம் போ."

"ராமாயி என்ன பண்றாளாமா?"

பாட்டி அடுப்பை ஊதி மூட்டிவிட்டுத் தோசைக்கல்லை மேலே வைத்தது. வீட்டுக்குள் போய் ஆரிய மாவுச் சட்டியைக் கொண்டுவந்தது. இவன் முறத்தையும் அரிவாள்மணையையும் எடுத்துவைத்துக் கருப்பட்டியைச் சீவினான்.

"ராமாயோட பிரசன் ஒண்ணுஞ் செரியில்ல. இப்ப இங்கேயே தான் வந்துட்டா. அது வேற அவனுக்குச் சொம."

ஆரிய மாவைக் கரைத்துத் தோசை ஊற்றிக்கொண்டிருந்த போது குப்பனும் ராமாயும் தூரத்தில் வருவது தெரிந்தது. குப்பன் உடல் கூனிப்போய்விட்டிருந்தான். அதற்குள்ளாகவா இத்தனை வயதாகிவிட்டது? இவனுக்கு ஆச்சரியமாக இருந்தது. பனைமரம் மாதிரிக் கருத்துத் தடித்த மேனி. ஆளுயர மூட்டையாக இருந்தாலும் அலாக்காகத் தூக்கக்கூடிய உடம்பு தான். இவனைப் பார்த்ததும் கன்னங்கள் விம்ம ராமாயிக்குச்

சிரிப்புக் குமிழியிட்டது. வெற்றிலைக் கறைப் பற்கள் மிளிர நடையை எட்டிவைத்தாள்.

"அட, சின்னச் சாமீ... எப்ப வந்தீங்கோ? ஆளு வாட்ட சாட்டமாப் பெரிய பையனாத் தெரிரீங்களே? எங் கண்ணே பட்டிருமாட்டம் இருக்குது. எஞ்சாமி இப்ப எத்தனாவது படிக்கறீங்கோ?"

அவளுக்கு எப்பவும் ஒரு கேள்வியோடு நிறுத்தத் தெரியாது. தொடர்ச்சியாகப் பேச்சு கொட்டிக்கொண்டேயிருக்கும். எங்காவது ஒரு கடிவாளம் போட்டு இழுத்து நிறுத்த வேண்டும். அவள் இடுப்பில்தான் இவன் வளர்ந்தான். "வண்டி மையக் கரச்சு ஊத்துனாப்பல இத்தன கருப்பா இருக்கறியே?" என்றால் இடுப்பை நெகிழ்த்திக் காட்டுவாள்.

"உன்னயச் சொமந்து சொமந்துதான்யா இந்த இடுப்பே இப்பிடி காப்புக் காச்சிக் கருத்துப்போச்சு. அது மாதிரி வேவாத வெயில்ல வேல செஞ்சா ஓடம்பு கருக்காத என்ன பண்ணும்?"

கல்யாணம் ஆகிறவரை பண்ணயத்தில் இருந்தாள். பொட்டுக்கூடையாட்டம் வயிறு முன்னால வர, ஒரு சாண் உயரம் இருக்கும்போதே பண்ணயத்திற்கு வந்துவிட்டாள். இவன் அம்மாவிடம் இடி வாங்கியே குறுகிப்போயிருப்பாள். செம்பட்டைத் தலை பன்னாடை மாதிரி கிடக்கும். அதிலேயே 'நச்நச்'சென்று அம்மா கொட்டுவைப்பாள். சாணி எடுக்கையிலிருந்து சாயங்காலம் பட்டியில் ஆட்டை ஓட்டிவிட்டு வருகிறவரை வார்த்தைகள் பொரிப் பொரியும். அத்தனையையும் தாங்கிக்கொண்டு, இவனை வளர்த்தவள் ராமாயி. குப்பனின் மகள் என்கிற 'அந்தஸ்து' இன்னும் இளக்காரமாகிப்போய் விட்டது.

ஆச்சரியத்தில் துடித்த அவள் கண்களைப் பார்த்துக் கொண்டே சிரித்தபடி சொன்னான். அவளது கேள்விகள் அத்தனைக்கும் பதிலாக.

"கொஞ்ச நேரத்திக்கி முந்தித்தான் வந்தன். இப்ப ஓம்பதாவது படிக்கறன். நீயென்ன இங்கயே வந்துட்டியாமா?"

உதட்டைக் குவித்துச் சப்புக்கொட்டிக்கொண்டாள். முகத்தில் வருத்தத்தைத் தேக்கிக்கொண்டு வாசல் ஓரத்தில் உட்கார்ந்தாள். முகம் ஒருபிடியாய்ச் சுருங்கிப்போனது. குப்பனும் அவளை ஒட்டி உட்கார்ந்தான்.

"ம்க்கும். அந்த வீணாப்போன நாயி, நாலு நாளா வவுத்தால இழுத்துக்கிட்டுக் கெடக்கிறன். ஒரு பேச்சு, என்ன பிள்ள

ஆச்சுனு கேட்டானா? எப்பப் பாரு. பண்ணயக்கார மூடுன்னு அங்கயே கெதியாக் கெடக்கறான். அவிய இப்பத்தான் என்னமோ வாரி வாரிக் குடுத்தர்ராப்பல. நாலு காசு குடுக்கறதுக்குள்ள நானூறு நூனயம் பேசிப்புடுவாங்க. இங்கத்த பண்ணயக்கார மூடாட்டல்லாம் அங்க ஆரும் கெடையாது. எல்லாம் பொணப் புடுச்சவிய. அவிய குடுக்கற காசையும் குடிகுடின்னு குடுச்சுத் தொலைச்சுப்புட்டு என்னையப் போட்டு அடிக்கறதுதான். அதான் பிள்ளையக் கூட்டிக்கிட்டு இங்கயே வந்துட்டன்."

சேலை நுனியால் மூக்கைத் துடைத்துக்கொண்டாள். பின், சிந்திய மூக்கைத் தரையில் தேய்த்துவிட்டு அப்பணைப் பார்த்துக் கைகளை நெட்டி முறித்துக்கொண்டு பேசினாள். அவள் பேசுகிற தோரணையே அலாதியானது. தலையை ஓடக்கானாய் அசைப்பதும் முகத்தைக் கோணிக்கொள்வதும் கைகளைச் சொடக்கு முறித்துச் சாபமிடுவதும் ஏற்ற இறக்கங் களோடு ராகம் இழுப்பதும். பேச்சை விட்டுவிட்டு இவற்றை யெல்லாம் கவனித்துக்கொண்டேயிருக்கலாம் எனத் தோன்றும்.

"எங்கப்பங்காரன் சம்பாரிச்சு என்ன மூட்ட மூட்டையாவா கட்டி வெச்சிருக்கறான். சல்லிக்காசு கெடையாது. இங்கயும் வந்து நாறப் பொழப்புத்தான்யா."

குப்பனுக்கு ரோசம் வந்துவிட்டது. வாயில் அடக்கிக் கொண்டிருந்த புகையிலையை அதக்கித் துப்பிவிட்டு வந்தான்.

"பிரசன அடக்கி ஆண்டு ஊடுங் குடியுமா இருக்க வக்கில்ல. என்னயச் சொல்றா. இப்பத்தான் இத்தன வாய் பேசிக் கிட்டு... இவ எனக்கு மவளா என்ன, என்னயக் கடிச்சுத் திங்க வந்திருக்கிற பெசாசு."

"குப்பா, அவதான் வவுத்தெரிச்சல்ல என்னமோ பேசறா. நிய்யுதான் தணிஞ்சுபோவே. இந்தா சூட்டோட ரண்டு ஆரியத் தோச தின்னு. கருப்பட்டி போட்டுச் சுட்டிருக்கறன்."

பாட்டி குப்பனின் கையில் ஒன்றையும் ராமாயிக்கு ஒன்றையும் நீட்டியது. அவள் முந்தானையை நீட்டி வாங்கிக் கொண்டாள். தட்டத்தில் போட்டு ஒன்றை இவனிடம் நீட்டியது. பாட்டிக்கு எப்பவும் இதுதான் பலகாரம். செலவில்லை. நேரம் குறைவு. அவசரடிக்கு இரண்டு சுட்டுக்கொள்ளலாம்.

மசமசக்கிற இருட்டு. கண்ணுக்கு எட்டுகிற தூரம்வரை தாத்தாவைக் காணோம். தாத்தாவைப் பார்க்காமல் போகவும் முடியாது. இங்கேயே இருந்துவிட வேண்டியதுதான் என்று எண்ணிக்கொண்டவனாய்ப் பாட்டிக்கு உதவினான். காலனிக்

காம்பவுண்டைத் தாண்டி யாரோ வந்தார்கள். அத்துப் பார்த்துச் சுவர் கட்டிக்கொண்டிருந்தார்கள். இந்தக் கொட்டாய் ஏரிக்குள் தனித்து நின்றது. கொட்டாய்க்கு வருவதென்றால் தடம் பார்த்துக் கடைசிக்குப் போய்ச் சுற்றிக்கொண்டு வர வேண்டும். முசுவாக இருக்கிற ஆட்கள் சுவரைத் தாண்டிக் குதித்து வந்துவிடுவார்கள். இப்போது வந்த ஆள் முருகன்.

"என்னங்க பெரிய சாமீ இல்லீங்களா?"

வாசல் உரலின் மேல் உட்கார்ந்துகொண்டான். நெடு நெடுத்த உயரம். உட்கார்ந்திருக்கும்போது பார்த்தால் பெரிய உலக்கையை நிறுத்திவைத்த மாதிரி தோற்றம். வாயை மறைத்துக் கொண்டு மீசை. காலனி வீடுகளுக்குக் கடைகால் தோண்ட ஆரம்பித்ததும் முருகனை மாதிரி நிறையக் குடும்பத்தினர் இங்கே டேரா போட்டுக்கொண்டார்கள். எங்கெங்கோ இருந்து வந்தவர்கள். பெரும்பாலும் கல்வேலை மண்வேலை செய்பவர்கள்.

முருகனுக்கு வதவதவென்று குழந்தைகள். பத்துப் பன்னி ரண்டு இருக்கும். இப்போதும் வேறு அவன் பெண்டாட்டி வயிற்றைத் தூக்கிக்கொண்டிருந்தாள். இவன் அப்பனுக்கும் முருகனுக்கும் ஒருமுறை சண்டையே வந்துவிட்டது. காலனி வீடு கடைகால் பறைக்கிற வேலை. மொத்தக் கூலி. காண்ட்ராக்டர் ஒரு வீட்டுக்கு இவ்வளவு என்று பேசி விட்டுவிடுவான். கூட்டிக் கேட்க முடியாது. கேட்டால் வயிற்றில் ஈரத் துணியைப் போட்டுக்கொள்ள வேண்டியதுதான். அதனால் சுற்றி இருக்கிற ஊர்களில் கிணறு வெட்டுவது, மண் சுவர் வைப்பது என்று வேலைக்குப் போவான். முன்னூரில் சுவர் வைத்துக் கொண்டிருந்தார்கள். வெயில் ஏறுமுகம். காலையில் குடித்த கள் சுள்ளென்று மூளையைச் சுட, ரொம்ப நாளாகக் கேட்க வேண்டும் என்றிருந்ததை அப்பன் கேட்டுவிட்டார்.

"பல்லுப் போற கெழ்டியாயிட்ட. இன்னம் வவுத்துல பிள்ள கேக்குதா?"

பெண்டாட்டி ஓவென்று அழ, முருகன் கடப்பாரையைத் தூக்கிக்கொண்டு வந்துவிட்டான். "பெத்துப்போட்டா நாஞ் சோறு போடறன். ஒன் வீட்டு வாசல்லயா வந்து நிக்கறோம். ஒனக்கு வேணுன்னா நீயும் பெத்துக்கோ." முருகனைச் சமாதானப் படுத்த இவன் தாத்தா போக வேண்டியிருந்தது.

முருகனுக்கும் பாட்டி ஒரு தோசையைக் கொடுத்தது. அவன் கை ஆப்பை மாதிரி வாய்க்குப் போய் வந்ததைப் பார்க்க, இவனுக்குச் சிரிப்பாயிருந்தது.

"அப்ப ... சாமி வந்ததியும் சொல்றீங்களா? கறி போட்டா எனக்கு ரண்டு கூறு."

"இவத்தான் இருக்கற முருகா? இன்னங் கொஞ்சம் நேரம் கழிச்சு வாவே, வந்ததியும் அவருகிட்டையே சொல்லீட்டுப் போயிருவ."

"செரீங்க. ஒம்பது மணிச் சங்கூதுனதுக்கு அப்பறம் வர்றேன்."

வந்த சுவடு தெரியாமல் முருகன் போய்விட்டான். செரியான ஆள் அவன். காராட்டுப் பூனை மாதிரி அலுங்காமல் வருவான். எதையும் சாதித்துக்கொண்டு போய்விடுவான். இல்லையென்றால் எங்கோ இருந்து இங்கு வந்து சின்னஞ் சிறுசுகளை வைத்துக் கொண்டு பிழைக்க முடியுமா? எப்படியோ பக்கத்தில் இருப்பதால் இவன் தாத்தாவுக்கும் பாட்டிக்கும் அனுசரணை. 'டேய்' என்று ஒரு சத்தம் போட்டால் வந்து விடுவான். பக்கத்தில் பத்துப் பதினைந்து குடும்பங்கள் இருந்தன. ஆயிரக்கணக்கில் கட்டப் போகிற வீடுகளுக்குக் கடைகால் பறைக்க வேண்டுமே?

குப்பனுக்கும் ராமாயிக்கும் பாட்டி தண்ணீர் ஊற்றியது. ஓலைக் கோட்டையைப் போல் கையை ஒட்டிக்கொண்டு குடித்தார்கள். வெளிச்சமாக இருந்தால் கோட்டையாவது கட்டிக்கொண்டு வருவான். குப்பன் மீசையை நீவி ஏப்பம் விட்டுக்கொண்டான்.

"டவுனுல எங்க வேலைக்குப் போற குப்பா?"

"பச், எங்கொறையச் சொல்லி என்ன ஆவுது போங்க. பண்ணயமிருந்தா இங்க சாமி காலக் காத்துக்கிட்டுக் கெடப்பன். எதோ இல்லாத கொற. சைசிங்குக்கு வெற வொடைக்கப் போறன். அது கெடக்குது குத்தாரி குத்தாரியா. ஓடச்சு மூயாது போங்க. எனக்குனா நெஞ்சுல சீக்கட்டிருமாட்டம் இருக்குது. வயசுப் பசவ துள்ளித் துள்ளி ஓடைக்கறானுவ. என்னால முடியலியே. அதும் பொழுதாவெரைக்கும் மாஞ்சாத் தான் ரண்டு காசப் பாக்க முடியுது. எங்க பசவ இப்பத்த தெல்லாம் அதுக்குத்தாம் போறங்குதுவ."

அவன் குரலில் தொனித்த ஏக்கமும் வருத்தமும் உண்மையா யிருந்தன. பாட்டியும் ராமாயும் கொட்டாயிக்கு அல்லையில் முள் நூறுக்கப் போய்விட்டார்கள். பாட்டிக்கு வர வரக் கண் மங்கிக்கொண்டிருந்தது. ஆனாலும் உழைப்புக்குச் சளைத்த பாடில்லை. கொஞ்சநேரம் சும்மா இருக்காது. எதையாவது நோண்டிக்கொண்டேதான் இருக்கும். இங்கு வந்தும் கோழி வளர்க்கிறது. ஏரியோரம் பாம்புகள் நிறைய இருக்கும். தண்ணீர் இருக்கிற காலத்தைவிட, இல்லாத காலத்தில்தான் அவை வீடுகளுக்கு ஊர்ந்து வரும். இதைச் சொன்னாலும் பாட்டி கேட்காது.

"வேற யாருதாச்சும் பண்ணயம் கெடைக்குதான்னு பாக்றதுதான குப்பா?"

இவன் கேள்வி குப்பனியின் ஆத்திரத்தைத் தூண்டியிருக்க வேண்டும்.

"நீ வேற பொன்னு. இப்ப எந்தப் பண்ணயங் கெடைக்குது? பண்ணயக்காரருடெல்லாம் டவுனுப் பக்கம் போயர்றாங்க. இந்த மேட்டுக்காட்டுல என்ன வருது? உப்புத் தண்ணியப் பாச்சிக் கிட்டு வேவுவேவுன்னு பாடுபட்டாத்தான். லாரி, தறி, அது இதுன்னு அங்கயில்ல போறாங்க. இங்க இருக்கற ஆளுவளுக்கே பண்ணயத்தக் காணாம். கட்டிக்கிட்டு இருக்கறவன் எவன் உடுவான்? அவனவனுதே போயிருமோன்னு பயந்துக்கிட்டுல்ல இருக்கறாங்க."

"அது செரி."

நறுக்கிய முள்ளை எடுத்துவந்து கொட்டாயோரத்தில் பாட்டி போட்டது. சீமைக் கருவேல முள். நறுக்கிவைத்தால் படபடவென்று எரியும். ராமாயி வந்து மறுபடியும் உட்கார்ந்து கொண்டாள்.

"பெரிய சாமியக் கேளு. போலாம். இருட்டாவுது பாரு." குப்பனை முடுக்கினாள். அவன் குரலை உயர்த்திக்கொண்டு, "என்னங்க சாமி, நாங்க போறமுங்க. இருட்டுக் கட்டுது. அவ வேற பிள்ளைய வெச்சுக்கிட்டு என்ன பண்றாளோ தெரில? ராமாய உட்டுட்டுச் சித்தங்கூர அது இருக்காது."

"போறயா குப்பா? பண்ணயக்காரா இன்னங் காணாமே?"

"அவரு வர்ட்டுங்க. நாள மக்கா நாளு வந்து பாத்துக்கறன். ஊட்டுல பொட்டு அரிசி இல்லீங்க. எதாச்சும் இருந்தாக் கொஞ்சம் குடுங்க சாமி."

"ஆரியந்தான் இருக்குது குப்பா. இரு கொண்டாறேன்."

பாட்டி உள்ளே போய் ஆரியக் கூடையை எடுத்து வந்தது. செவச் செவன்னு எலந்தப்பழமாட்டம் ஆரியம் சீமெண்ணெய் விளக்கு வெளிச்சத்தில் மினுங்கியது. பாட்டி கையில் பவுனை எடுக்கிற தோரணையோடு அள்ளியது.

"குப்பா இத்தன வெருசமா உனக்கு அளந்தூட்டுத்தான் ஊட்டுக்கே ஆரியம் எடுத்தோவன். இப்பப்பாரு என்னூட்லயே நாளக்கிச் சோத்துக்கு என்ன பண்றதுன்னு ஆயிப் போச்சு."

"சாமீ, பெரீ சாமீ... அப்பிடிச் சொல்லலாமுங்களா? நாங்கெல்லாம் இல்ல. நாயி மாதிரி ஒழச்சுப்போடுவமே,

பெருமாள்முருகன்

தோலாக் கெடந்துனாலும் தேய்வழுங்க. உங்க வாயில இப்பிடி வார்த்த வர்லாமுங்களா?"

தீயை மிதித்தவன்போல் குப்பன் புலம்பினான். கண் கலங்கியது. உடைப்பெடுக்கிற நேரம். பாட்டி ஆரியத்தை அளந்து போட்டது. ராமாயி சேலை முந்தானையை நீட்டி வாங்கிக் கொண்டாள்.

"குப்பா நீ சொல்றது ஒரு பக்கம் இருக்கட்டும். வெறும் பெருமை பேசினா எருமைக்குப் பில்லாவுமா? நா இப்பப் பண்ணயக் காரிச்சியில்ல. ஆளுங்காரிச்சிதான். நாலு காட்டுக்கு வேலைக்கிப் போயித்தான் ரண்டு சீவனும் வவுத்தக் கழுவறம். பண்ணயக்காராத் தெரீம் உனக்கு. காடு காலனிக்குப் போனதும் ஆளு ஒஞ்சு போய்ட்டாரு. காட்டுக் காசு அஞ்சாயரம் குடுத்தாங்க. ஆயரம் கொட்டாயிக்குப் போயிருச்சு. மிச்சக் காசுக்கு என்னத்த வருது சொல்லு. பிள்ளைவளுக்கு ரண்டு பன்ரொட்டி வாங்கிக் குடுத்தாப் போயிருது."

"சாமீ..."

"இதே கடசியா இருக்கட்டும் குப்பா. நீ எப்ப வேண்ணாலும் வா, போ. ஒரு வா சோறு குடிக்கறயா? ஊத்தறம். தவசம் அது இதுன்னு வர வேண்டாம். வேறென்ன சொல்லட்டும்."

பாட்டியின் குரல் ஓய்ந்தது. மழை ஓய்ந்தது மாதிரி. அவர்கள் போய்க்கொண்டேயிருந்தார்கள். இருட்டினூடே துண்டை வாயில் பொத்திக்கொண்டு விம்மும் குப்பனின் குரல் மட்டும் மெல்லக் கேட்டது.

○ ○ ○

கருகுமென்று இருட்டு ஏறிவிட்டது. கொட்டாயிக்குள் வந்து வந்து அடைந்த கோழிகளைப் பிடித்து மரத்தின் மேல் விட்டான். பாட்டி அடைவைத்துப் பொரித்த குஞ்சுகள். குழந்தையை வளர்க்கிற மாதிரி பொத்திப் பொத்தி வளர்த்திருந்தது. கோழி அடுத்த கூம்பு முட்டையிட ஆரம்பித்திருந்தது. குஞ்சுகள் இன்னும் மரத்தில் ஏறிப் பழகவில்லை. கொம்புகளைக் கவ்விப் பிடித்துக்கொண்டு நிற்கத் தெரியவில்லை. ஏற்றி விடவிடக் கீழே விழுந்தன. நின்றுபோக மிச்சத்தைக் கூடையில் அடைத்தார்கள்.

தாத்தா இன்னமும் வரவில்லை. இத்தனை இருட்டில் நேரமாகவே வீட்டுக்கு வந்துசேராமல் எங்கே போனார்? பாட்டி புலம்பிக்கொண்டிருந்தது.

"சாமமுன்னில்ல, ஏமமுன்னில்ல. நாம்ப இன்னம் ஒரொதல நாலு பேரச் சாய்க்கற முறுக்கத்திலயா இருக்கறம்? மனுசனுக்கு அறிவு நெனவு வேண்டாம்? நம்பூட்டுக்கு வர்றுக்கு அப்படியே தார் ரோட்டா போட்டு வெச்சிருக்கறம். குழி குண்டுல எங்காச்சும் உழுந்து தொலஞ்சா? உசுரு போனாத்தாம் போவுது, தூக்கிப் போட்ரலாம். கை காலு போச்சுன்னா எவம் பாப்பான்? பசவளா பெத்து வெச்சிருக்கறம் பாக்கறதுக்கு. எக்கேடோ கெட்டொழியின்னு பள்ளத்துல கொண்ணாந்து தள்ளீட்டுப் போயிட்டாங்க. அந்த நெனப்பு வேண்டாம்? மரம் முத்துனாச் சேவு. மனசன் முத்துனாக் கொரங்குன்னு செலவாந்தரஞ் சொன்னது செரியாத்தம் போச்சு போ..."

"அட ஏயா... சும்மாத் தொணதொணன்னு வாய்க்குங் கேடாப் பேசிக்கிட்டுக் கெடக்கற?"

"ஆமாண்டா பேசறன். நிய்யுனாச்சும் பத்து நாளக்கி ஒருக்கா இந்தப் பக்கம் வர்ற. அப்பரம் எந்த நாயி வருது? இருக்கறமா செத்தமான்னு பாக்கறதுக்குக்கூட நாதியில்ல போ."

இருக்கிற எல்லாரையும் ஒருமுறையாவது பேச்சில் இழுத்து நிறுத்தி நாலு கேள்வி கேட்டால்தான் பாட்டிக்கு மனசடைக்கும். தாத்தா வந்துவிட்டால் இதெல்லாம் அடங்கி விடும். களி மாத்திரம் கிளறி வைத்துவிட்டது. சாறு காய்ச்சத் தாத்தா வர வேண்டும். என்ன சாறு? அதில் என்னென்ன போட வேண்டும்? ஒவ்வொன்றையும் பக்கத்தில் இருந்து அவர் சொல்ல வேண்டும். அப்படியும் ஆயிரம் நொனை பேசுவார். கட்டிலை எடுத்துப்போட்டு வாசலில் படுத்துக்கொண்டார்கள். மேலே விளக்கு தொங்கவிடப்பட்டிருந்தது. தவக்களைச் சத்தம் தகர டப்பாவுக்குள் ஈ புகுந்த மாதிரி எங்கிருந்தோ கேட்டது.

"பயா, மழ கிழ வந்து தொலைக்கப் போவுது? எவத்த யாச்சும் போதைல உழுந்து கெடக்கறானோ என்னமோ? ஒரெட்டு கொஞ்ச தூரம் போய்ப் பாத்துட்டு வாரயா? எனக்குத் தான் கண்ணவிஞ்சு போச்சே. இல்லைனா நானாச்சும் போவன்."

இவன் எழுந்து மேடவை கொட்டிய வாசலை விட்டு இறங்கினான். காம்பவுண்ட் சுவர் மூலையில் – பள்ளம் தாண்டிக் கரம்பக்காட்டுக்குப் போகிற தடம்விட்டுச் சுவர் தொடங்கியது – விளக்கு வெளிச்சம் அசைந்தது. தாத்தாவுக்கேது விளக்கு? புருவத்தை உயர்த்தியபடி உன்னிப்பாக பார்த்தான். குரல்கள் தாறுமாறாகக் கேட்டன. யார் யாரென்று கண்டு பிடிக்க முடியவில்லை. கிட்டே வர வரத் தெரிந்தது. இவன் தாத்தா. முருகன் கூட்டி வந்துகொண்டிருந்தான்.

"உட்ரா ... குட்டிய ... இவனென்ன மயராண்டி. எங் குட்டியப் புடிச்சாரது. நானென்ன அவ்வளவுக்குச் சமுத் தில்லாதயா போயிட்டன்? உட்ரா குட்டிய..."

"இருங்க சாமி. நாங்கொண்ணாந்து தர்றேன். எங்கையப் புடுச்சுக்கிட்டே வாங்க. பாத்துப் பாத்து..."

நல்ல போதை. இல்லையென்றால் இந்தத் தடுமாற்றம் வராது. தள்ளாடிக்கொண்டாவது வந்துசேர்ந்துவிடுவார். ஆள் துணை தேவைப்படாது.

"கெழவனத் தூக்கி மனயில வெச்சக் கதறாம் போ. இங்க சோத்துக்கில்லாத கெடக்கறோம். இவங் கெட்ட கேட்டுக்குப் போதைல கண்ணுமண்ணு தெரியாத வர்றான்."

இவன் ஓடிப் போய்த் தாத்தாவைப் பிடிதுக்கொண்டான். முருகன் விளக்கை ஒரு கையிலும் வெள்ளாட்டுக் குட்டியை ஒரு கையிலும் பிடித்துக்கொண்டு முன்னால் நடந்தான்.

"யார்ரா அது ... ம். பொன்னையா, நிய்யா? எப்படா கண்ணு வந்த எஞ்சாமி? ஆரோ எப்படியோ போவட்டும். நீ நல்லாயிருக்கோணும், உங்கொண்ணனுந்தான் இருக்கறானே. எம் முதுவுலியே கடுமிஞ்சங் கட்டி வளத்தன். இப்ப எட்டிப் பாக்கறானா?"

"ஏந் தாத்தா, அவந்தான் சினிமாக் கொட்டாயிக்குச் சோடாக் கடைக்கில்ல போறான். மத்தியானம் போனா ராத்திரி பன்னண்டு ஒன்னுன்னு ஆவுது வர. உம் பக்கத்தில வந்து உக்கோந்துக்கிட்டுக் கெடப்பானா?"

"நீ சொன்னாச் செரி கண்ணு. வெள்ளாட்டுக்குட்டி பாரு வெட்டுரு போயி வாங்கியாந்தன். எதுக்கு? நாளைக்கிக் கறிபோட. எல்லாம் உனக்குத்தாண்டா கண்ணு. நான் ரண்டணா வெச்சிருந்தாலும் உனக்குத் தாண்டா. எம்மயரக்கூட எவனும் அசைக்க முடியாது."

குடித்துவிட்டால் இந்த உளறல்களை அடக்க அவ்வளவு சீக்கிரத்தில் முடியாது. காறிக் காறித் துப்பிக்கொண்டு எதையாவது பேசுவார். பாட்டியின் பரம்பரையே வாயில் வரும். ஊரில் யார் யாரை உதைக்க வேண்டுமோ எல்லாரையும் நிறுத்திவைத்து மானசீகமாய் உதைப்பார். பள்ளத்துக்குக் குடிவந்தபின் ஆட்டு வியாபாரம். வாரத்தில் இரண்டு சந்தைகள். செவ்வாய்க்கிழமை கரட்டூர். சனிக்கிழமை கலையூர். எப்பவாவது வெள்ளிக்கிழமையில் சில்லூர்.

அதோடு கறிபோடுவார். புதன், ஞாயிறில் ஒரொரு குட்டி அறுத்துவிடுவார். தோல் உரிக்க நாச்சான் வருவான். கறி கூறு போட்டுவிட்டால், காலனி வேலைக்கு வந்திருப்பவர்களுக்கே போதாது. பிய்த்துக்கொண்டு போய்விடும். இவர் எப்படியும் நடையாய் நடந்து பணம் வாங்கிவிடுவார். ஏதோ அவர் பங்குக்குச் சும்மா இருப்பதில்லை.

"ஆளெ நல்லாப் பாருடா பய. முழுசா இருக்குதா? மூளியாக் கெடக்குதா?"

பாட்டி அங்கிருந்துகொண்டு சத்தம் போட்டது. சுற்றியும் முட்கள். சீமைக்கருவேல முட்கள் கல்லிலும்கூட வளர்ந்து விடும் போல. துளி பட்டாலும் விஷம் தீண்டிய மாதிரி வலி. தடம் பார்த்துக் கூட்டிக்கொண்டு போனான். முருகன் முன்னால் போய் வாசல் மேபுறத்தில் அடித்திருந்த மொளக்குச்சியில் கிடாயைக் கட்டினான். கிடா நல்ல முறுக்கம். எப்படியும் பதினைந்து ரூபாய்க் கூறு பத்தாவது போடலாம். தோல் முப்பதுக்குக் குறையாது. எவ்வளவுக்கு வாங்கினாரோ என்னவோ? போதையில் எச்சாகக்கூடக் கொடுத்திருப்பார் என்று நினைத்துக்கொண்டான். சொன்னால், பாட்டி சும்மா இருக்காது. இப்பவே கத்திக்கொண்டிருந்தது.

"கெடா வேறயா கெடா?"

"அதெவடா அவொ. இந்தத் தாளிப்புத் தாளிக்கறா?"

"தாளிக்காத எப்படித் திம்ப? வா."

"லே கெழவி. என்னல, என்ன சாறு காச்சுன?"

"எனத்தக் காச்சறது. உன்னோட வவுத்துல அறுக்க. நிய்யே வர்ட்டுமுனுதான் இருந்தன்."

தாத்தாவைக் கட்டிலில் உட்காரவைத்தான். துண்டைத் தூக்கிக் கடைக்கட்டில் பக்கம் போட்டார். வேட்டியை அவிழ்த்துத் தலைமாட்டில் வைத்துக்கொண்டு கோமணத்தோடு படுத்தார். உடம்பு காய்ந்த வாழையிலையாட்டம் வாடிச் சுருங்கிக் கிடந்தது. ஒரு காலத்தில் பார்ப்பவர் நினைத்து நினைத்துப் பொறாமைப்படுகிற மாதிரி இருந்தார். இவன் சித்தப்பன் மட்டும் இவரைப் போல. பெரியப்பனும் அப்பனும் ஒரே மாதிரி. பூஞ்சை உடம்பு. தள்ளிவிட்டால் நாலு குட்டிக் கரணம் போட்டு விழுகிறாற்போல.

"களி கௌறியிருக்கறன். என்ன சாறு காச்சட்டும்?"

"ஒதைடா அவள. நொனநொனன்னு."

முருகன் கட்டிலின் பக்கம் வந்து நின்றுகொண்டான். "சாமி" என்று – தாத்தா மயங்கிக் கிடப்பவர்போலவும் அவன் எழுப்புகிற மாதிரியும் – கூப்பிட்டான். தாத்தா சாவகாசமாக "என்னடா?" என்றார்.

"நாளைக்கிக் கறி ரண்டு கூறு. ஒரு வாரத்துல காசு. இப்பவே சொல்லீட்டன். அப்புறம் ஒன்னுதான் ஒன்னரைதாங்கக் கூடாது."

"செரி செரி. போ."

"மறந்தராதீங்க சாமி. காத்தாலக்கி வர்றேன்."

அவன் போய்விட்டான். பாட்டி அடுப்பைப் பத்தப் போட்டுச் சட்டியை வைத்துவிட்டது.

"என்ன சாறு காச்சறது? சொல்லு."

"என்னல என்னமோ ஆய்ரஞ் சாத்துக்கு வெச்சிருக்கற மாதிரி தொறக்கற. ஒரு நாளக்காச்சும் ஒன்னால செறாக்காரங் கடக் கொழம்பாட்டம் வெக்க முடியுமால? அப்பிடியே அம்மாதிரி இருக்கும். எப்பிடி?"

"இப்பச் சொல்றயா இல்ல, நாம் போயிப் படுக்கட்டுமா? பொழுதாவரைக்கும் களவெட்டி நானே இடுப்பு முறிஞ்சு கெடக்கறன்..."

"அவரப் பருப்பு இருந்தாப் போடுல. அஞ்சு மொளவா வெய்யி. அப்படியே சந்தனமாட்டம் கடையோணும். வயனமாக் காச்சு."

பாட்டி அவரைப் பருப்பு போடத் தொடங்கியது. இவன் பாட்டியின் கட்டிலில் ஏறிப் படுத்துக்கொண்டதும், "பொன்னையா, இங்க வா" என்றார்.

"உஞ்சித்தப்பன் பண்ணீருக்கிற வேலயப் பாத்யாடா?"

"ஏந் தாத்தா எவங்கிட்டயாச்சும் சண்டக்கிப் போயிருச்சா?"

"எம் மவன எவங் கைவெச்சிருவான்... உடுவனா?"

"ம்" என்று நவண்டைக் கடித்துக்கொண்டு துள்ளி எழுந்தார். "பீமாறிப்பயன்" என்று தானே அடங்கி மறுபடியும் கட்டிலில் படுத்துக்கொண்டார்.

"மாட்டு வண்டி வாங்கியிருக்கறாரு அய்யா."

"அப்படியா! எதோ புத்தியா ஒட்டிப் பொழச்சானாச் சரி."

பாட்டி பருப்பைத் தண்ணீரில் போட்டு அளைந்தது. உலை வைத்திருந்தது. செய்தியைக் கேட்ட சந்தோஷம் முகத்தில் பரவ அடுப்பை ஊதியது.

"என்னலா, பொழைக்கறான். காடு கரைன்னு எங்காச்சும் ரண்டேக்கரா பாத்து வாங்கிப் பொழைப்பானாமா. அத உட்டுட்டு என்னமோ வண்டி வாங்கி ஓட்டுறானாமா. போக்கத்த பய..."

"அது ஒரு நேரம் வந்தா, ரண்டேக்கரா என்ன? நாலே புடிப்பான். வண்டி என்ன ரட்ட மாட்டு வண்டியா?"

"ஒத்த மாடுதான்."

பேச்சுக்கொரு தரம் எழுவதும் படுப்பதுமாக இருந்தார். நிலைகொள்ள முடியவில்லை. உட்கார்ந்தபடியே தலையை நட்டுக்கொண்டார். இல்லாவிட்டால் வாந்தி வந்துவிடும்.

"இதே பொழப்புத்தான். இப்பிடித் தலய நட்டு உக்கோந்து தான் பொழப்பும் தலய நட்டுக்கிட்டே போவது."

பாட்டி பேசிக்கொண்டே மிளகாய் கிள்ளியது. இவன் வெங்காயம் தொளிச்சான். தாத்தாவின் நட்ட தலை நிமிர்ந்தது.

"பொன்னய்யா இப்பிடி வந்து உக்கோரு."

பக்கத்தில் போய் உட்கார்ந்தான். தலையை மெல்லமாய்த் தடவினார். காப்புக் காய்ச்சித் திரண்ட விரல்கள் நடுங்கின. பேரனின் வளர்ச்சி கண்டு சொக்கினார். ஆதரவாய் முதுகைத் தடவிக்கொடுத்தார். பேச்சு குழறியது.

"இவளுக்கு என்ன வாய்ப்பாடா தெரியும். நேத்து வந்தவ. எங்க பாட்டங் காலத்துல இருந்து எனக்குத் தெரியும் இந்த மண்ணு. அதுக்கு முந்தி எத்தன வைராவோ ஆரு கண்டா... இன்னக்கி என்னமோ கட்டானாங் காளாணி. நாயுணி இல்லாத. எல்லாம் எங்கையிச் சுண்டுவெரலுக்கு ஆவாத பசவ..."

"பேசாத படு தாத்தா..."

"நாம் பேசுவன். இன்னக்கி எங்கெனுத்தயே மூடிப் புட்டானுவடா... மூடிப்புட்டானுவ. எந்தக் கானல்லியும் வத்தாத வையாபுரிடா அது. எத்தன வெள்ளாமயப் பாத்திருப்பம் அதுல. ஆரியப்பூட்ட நிக்குமே அப்பிடியே கொழுரி குலுங்கிக் குலுங்கிச் சிரிக்கறாப்பல. மொளவா என்ன, பருத்தியென்ன? அத்தனையும் போச்சு. எங்கண்ணு முன்னாலயே மண்ணப் புல்டோசரு வாரி வாரிக் கொட்டுதுடா. எம் வவுறே பத்திப்

போச்சு. வண்டி வண்டியா மண்ணப் போட்டு மூடிப் புட்டானுவளே?"

கிழட்டு நாய் எக்கி வாந்தி எடுக்கிற மாதிரி குலுங்கிக் குலுங்கி அழுதார். இவன், "தாத்தா, தாத்தா" என்று தோளைத் தொட்டு ஆட்டினான். நெஞ்சுக் கூட்டுக்குள்ளிருந்து சத்தம் எழுந்தது. முதுகில் கைவைத்துக் கழுத்தைக் கட்டிக் கொண்டான். பருப்பை வைத்துவிட்டுப் பாட்டி பக்கத்தில் வந்தது.

"குடுச்சுப்புட்டு ஒரே முக்கா முக்காத. அந்தக் கெணறு என்ன உன்னய வாழ வெச்சுப்புடுச்சு? அய்க்கானம் புடுச்சுது. யாரோ என்னமோ சொன்னானு உங்கொப்பன் அந்தக் கெணத்து ஏத்தக்கால்லதான் கவுறு போட்டுத் தொங்குனாரு. மலையாட்டம் அந்த ஒடலு அந்தரமாத் தொங்கறது இன்னம் எங்கண்ணு முன்னாலயே நிக்குது. அப்பேர்ப்பட்ட மனசனக் கொன்ன கெணறு. பிள்ள குட்டிவளத்தான் என்ன வாழ வெச்சது? சாமியப்பன் ஒருக்குத்து உழுந்து பொழச்சதே பெரும் பாடாப் போச்சு. பொன்னய்யன் ரண்டு தரக்கா உழுந்தான். எந்தச் சாமி புண்ணியமோ பொழச்சுகிட்டான். அதுல எடுத்த வெள்ளாமைலதான் என்ன கோட்டயா கட்டிப்புட்டம்? எப்பவும் வாய்க்கும் வவுத்துக்கும் சண்டதான். தரித்திரம் புடுச்ச கெணறு. மூடுனா மூடிட்டுப் போறாங்க. நியெதுக்கு அந்தப் பக்கமெல்லாம் போற? வேலையுண்டா வந்தமானு இல்லாத. ஆமா... இன்னமே அங்க போயித்தான் ஆளறமா? உடுவியா? சும்மா ஒப்பேரி வெக்கற, இப்பத்தாம் போ."

பாட்டி உலையில் பருப்பைக் கொட்டித் தணித்தது. மரத்தின் மீதிருந்து நேரம் தெரியாமல் சேவல் கூப்பிட்டது. தொண்டை கட்டிய குரல். கரகரப்பு. முதல் கூப்பாடு. புதுச்சேவல்.

❈

3

அம்மாவுடைய அண்ணனும் நங்கையும் வந்துவிட்டால் அவ்வளவுதான். அம்மாவைக் கையில் பிடிக்க முடியாது. ஒரே அண்ணன். அதுவும் கொஞ்சம் வசதியாய் இருக்கிறவர். அதனால்தான் ஏதோ சாமி வந்துவிட்ட மாதிரி அந்த ஆட்டம். வீட்டுக்கும் தாவாரத்துக்கும் எத்தனை நடைதான் நடக்குமோ? சொம்பைக் கையில் எடுத்துக்கொண்டு வீட்டுக்குள் வந்தது. அப்புறம் எதையோ மறந்துவிட்டார்போல் திண்ணைக்குப் போனது. அவர்களிடம் ஒரு பேச்சு. இவன் அக்காவிடம் ஒரு பேச்சு. அக்கா சத்தமில்லாமல் வாய்க்குள்ளேயே பேசிக் கொண்டாள். அப்பனும் மாமனும் பேசிக்கொண்டிருந்தார்கள். அண்ணன் மூட்டை கட்டிப்போட்ட மாதிரி கட்டிலில் குறுக்கி முறுக்கிப் படுத்திருந்தான். இவன் விழித்துக்கொண்டாலும், எழுந்திருக்காமல் கிடந்தான்.

எல்லாம் நேற்றைய சோர்வு. அம்மாவின் மீதான எரிச்சலும் கோபமும் இன்னும் போகவில்லை. தன்னுடைய அண்ணனும் நங்கையும் வந்திருக்கிற சந்தோஷத்தில் கூத்தடிக்கிற அம்மா, நேற்று என்னமாய்க் கேட்டது? அப்பன் மட்டும் இல்லையென்றால் இவனுடைய ஆங்காரத்தைக் கொட்டித் தீர்க்க என்ன செய்திருப்பானோ தெரியவில்லை. தலைக்குள் கிறு கிறுக்கிற மயக்கம். அம்மணமாய்க் கட்டிவைத்து அடித்துவிட்டது போன்ற அவமானம். இத்தனைக்கும் அற்ப விசயம்.

இரண்டு நாளுக்கு முன்னால் பள்ளிக்கூடத்தில் நடந்தது. பையன்கள் விளையாட்டுக்காய்த் துரத்திக்

கொண்டிருந்தார்கள். கணக்காசிரியர் வரவில்லை. வகுப்பு ஒரே ரகளையாய்க் கிடந்தது. இவனும் ரவியும்தான் ரொம்ப நெருக்கம். அடிக்கடி சில்லரைச் சண்டைகளும் கோபங்களுமாய் இருப்பார்கள். அடித்துக்கொள்வதும் கட்டிப்புரள்வதும் சில சமயம் மூர்க்கமாய் நடக்கும். கணக்காசிரியர் வரவில்லை என்றதும் ஏதோ செய்துகொண்டிருந்தவர்கள் திடீரென்று துரத்திக்கொள்ள ஆரம்பித்தார்கள். இவன் பெஞ்சுகளின் மீதும் டெஸ்குகளின் மீதும் குதித்தோட, ரவி விடாப்பிடியாய்த் துரத்திக்கொண்டிருந்தான். வகுப்பே கும்மாளத்தில் இருந்ததால் யார் என்ன செய்கிறார்கள் என்பது யாருக்கும் விளங்கவில்லை. துரத்தித் துரத்திக் கடைசியில் வகுப்பு மூலையில் இவனைப் பிடித்துவிட்டான். அந்த மமதை வெறியில் கையில் ஒரு கிள்ளு. கன்னத்தில் ஒரு கிள்ளு. இடுப்பில் ஒரு கிள்ளு. தொடையில் கிள்ளியவன் கத்தினான் . . .

"டேய் இவஞ் ஜட்டியே போடலிடோய் . . ."

செந்தில், முரளி, பாலு . . . எல்லோரும் வந்து இவனைச் சூழ்ந்துகொண்டு முன்னும் பின்னுமாய் அழுத்தி அழுத்திக் கிள்ளினார்கள். கெக்கலி கொட்டிச் சிரித்தார்கள். இவன் குறுகிக்கொண்டு டிரவுசரை அழுத்தமாய்ப் பிடித்துக்கொண் டான். கண்களில் கண்ணீர் முட்டிக்கொண்டு நின்றது. எந்த நிமிசமும் கொட்டிவிடுவான் போல. கிள்ளுகிற வலி வேறு தாள முடியவில்லை. அதுவரை, இவனுக்கு ஜட்டி போடாதது கிண்டலுக்குரிய விசயமாகவே படவில்லை. ரவி அப்புறமாய்த் தனியே கூட்டிக்கொண்டு போய்ச் சொன்னான். குற்ற உணர்வோடு.

"டேய் எதோ குஷீல பண்ணீட்டேன்டா. யோசிக்கல."

"பரவால்லடா . . ."

"இன்னிக்கித்தாம் போடலியா? எப்பவுமே போடற தில்லையாடா?"

"போடணுமா? எனக்குத் தெரியாது."

ரவி ரொம்பவும் குறுகுறுப்போடு புன்னகைத்தான். சங்கடத்தோடு நெளிந்துகொண்டே கொஞ்ச நேரம் கழித்துச் சொன்னான்.

"சுத்தப் பட்டிக்காடுடா நீ. பத்தாவது வந்துட்டம். அடுத்த வருசம் ப்ளஸ் ஒன் போகப்போறம். பேண்ட் போடணும். காலேஜ் போறாப்பலைடா. வயசு வந்திருச்சில்ல. ஜட்டி போடுரா."

வீட்டில் எடுத்துத் தரச் சொல்லிக் கேட்க முடியவில்லை. கடைக்குள் நேராகப் புகுந்து எடுத்து வந்துவிடவும் கூச்சம். வகுப்பில் அவர்கள் செய்த ரகளை மனசை அரித்து நிலைப் படுத்தியது. வீதியோரம் விற்பவனிடம் தயங்கித் தயங்கிக் கேட்டு வாங்கினான். ஜட்டிகளைக் கொண்டுவந்து தூக்கில் போட்டிருந்தான். அழுக்குத் துணிகளைத் துவைப்பதற்குப் பொறுக்கிக்காண்டிருந்த அம்மாவின் கண்களில் இவையும் பட்டிருக்கின்றன. "இதாருடா?" என்றது.

"என்னோடதுதாம்மா. வாங்கியாந்தேன்."

"ஏது பன்னாட்டு மீறிப் போச்சாட்டம் இருக்குது? இதில்லாம ட்ரவுசர் போட்டா சுண்ணி நிக்கமாட்டிங்குதா?"

அம்மாவின் வார்த்தை கொத்து அரிவாளாய் இவன் நெஞ்சில் விழுந்தது. சட்டென்று ஓங்கிக் குழறி அழுதான். அப்பன் ஓடிவந்து நெஞ்சில் சாய்த்துக்கொண்டார்.

"போடி அந்தண்ட. கழதமுண்ட. பையங்கிட்ட என்ன பேசறதுன்னு இல்ல?"

"அவளுக்கு என்ன தெரியும்? நான் இன்னமும் நல்லதா வாங்கித் தர்றன். இன்னைக்கத்த நிலவரம் பத்தி அவளுக்கு என்ன தெரியும்? இதுக்குப் போயி அழுவலாமா?" அப்பனின் சொற்களில் காயங்கள் குணப்படவில்லை. ராத்திரி சோறு கூடத் தின்னவில்லை. அப்பன் என்னென்னவோ சொல்லிப் பார்த்து விட்டுவிட்டார். அம்மாவுக்குத் திட்டான திட்டு. இவனுக்கு உள்ளுக்குள் திருப்தியாய் இருந்தது.

போகட்டும். அம்மாமேல் உள்ள கோபத்தில் படுத்துக் கிடந்தால் மாமனும் அத்தையும் என்ன நினைத்துக் கொள்வார்கள்? எழுந்து வெளியே வந்தான். அப்பனும் மாமனும் கட்டிலில் உட்கார்ந்துகொண்டிருக்க, அத்தை திண்ணையில் இருந்தது. இவனைப் பார்த்ததும் தன் கனத்த உடம்பை அசைக்காமல் முகத்தை மட்டும் சரித்துக் கேட்டது.

"என்னடா தொரைக்கி இன்னந் தூக்கமா? படிக்கிற பசவ கண்ணுங் கருத்துமா நேரத்திலேயே எந்திரிச்சுப் படிக்குதுவ. உன்னாட்டமா?"

அசட்டுச் சிரிப்பை நழுவவிட்டுக்கொண்டே, "எப்ப வந்தீங்கொ?" என்று கேட்டபடி முகம் கழுவப் போனான். கன்னங்கள் உப்பிப் பெருத்திருந்தன. கண்கள் சிவந்து கிடந்தன.

இரண்டு பேரும் எதற்கு இத்தனை சீக்கிரமாய் வந்திருக் கிறார்கள் என்று தெரியவில்லை. மாமன் மேஸ்திரி. கரட்டூரில்

குடியிருக்கிறார்கள். அத்தை எப்பவும் அதட்டுகிற தொனியில் தான் பேசும். அப்போது கண்கள் விரியும். மூக்கு விடைக்கும். பேசும்போது மட்டும் உதடு குவிந்து விரியும். அதிகாரத் தோரணை. மாமன் கொஞ்சம் சாது. இரண்டு பேரின் தோரணையும் பழகிப்போய்விட்டால் பொருட்படுத்துவ தில்லை.

"ஊட்டுக்கு வர்றதுதாண்டா. ம்... மாமன் அஞ்சாறு பெலாப்பழம் கொண்ணாந்து போட்டிருக்குது. ஆரு திங்கறா? வந்தா எடுத்துக்கிட்டு வருவீல்லொ?"

"வர்றன் அத்த."

இவர்களைக் கொஞ்சமும் கவனிக்காமல் அப்பனும் மாமனும் அரசியல் பேசிக்கொண்டிருந்தார்கள். இரண்டு பேருமே தீவிரத் தலைவர் பக்தர்கள். அப்பன் பார்க்காத தலைவர் படமே இருக்காது. வேறு யார் படமும் பார்க்கவும் மாட்டார். திலகத்தை அறவே பிடிக்காது. "தொப்பையன்" என்பார். முன்பு ராமா டாக்கீஸ் இருந்தது. அதில் வாரம் ஒருமுறை மாற்றி மாற்றித் தலைவர் படம் போடுவார்கள். அவர் போவது இரண்டாவது ஆட்டத்துக்குத்தான். எப்போதா வது இவனையும் கூட்டிக்கொண்டு போவார். தரையில் மண்ணைக் கூட்டி உட்கார்ந்து படம் பார்ப்பார்கள். அடிக்கிற விசில் சத்தத்திலேயே டாக்கீஸ் சிதறிப்போயிருக்க வேண்டும். இப்போது டவுனில் பெரிய தியேட்டராகக் கட்டிக்கொண் டிருக்கிறார்கள்.

"இன்னமே பொழுது தலையெடுக்க முடியாது. அப்ப என்னமோ இந்த அம்மாளோட சேந்ததுனால ஜெயிச்சுப் புட்டான்."

"அது மேலெடத்து எலெக்ஷன்கிறதால போட்டாங்க. கலச்சாலும் இங்க தலைவருதான் வந்தாரு. உசுரு இருக்கறவெரைக்கும் அவர எந்தக் கொம்பனாலும் அசைக்க முடியாது."

"மனசு வேணுங்க. இந்தத் தொப்பையனுந்தான் இருக்கறான். எச்சக்கையால காக்கா ஓட்டாதவன். இவருக்கென்னங்க, பிள்ளையா குட்டியா? இருக்கற எல்லாத்தையும் மக்களுக்குக் குடுக்கறவரு."

மனசு ஒத்துப்போனவர்களாதலால் இப்படியெதான் எவ்வளவு நேரமென்றாலும் பேசிக்கொண்டிருப்பார்கள். அதுவும் படங்கள் பற்றிப் பேசத் தொடங்கிவிட்டால் ஒவ்வொரு காட்சியாகச் சொல்லிச் சொல்லி ரசிப்பார்கள். சோறு தண்ணி எதுவும் வேண்டியதில்லை. இவன் அத்தைக்குப் பக்கத்தில்

போய் உட்கார்ந்துகொண்டான். அத்தை அக்காவைக் கூப்பிட்டுச் சொன்னது.

"ஏம் பிள்ள இங்க என்னதான் பண்ற? ஊட்டுக்கு வாவே. ஒரு பத்து நாளக்கி இருந்துட்டு வர்லாம். நம்ப கீதாவுக்கும் தொணையா இருக்கும்."

"எங்கீங்க அத்த, இப்ப வேலக்கிப் போறனே. கால்னில ஊடுகள்லாம் கட்ட ஆரம்பிச்சுட்டாங்க. காரவேல மும்முரமா நடக்குது. எங்கெங்கிருந்தோ மேஸ்திரிங்க, அவுங்க இவுங்கன்னு கொள்ள கொள்ளயா வந்து குமிஞ்சிருக்கறாங்க. சித்தாளு வேலைக்குத்தான் ஆளில்ல. நானும் பத்துப் பாஞ்சு நாளா அதுக்குத்தாம் போறன்."

அக்காளுக்குச் சின்ன சின்ன விசயங்களெல்லாம் ரொம்பவும் ஆச்சரியமாயிருக்கும். படங்கள் நிறைந்த புத்த கங்களைக் கையில் அள்ளிக் கொண்டு, வியந்து வியந்து சின்னக் குழந்தைகள் பார்ப்பது போல ஒவ்வொன்றையும் பார்ப்பாள். கண்கள் அகல விரியும். காணாததைக் கண்ட எக்களிப்பில் சிரிப்பு மிளரும். கட்டெறும்பு சாரிசாரியாகப் போனால்கூடத் தாங்கிக்கொள்ள முடியாது. "இங்க பாரு" என்று ஏதோ எட்டவாது உலக அதிசயத்தைக் கண்டுவிட்ட பாவனையில் காட்டுவாள். காலனி விசயங்களும் அவளுக்கு அப்படித்தான். செங்கல் பார்த்திருக்கிறோம். சிமிட்டிக் கல்லு? அதைப் பார்த்து விட்டு வந்து அன்றைக்கு முழுக்க முழுக்கக் கதை சொன்னாள். அத்தைக்கு அவள் ஆச்சரியங்களெல்லாம் ஒரு பொருட்டல்ல.

"இந்த வேவாத வெயில்ல கல்லும் மண்ணும் சொமக் கறதுக்கா உன்னைய உடறாங்க? உங்கொப்பனும் உங் கொம் மாளும் நீ சம்பாரிச்சுக் கொண்ணாந்து போடறதுலதான் உக்காந்துக்கிட்டு திங்கப் போறாங்களாமா? ம்..."

அம்மா எல்லாருக்கும் காப்பி தந்தது. அத்தையும் மாமனும் இன்னும் வந்த விஷயத்தைத் தொடங்கவேயில்லை. "ஊட்டுக்கு வந்தா நாலு தேங்கா புட்டுக்கிட்டு வர்லாமுல்ல?", "கொய்யாப் பழம் கொட்டிக் கெடக்குதே. வந்தா பொறிச்சுக்கிட்டு வர்லா முல்ல?" என்று இவர்கள் என்னமோ அதையெல்லாம் கண்ணிலேயே காணாத மாதிரி சொல்லிக்கொண்டிருந்தது. இவன் போய்ச் சும்மானாச்சுக்கும் புத்தகத்தை எடுத்துவைத்து உட்கார்ந்துகொண்டான்.

அத்தைக்கு இரண்டு அணப்பு அளவுக்கு இடம் இருக்கிறது. அதில் தோட்டம் போட்டிருந்தார்கள். உலகமே அதில் இருப்பதாக நினைப்பு. அவர்கள் வீட்டுக்குப் போனால் ஏதாவது ஒன்று

கொடுத்தனுப்புவார்கள். காலனிக்குக் காட்டை எடுத்துக் கொள்வதற்கு முன்னால் இங்கே வந்தால் மிளகாயென்ன வெள்ளரியென்ன, சுண்ணாம்புத் தெளுவு, நுங்கு எல்லாம் இங்கிருந்தும் பை பையாகக் கொண்டுபோவார்கள். பேச்சு மட்டும் தங்கள் தோட்டத்தில்தான் எல்லாருடைய வாழ்க்கையும் இருக்கிற மாதிரி.

எங்கெங்கோ திசை மாறி எப்படியெப்படியோ வந்த பேச்சு புள்ளிக்கு வந்து நின்றது.

"அப்புறம்... இவ்வளவு காத்தாலயே என்ன வேலயா வந்தீங்க? வேற எங்கயாச்சும் போவப் போறீங்களா?"

"எங்க போறம்? இங்கதான் வந்தம். சும்மா பாத்துட்டுப் போலாம்னுதான்."

மாமன் தாடிக்குள் கைகளை விட்டு அளைகிறார். சாமியார் மாதிரி கொசகொசவென்று எப்பவும் தாடிதான். பனங்காய் நார்கள் வெளுத்துக் கிடக்கிறாற்போல் வெண்மை. வரக்கரக்கென்று சொரிந்துகொள்வார். அத்தை மீண்டும் தொடர்ந்தது.

"அதென்னத்துக்கு? ஒரு வேலயாத்தான் வந்தொம். இவரும் மேஸ்திரியா இத்தன வெருசம் ஓட்டிட்டாரு. இன்ன மேலாச்சும் தறிப் போடலாம்னு எண்ணம்."

"ஓகோ, நல்ல விசயந்தான். எடம் பாத்துட்டீங்களா?"

"அதான் கொஞ்சம் பணங் கையக் கடிக்குது."

"ஊட்டுமேல கீல எதாச்சும் கடன் வாங்கப் பாக்கலாமே?"

"பாக்கலாந்தான். நாலு பக்கம் தெரிஞ்சவிய, சொந்தக் காரங்க எல்லாத்தையும் கேட்டுப் பாத்துட்டு அப்பறம் எதாச்சும் பண்ணலாம்னு. அடிமடியா நம்புளுக்கு நாலு சனம் எப்பவும் உண்டு. நாம்ப கேட்டா இல்லீனா சொல்லீரப் போறாங்க? என்ன சொல்றீங்க?"

"அதுஞ் சரிதான்."

மாமன் இன்னமும் தாடியைச் சொரிந்துகொண்டிருந்தார். இவன் அம்மாவும் அக்காவும் அடுப்புப் புகைக்குள் உட்கார்ந்து கொண்டே பேச்சைக் கவனித்துக்கொண்டிருந்தார்கள். அத்தைக் கும் அப்பனுக்கும் பேச்சு தொடர்ந்தது.

"பொறந்த ஊட்டுல இருந்து வாக்கப்பட்ட எடம் வெரைக்கும் படாத கஷ்டமில்ல. நாய் படாத பாடு பட்டாச்சு.

எத்தன பட்டாலும் சொந்தக்காரங்களுக்கு ஒரு கொறயும் வெச்சது கெடையாது. வாயில இருக்கறத வழிச்சுனாச்சும் கொடுத்திருவன்."

"ஆரு இல்லீனா இப்ப?"

"முந்தியே பிள்ளகிட்டச் சொல்லி வெச்சன். அதான் உங்ககிட்டக் கேக்கலாமின்னு. காட்டுக்காசு வெச்சிருப்பீங்கதான? குடுத்தீங்கன்ன நாலு பக்கம் எப்பிடி வட்டி குடுக்கறாங்களோ அப்பிடி நாங்களும் குடுத்தற்றம். இல்ல, கூட்டுப் போடறதானாலும் போட்டுக்கலாம். நெருங்குன சொந்தம்னாலும் காசோட காரியமுல்ல."

"இங்க பாருங்கொ. தறியப் பத்தி எனக்கொன்னும் தெரியாது. தெரியாத தொழில்ல கொண்டாந்து மொதல் போட முடியாது. உங்களுக்குக் கடனாக் குடுக்கறதுக்கு இப்ப முடியுமானு தெரில. வசமா நாலேக்கரா காடு வருது. இவத்த சின்னூர்ல. அதப் புடிக்கலாமின்னு பாக்கறேன்."

"மிச்சப்பணம் இருக்குமில்ல?"

"காட்டுக்காசு இரவத்தஞ்சு வந்துச்சு. ரண்டு மூணாயரம் இந்த ஊட்ட ரிப்பேர் பண்ணப் போயிருச்சு. காட்டுல இருந்து இங்க வர்றப்ப இது ஊடாவா இருந்துச்சு? அதுபோக மிச்சந்தான். காடு புடிச்சா அதே பத்தாது. நானே எங்கயாச்சும் கடந்தாம் பாக்கோணும்."

"நெலத்துல என்ன வருது? அதுல போயிக் காசப் போடறீங்க. தறியில போட்டா நாலு காச ஓடனுக்கொடன கையில பாக்கலாம். இன்னக்கி அதான் ஓட்டமா இருக்குது."

"நெலத்துல போடற காசு என்னைக்கும் போவாது. கரயானா அரிசுப்புடும் நெலத்த? ரண்டாடு வெச்சுக்கிட்டாச்சும் பொழச்சிருவமே. மண்ணுதாங்க நம்புளுக்குச் சாமி."

"அதில்லீங்கொ ..."

"அதெதுக்கு மேம்பேச்சு. நீங்க வேற எங்கயாச்சும் பெரட்டிக்குங்க."

"உங்க காச நாங்க தின்னாபுடப்போறம்? இல்ல கொண்டுக் கிட்டு ஓடிப் போயரப் போறமா?"

"அப்பிடி ஆருங்க சொன்னா?"

"சொந்தக்காரங்க ஒதவுவாங்கனுதான் வந்தோம் ... எந்திரீங்கொ போலாம்."

இரண்டு பேரும் எழுந்துகொண்டார்கள். அப்பன் ஒன்றும் பேசவில்லை. நிஷ்டையில் ஆழ்ந்த தவஞானி மாதிரி பார்த்துக்கொண்டிருந்தார். அம்மா "அண்ணா" என்று உள்ளே யிருந்து ஓடிவந்தது. அத்தை கொஞ்சமும் சட்டை செய்யவில்லை. காற்று ஏறிய லாரி டயராய் முகம் இறுகிப் போய்விட்டது. இவன் அவர்களுக்கு முன்னால் ஓடி "மாமா... அத்த..." என்றான். ம்கூம். விர்ரென்று இறங்கிப் போய்க்கொண்டே இருந்தார்கள். போகப்போக...

"அவசரத்துக்காவாத ஓரம்பர இருந்தென்ன போயென்ன ? வந்தா வருசத்துக்கு ரண்டு மூட்ட அரிசி செலவு. வரிலீஎன்னா ரண்டு மூட்டயும் மிச்சம்."

அதற்கப்புறம் இரண்டு மூட்டை அரிசி செலவு வைக்க இவர்கள் விரும்பவில்லை. இவன் அம்மா மட்டும்தான் எப்போதும் அண்ணன் வீட்டு ராமாயணத்தையே புலம்பிக் கொண்டிருந்தது. கூடப் பிறந்த பாசத்தை வேறெப்படிக் காட்ட?

○ ○ ○

அம்மா சுருண்டு சுருண்டு படுத்துக்கொண்டது. சோறு ஆக்குவதுகூட ஏதோ கடனுக்குச் செய்வது போல. எங்கேயும் போவதில்லை. பக்கத்து வீட்டுத் திண்ணையில் பகல் முழுக்கத் தாயக்கரம் நடக்கும். சமயத்தில் ராத்திரியிலும் தொடரும். ஆள் மாற்றி ஆள் வந்துகொண்டே இருப்பார்கள். அம்மா இரண்டு மூன்று நாட்களாகவே அந்தப் பக்கம் போகவில்லை. இத்தனைக்கும், முந்தாநாள் எல்லாரும் சினிமாவுக்குப் போனார்கள். ரோசக்கா வீடு, காரியம்மா வீடு எல்லாரும். இவன் அக்கா மட்டும் அவர்களோடு போய் வந்தாள். ஊருக்குள் வந்ததிலிருந்து இவன் அம்மாவும் தவறாமல் அவர்களோடு சினிமாவுக்குப் போய்க் கொண்டுதானிருக்கிறது. ஆப்பைக் களியைப் பின்பக்கம் நிறுத்தி வைத்து போலச் சவுரிவைத்துப் பெரிய கொண்டையாகப் போட்டுக்கொள்ளும். மல்லிகையும் கனகாம்பரமும் சேர்த்து ஒரு சுற்று. இவன் அப்பனுக் கென்றால் எரிச்சல் பொத்துக்கொண்டு வரும். சத்தமில்லாமல் சொல்வார்.

"சீவிமுடிச்ச கொண்ட சீக்கியடிக்குதாம்.
சீமமேல போனசாமி இன்னங்காணாம்.
வாரிமுடிச்ச கொண்ட வவ்வாலடிக்குதாம்.
வாரமுனு போனசாமி இன்னங்காணாம்."

அதன் காதுக்குப் போனால் அவ்வளவுதான். எத்தனை பேச்சுப் பேசுமோ? என்ன தகராறு வருமோ? இப்போது

ஏறுவெயில்

சினிமாவுக்கும் போகவில்லை. எந்நேரமும் அழுத கண்ணும் வீங்கிய மூஞ்சியுமாகக் கிடக்க வேண்டியதுதான்.

அப்பனோ இது ஒன்றையும் பொருட்படுத்தாமல் அவர் பாட்டுக்குப் போய்க்கொண்டுதானிருந்தார். இரண்டு மூன்று நாட்களாகவே கோழி கூப்பிடும் நேரத்தில் எழுந்து போய் விட்டார். சீதக்காட்டுச் செவத்தான் வந்து கூட்டிப் போனான். காடு வாங்க அவன்தான் தானவதி. எப்படியும் இரண்டேக்கராச்சும் பிடித்துவிடுகிற முசுவு. அவனோடு போவதில்தான் இவர்கள் யாருக்கும் இஷ்டமில்லை. அவனை நம்பினால் எங்காவது நட்டாற்றில் பிடித்துத் தள்ளிவிடுவான் என்கிற பயம்.

அவனைக் கண்டால் எல்லாருக்கும் பயம்தான். தூரத்தில் அவன் வருவது தெரிந்தாலே பேச்சைச் சட்டென்று நிறுத்திக் குசுகுசுக்க ஆரம்பித்துவிடுவார்கள். ஆள் நல்ல தடியாக இருப்பான். கருக்கு மீசை. கண்கள் செக்கச் செவேலென்று கோவைப்பழம் மாதிரி இருக்கும். "அவனுக்கென்ன எங்க போனாலும் பொறுக்கல் உண்டு. அதுக்கெல்லாம் அம்சம் வேணும்" என்று பொட்டுக்காட்டுக்காரர் ஒருமுறை சத்தமாகப் பேசிக்கொண்டிருந்ததைக் கேட்டுவிட்டான். இத்தனைக்கும் அவர் நல்ல தன்மையில்தான் பெருமையாகச் சொல்லிக் கொண்டிருந்தார்.

"ஊர்சுத்தி, பொறுக்கினு என்னயப் பேசற அளவுக்கு வந்துருச்சா?" என்று கத்திக்கொண்டு இடுப்பிலிருந்த கத்தியைச் சுழற்ற ஆரம்பித்துவிட்டான். பொட்டுக்காட்டுக்காரர் இனுக் புனுக்கென்று மூச்சுவிடவில்லை. காட்டுப்பக்கம் நழுவிவிட்டார். எதற்கெடுத்தாலும் கத்தியைத் தூக்கிக்கொள்வதுதான். இதுவரைக்கும் யார்மீதும் எந்தச் சிறுகாயமும் பட்டதில்லை. இருந்தாலும் முரடன், ஏதாவது ஏடாகூடமாகச் செய்துவிடுவான் என்கிற பயம்.

சீட்டாட்டத்தில் ஜெயித்துவிட்டு வருகிற நாட்களில் அவன் கெக்கலி ஊரையே கலங்கடிக்கும். வீட்டிலிருக்கிற பண்ட பாத்திரமெல்லாம் சமயத்தில் காணாமல் போகும். அப்போதெல்லாம் உர்ரென்று இருப்பான். ஈர்க்குச்சிக்குத் தலைவைத்த மாதிரி இருக்கும் அவன் பெண்டாட்டி, பேச்சையெல்லாம் குறைத்துவிட்டு, நீண்ட காலம் தவம்செய்து, ஒடுங்கிப்போய் விட்ட தவசியாகத் தோன்றும். பாவமாக இருக்கும்.

செவத்தானுக்குக் கட்சி ஈடுபாடும் உண்டு. தலைவர் கட்சியில் இருந்தான். மேலிடத்துத் தேர்தலில் அம்மாளும்

பொழுதும் கூட்டுச் சேர்ந்து ஜெயித்த உடன் அதற்கு வந்தான். மறுபடியும் தலைவர் ஜெயித்ததும் அந்தக் கட்சிக்கே போய்விட்டான். "இனிச் செத்தாலும் இதுதான்." வீட்டுக்கு அடிக்கடி கரைபோட்ட வேட்டிக்காரர்களோடு வந்து ஒரே அமர்க்களம். கட்டை வீரனைப் பார்த்தால் மட்டும் வேப் பெண்ணெய் குடித்த முகம் வந்துவிடும். வீரன் பொழுதுக் கட்சி. இரண்டு பேரும் பரம்பரை வைரிகள் மாதிரிதான்.

இவர்கள் வீட்டுக்குக் கோழி கூப்பிடும் நேரத்திலேயே வந்துவிடுவான். "மாமா மாமா" என்று அவன் கூப்பிடும் குரல் பெட்டைக்கோழியை இரைக்குக் கூப்பிடும் சேவலின் குரலாட்டம் கேட்கும். கூடைத் தலையும் தாடைவரை நீண்ட தலைவர் கிருதாவும் அந்நேரத்தில்கூடப் பார்ப்பதற்கு என்னவோ மாதிரிதான் இருக்கும்.

"என்றா மாப்ள, நீயாச்சும் நல்லாப் படி. வேல வாங்கிருவம், தலைவருகிட்டச் சொல்லி நான் போட்டுத் தர்றேன்" என்று இவன் முதுகில் ஓங்கித் தட்டுவான். எலும்பே முறிந்துவிடுகிற மாதிரி இருக்கும். இப்போதுதான் அவன் தொடர்ச்சியாகப் பத்து நாட்களாக ஊரில் இருந்தான். ஆச்சரியம்தான். இரண்டு நாள், மூன்று நாள். அதற்கு மேல் அவனை இங்குப் பார்க்க முடியாது. ஒரு வாரம், பத்து நாள் என்று வெளியூர் கேம்ப்தான். சமயத்தில் பிச்சைக்காரன் மாதிரி வருவான். சில சமயம் வெள்ளையும் சொள்ளையுமாக வருவான். வீட்டில் இவனை நம்பாமலே எப்படியோ காலத்தை ஓட்டினார்கள்.

அவனோடு போவது பணம் அழிவதற்கான அபசகுனம் என்பது இவன் அம்மாவின் கட்சி. கண்ணீரோடு சொல்லும், "இந்தப் பாழாய்ப்போன நாயி இருக்கிற நாலு காசையும் தொலச்சுப் புட்டு நடுத்தெருவுலதான் நிக்கப்போறான். ஆனோட சேந்தா அறிவுமுண்டு நெனவுமுண்டு. ஈனோட சேந்தா? குடிக்கும் கூத்தியாளுக்கும்தான், அந்தப் பணம் போவப்போவது. எம் பிள்ளைவளுக்கு இந்த நாயி கடிசியா கரிச்சட்டியத்தான் மிச்சம் வெப்பான்."

தப்பித் தவறிக்கூட மாமன் வீட்டுக்குப் பணம் கொடுக்காத்து பற்றிப் பேச்சில் வராது. ஆனால் அதுதான் முக்கியக் காரணம் என்பது அப்பனுக்குத் தெரியும்.

"ஆமா, உங்கொண்ணங்கிட்டக் கொண்டோயித் துணிச்சிருந்தா உனக்குச் செரியாயிருக்கும். அந்தச் செருவிணி கிட்ட நாம் போயி நிப்பனா? குடிச்சே அழிப்பேன். கூத்தி யாளுக்குக் குடுத்தே அழிப்பேன். ஆனா உங்கொண்ணங் கைக்கு மட்டும் எங்காசு நயாப்பைசா போய்ச் சேராதுடி. நெனப்புல

இருக்கட்டும். உங்கண்ணம் பொண்டாட்டி இருக்கறாளே பொம்பளையா அவ? வருசத்திக்கி ரண்டு மூட்ட அரிசி போட றாளாம். இங்க எல்லாம் நாக்க நீட்டிக்கிட்டு அவ ஊட்டு வாசல்லதான் போயி நிக்கறம். என்னூட்ல இருந்து கொஞ்சமாவா கொண்டோயி இருப்பா? அந்த நன்னி விசுவாசம் எதாச்சம் இருக்குதா அவளுக்கு?"

கிரியும் பூனையுமாய்ப் பேச்சிலே ஒருத்தரை ஒருத்தர் பிராண்டிக்கொள்வதும் குதறிக்கொள்வதும் நடந்தன. இன்னொரு பயமும் இருந்தது அம்மாவுக்கு. எங்காவது நிலம்கிலம் வாங்கி விட்டால் அங்கே போய்க் குடியிருக்க வேண்டுமே என்று. இப்போது அம்மா ரொம்பவும் சந்தோசமாயும் திருப்தியாயும் இருந்தது. வேலை என்று எதுவுமில்லை. காட்டுக்குப் போக வேண்டாம். மாடு எருமைச் சீன்றம் இல்லை. நேரத்திற்குச் சமைப்பது, சாப்பிடுவது, அரட்டை, வாரத்திற்கொரு சினிமா, ஓய்ந்த நேரங்களில் தாயக்கரம். இதையெல்லாம் விட்டுவிட்டு எங்கேயோ அனாதைக் காட்டில் கிடக்க முடியுமா? அதுவும் பேச்சில் வரும்.

"காடு வாங்கறானாம் காடு. ஒரேயடியா சுடுகாடாப் பாத்து வாங்கீரு. என்னய மொதல்ல கொண்டோயிப் போட்ரலாம்."

தலையைச் சீவாமல், கைகளை நெட்டி முறித்துக்கொண்டு ஓங்கிக் கதறுகையில் அம்மா புது மாதிரியாகத் தெரிந்தாள். வளவு அவளை அப்படி மாற்றிவிட்டது. அக்காவுக்கு அம்மாவைப் பற்றியோ அப்பனைப் பற்றியோ அக்கறையேயில்லை. காலையில் தண்ணீர் வார்த்துக்கொண்டு கண்ணாடிக்குள் அரை மணி நேரம் இருப்பாள். தினுசு தினுசாகப் பொட்டு வைத்துக் கொள்வாள். வேலைக்குக் கிளம்பிவிடுவாள். ஒன்று மட்டும் சொன்னாள்.

"இந்தச் சுத்து வட்டாரத்துல காடு பாருப்பா. ரொம்பத் தூரம்னா வேண்டாம். கார வேல இங்க மாதிரி எங்கயாச்சும் கெடைக்குமா?"

காரை வேலை அனுபவங்களை அப்படிச் சுவாரசியமாகச் சொல்வாள். கைமாற்றி மாற்றிக் கல்லைத் தூக்கிப்போட்டு, அது மேலே போய்ச் சேருகிறபோது அவளே அங்கிருக்கிற மாதிரி ஆகிவிடுவாள். அதனால் அந்த வேலையை விட்டுவிட்டு வேறிடம் போவதைப் பற்றி அவளால் கொஞ்சமும் யோசிக்க முடியவில்லை. அப்பன் அதை ஏற்றுக்கொண்டார்.

"எங்க கண்ணு போயரப் போறம்? இவத்தான். நம்மூருக்கு ஒண்டவே பாத்தரலாம்" என்று வார்த்தைகளில் அன்பு தவழச்

சொன்னார். அக்காமீது அவருக்குத் தனிப் பிரியம். இவனுக்கு இடம் மாறிப் போவதைப் பற்றி யோசிப்பதே சந்தோசம்தான். எலிப்பொந்தில் அடைப்பட்டுக் கிடக்கிற அவஸ்தை தீர்ந்து விடும். எப்போதும் யாராவது மனிதர்கள் கண்ணில் பட்டுக் கொண்டேயிருப்பார்கள். எந்த ஒன்றையும் தன்னிச்சையாகச் செய்ய முடியாது. இடையில் யாராவது புகுந்து கையை வேறு பக்கமாக மாற்றுவார்கள். முகத்தைத் திருப்புவார்கள். மெல்ல மெல்ல அவர்களுடையதாக ஆக்கிக்கொள்வார்கள். கைகளிலும் கால்களிலும் பூட்டிக்கொண்ட விலங்கு மாதிரி இந்த வளவு வாழ்க்கை. காடுகளில் வேலை செய்கிறவர்கள் குறைந்து, டவுனை நோக்கிப் போகும் மனிதர்கள் அதிகரித்துக் கொண்டிருக்கிறார்கள். காலில் சுடுதண்ணீரை ஊற்றிக்கொண்ட அவசரம் எப்போதும்.

வெளியே காடு வாங்கிவிட்டால் விளையாட முடியும். கிணற்றில் குதிக்கலாம். காடு வாங்குகிற உற்சாகம் இவனை மொய்த்துக்கொண்டது. இதில் கொஞ்சமும் பட்டுக் கொள் ளாத ஆள் அண்ணன்தான். சினிமா தியேட்டர் வேலைக்குப் போய்விட்டு ராத்திரி வந்தால் ஒன்பது, பத்து மணிக்கு மெல்ல எழுந்து, மறுபடியும் போய்விடுவான். வீட்டில் என்ன நடக்கிறதென்பதே அவனுக்குத் தெரியாது. என்ன நடந்தாலும், அவன் பெரிதாக அலறிக் குதித்து ஆர்ப்பாட்டம் செய்யப் போவதில்லை.

வாங்கப் போகிற காட்டைப் பார்ப்பதற்காக ஒரு விடியற் காலை நேரத்தில் இவனும் அக்காவும் அப்பனுடன் போனார்கள். அம்மாவிடம் மூச்சுக்காட்டவில்லை. என்றாலும் எப்படியோ தெரியத்தான் செய்தது. காடு ரொம்பத் தொலைவொன்று மில்லை. வளவுக்கும் ஓடையூர் மெயின் ரோட்டுக்கும் தெற்கு. முன்பு இருந்த காட்டையும் இதையும் பிரிக்கிற இடைவெளி கொஞ்சம்தான். ஏரி தாண்டிப் போக வேண்டும். பார்த்தால் காலனியின் வால்பகுதி கொஞ்சம் ஒடிந்திருக்கிற மாதிரி இருக்கும். பஞ்சாயத்து ரோட்டுக்குக் கிழக்கு ஆட்டுருக்குச் சேரும். மேற்கு சின்னூர். மேற்கில் காடு. ஊர் மாறிப் போவதென்றாலும் பிரச்சினை இல்லை. காடு எல்லார்க்கும் ரொம்பவும் பிடித்திருந்தது.

பார்க்கும் இடமெல்லாம் பூவரச மரங்கள். விரல்களைக் குவித்து லேசாக விரித்துவைத்த மாதிரி மஞ்சள் மஞ்சளாய்ப் பூக்கள். வாதனாராம் மரங்கள் பத்துப் பதினைந்திருக்கும். வட்டமாய்ச் சுற்றி வளைத்துக்கொண்டு இவற்றுக்கிடையே ஒரு ஓலைக் கொட்டகை. சுவர்கள் இடிந்து ஓலைகள் இற்றுப் போய்ச் சாய்கிற நிலையிலிருந்தது. அதில் இருந்த பாட்டி

செத்துப் போய்விட்டார். இரண்டு மகன்கள். மொத்தம் எட்டு ஏக்கர். மூத்த மகனின் நான்கு ஏக்கர் மட்டும் விலைக்கு வருகிறது. அவனும் செத்துப்போய்விட்டான். அவன் மனைவி தான் விற்கிறாள். இவனுக்கும் அக்காவுக்கும் பிடித்துப் போனது. அப்பனுக்கு மேற்கொண்டு செயல்பட உத்வேகம். அவருக்கும் முக்கியக் காரணம் இருக்கத்தான் செய்தது.

"மாமோய்... அதா இந்தக் கூளமரத்துத் தெளுவு வாயில வெச்சுப்பாரு. அப்பிடியே அமிர்தமாட்டம் இருக்கும். சின்னான்தான் ஏற்றான். அவுங்கப்பனாட்டமே இவனுக்கும் கைவாசி. நான் ஊர்ல இருந்தா சாமத்திக்கே இங்க வந்து உக்கோந்துக்குவன்."

செவத்தான் கிருதா அசையச் சப்புக்கொட்டிக்கொண்டு சொன்னான். அதைச் சொல்லியே அப்பனை இணங்க வைத்திருப்பான். கிணற்றைக் காட்டிச் சொன்னான்.

"மாப்ள, இந்தக் கெணறு ஒரு காலத்துல ஊருக்கே தண்ணி குடுத்த கெணறு. இப்பக் கொஞ்சம் உப்பாயிட்டுது. இருந்தா என்ன, வெள்ளாம வெச்சா அப்பிடியே தளதளன்னு வரும். ஆரியம், பருத்தியெல்லாம் நம்ம கண்ணே பட்டர்ராப்ல வரும் பாத்துக்க."

கிணறு இருந்ததே பெரிய விஷயந்தான். நல்ல அகன்ற கிணறு. சில கிணறுகள் கூம்பு வடிவத்தில் இருக்கும். அகன்று உள்ளே போகப் போகக் குறுகும். அந்த மாதிரி கிணற்றில் எல்லாக் காலத்திலும் குதிக்க முடியாது. இந்தக் கிணறு அடிவரை ஒரே அகலம். படியைத் தொட்டுக்கொண்டு தண்ணீர் கிடந்தது. அப்போதே உள்ளே இறங்கிக் குதிக்கலாம் என்றிருந்தது இவனுக்கு. அக்காவுக்குக் காலனி ஒன்றும் தூரமில்லை. 'எட்டிப் புடிச்சாப்லதான்.'

இவர்கள் போய்வந்தது தெரிவதற்கு முன்பே அம்மா எல்லா வற்றையும் விசாரித்துவைத்திருந்தது. திரும்பி வந்ததும் துடுப்பாலேயே தலையில் இரண்டு போடாததுதான் குறை. பிச்சு உதறிவிட்டது.

"அந்தக் கெழ்டியக் கண்ணால பாத்தவன் எவனாச்சும் அவ காட்டப் புடிக்கப் போவானா? புழுவுப் புழுத்துச் செத்தா அவ. இருக்கைல ஆடுன ஆட்டம் கொஞ்சமா நஞ்சமா? அவ காட்டுல அவ குடியிருந்துதுக்குப் பக்கத்துல போயி இருக்கச் சொன்னாப் பிள்ளையுங்குட்டியுமா இருக்கற எவனாச்சும் செரீம்பானா? உங்கொப்பன் சொல்றானு ரண்டு கழுதயும்

போயிப் பாத்துட்டு வர்ரீங்களே? கொஞ்சமாச்சும் ஈனவானம் இருக்குதா? வளவுல இருந்தா இருக்கமாட்டீங்குதா?"

இரண்டு பேரும் வாய் திறக்கவில்லை. வாய் கொடுத்தால் இன்னும் வாங்கிக்கட்டிக்கொள்ள வேண்டியதுதான்.

"ரண்டும் கொடுக்கனுக்குப் பொறந்ததுவளாட்டம் பேசுதானு பாரேன்?"

மறுபடியும் அப்பனுக்கும் அம்மாவுக்கும் போராட்டம். அப்பன் கொஞ்சமும் அசையவில்லை. 'போறது போறதுதான்.'

"நா எத்தன நாளுக்கிக் கூலி வேலைக்குப் போய்க்கிட்டு இருப்பன்? எங்கண்ணன் தறிப் போடறானாம். சின்னவன் மாட்டுவண்டி வாங்கி ஓட்டறான். எனக்குனு நாலேக்கரா நெலம் இருக்கட்டுமேடி. அதுல பாடுபட்டுட்டுப் போறேன்."

"உங்கொண்ணனாட்டம் வேறெதாச்சும் செய்றது. காசக் கொண்டோயி மண்ணுலதாம் போடோணுமா?"

"மண்ணுல போட்டா எங்க போயிருது? பொதையலுடி. இங்க பாரு நீயி ஆயிரந் தகுமானம் சொன்னாலுஞ் செரி. காடு புடிக்கறது புடிக்கறதுதான். வந்தா வா. இல்லைனா இங்கயே கெட. நானும் பசவளும் போறம். உனக்குக் காலத்திக்கும் கெழ்டிக்கு ஊத்தறாப்பல வவுத்துக்குக் கஞ்சி ஊத்திர்றோம்."

அம்மாவின் முகம் தீக்கங்காய் ஒளிவிட்டது. மூச்சு வந்த வேகம் எதிரிலிருப்பவரைச் சாய்த்துவிடுகிற மாதிரி. அத்தனை ஆங்காரத்தோடும் ஓடிப்போய்க் கட்டிலில் விழுந்தது.

"வளவுக்கு வந்துக்கப்புறம் உக்கோந்து தின்னு கைகண்டுக் கிட்டா. ஓடம்ப வளைக்காத வேல செய்ய முடியுமா? கெடக் கட்டும் மூளி."

அப்பன் அடுத்த இரண்டாம் நாளே செவத்தானோடு போய் ஒப்பந்தம் போட்டுவிட்டு வந்தார். முதலில் இரண்டாயிரம் கட்டினார். அடுத்த ஆறாவது மாதம் கிரயம். இன்னும் ஆறு மாதத்திற்கு வீட்டுப் புகைச்சல் தொடருமே என்பதை நினைக்க நினைக்க இவனுக்குத் தலை பாறையாய்க் கனத்தது.

❀

4

அகால வேளை. மணி பன்னிரண்டு, ஒன்று இருக்கும். கதவைத் தட்டுகிற சத்தம். சின்னச் சத்தம் கேட்டாலும் அப்பனுக்குத் தூக்கம் தெளிந்துவிடும். போய்க் கதவைத் திறந்தார். தாத்தாவும் பாட்டியும். "அம்மா..." அப்பனின் அலறலில் வெடித்த அதிர்ச்சியில் எல்லாரும் எழுந்துவிட்டார்கள். இரண்டு பேரும் தொப்பலாக நனைந்து நடுங்கிக்கொண்டு நின்றார்கள். குருவிக்குஞ்சுகள் மாதிரி. தாத்தாவுக்கென்றால் முகத்தில் வடிகிற தண் ணீரையும் மிஞ்சிக்கொண்டு கண்ணீர் வந்தது.

"பயா... எங்கெதியப் பாத்தியாடா? கட்டுன துணியோட அங்கிருந்து ஒடியாரமடா."

அப்பன் ஒன்றும் பேசவில்லை. கையைப் பிடித்து உள்ளே கூட்டிப்போய்த் துவட்டிக்கொள்ளத் துண்டு தந்தார். வேட்டியை மாற்றிக்கொள்ளச் சொன்னார். பாட்டி புடவை மாற்றியது. என்ன நடந்தது என்பதை இவர்களால் இன்னமும் ஊகிக்க முடியவில்லை.

தாத்தாவுக்கு வார்த்தையே வரவில்லை. விசும்பியது. தத்தளித்தது. பிய்ந்து பிய்ந்து பேசியது. இரண்டு கன்னத் திற்கும் முட்டுக் கொடுத்து, முழங்கைகளைக் காலில் ஊன்றிப் பேசாமல் உட்கார்ந்துகொண்டார். பாட்டிதான் கொஞ்சம் கொஞ்சமாகச் சொன்னது. நாலு நாட்களாக அடைமழை. சினுங்கினுங்கென்று பெய்தாலும் இடை விடாமல் பெய்தது. மெல்லத் தூறுகிறதுதானே, வெளியே போகலாம் என்று கிளம்பினால் ஓங்கி அடித்தது. ரோடெல்லாம் சேறு. எந்தப் பக்கம் கால் வைத்தாலும் ஈரம்தான். ஒன்றும் செய்ய முடியவில்லை. குடையைப் பிடித்துக்கொண்டும் கொங்கூடை போட்டுக்கொண்டும்

காரியத்திற்காக ஓடினார்கள். சேறு காய்ந்து வரப்பீயாய்க் கிடந்த ஏரி மயக்கத்திலிருந்து சட்டென்று விழித்துக்கொண்டது. இந்த மழைக்கு ஏரி நிரம்பிவிடாதுதான். அப்படியே நிரம்பினாலும் கொட்டாய்வரைக்கும் தண்ணீர் ஒன்றும் வந்து விடாது.

மிகவும் ஓரமான இடம். முன்பு அந்த இடத்தில் விதைத்துக் கொண்டிருந்தார்கள். ஏரியில் தண்ணீர் வந்தால் ஒசும்பு மட்டும் அடிக்கும். அதற்காகத்தான் நன்றாக மேடவை போட்டுக் கொட்டாய் கட்டினார்கள். நிலத்திலிருந்து இரண்டடி உயரம் மண் கொட்டிக் கிடந்தது. கொட்டாய் அளவுக்குத் தண்ணீர் வரும் என்று யாரும் நினைக்கவில்லை. இரண்டு பேரும் கட்டிலை உள்ளே போட்டுத் தூங்கியிருக்கிறார்கள். மூன்று நாட்களாக மழைபெய்தும் ஏரியில் கால்வாசி நிரம்பவில்லை என்னும் தைரியம். பாட்டி பாதி ராத்திரியில் மல்லுக்குப் போக எழுந்திருக்கிறது. கட்டிலிலிருந்து கீழே கால் வைத்தால் காலை நனைத்துச் சுற்றிக்கொண்டு சிலீர் என்று பாய்கிற தண்ணீர். மேடு தாண்டி வீட்டுக்குள் தண்ணீர் வந்துவிட்டால் பெரிய வெள்ளம்தான். அவசரமாய்த் தாத்தாவை எழுப்பிக் கொண்டு வெளியே வந்தது.

'ஹேங்' என்ற இரைச்சல். தூரத்திலிருந்து ஒரு பெரிய கூட்டம் ஆங்காரமாகக் கத்திக்கொண்டு இன்னொரு கூட்டத்தை நோக்கி ஓடுகிறாற்போலச் சத்தம். பெரிய பிரவாகம். ஏரியின் வெற்றிடம் முழுவதையும் தண்ணீரைப் போட்டு அடைத்து விட்டுத்தான் வேறு வேலை என்னும் ஆவேசம்.

"கால வெளியில வெச்சதும் மோதி மோதி அடிக்குது தண்ணி. பக்கத்துல எந்தச் சத்தத்தையும் காணோம். கண்ணுக்குத் தெரியாத மூலையிலிருந்து அப்பிடியே அடுச்சுக் குத்திக்கிட்டுக் கத்தறாப்பல சத்தமடா. எனக்குனா நெஞ்சுக்குழியில திகீர்ங்குது. சாமாஞ் சட்டப் பாத்மா ஒன்னா? கோழிவ பத்து நிக்குது. அதையும் பாக்குல. ஒன்னயும் நெனக்கல. உசுருதான். உசுரக் கைல புடிச்சுக்கிட்டு ரண்டு பேரும் ஆளுக்கொரு கைய உடாத புடுச்சுக்கிட்டு எறங்கறம். மொழங்காலுக்கு மேல தண்ணி. உள்ள காலு வெக்க முடியுமா என்ன? சீமக் கருவேல முள்ளு எங்க பாத்தாலும் கெடக்குமே. அப்பிடியே மெதுவாக் காலப் பதமாப் பாத்து வெச்சு வெச்சு மேல ஏரி வார்றதுக்குள்ள சாவுவமா பொழப்பமானு ஆயிருச்சு."

"கரட்டேருத் தண்ணி தொறந்துட்டானாட்டம் இருக்குது. இல்லைனா இங்கேது இத்தன தண்ணி? இந்த ஏரி கட்டியும் இத்தன வருசமாச்சு. ஒரு வெருசமும் நான் இப்புடிப் பாக்குல."

நகரத்துக் கழிவெல்லாம் கலக்கப் பெரிய குளம் நடுவில் கிடந்தது. பெரிய குளம் எப்போது பார்த்தாலும் பொறபொற வென்று நிற்கும். கரட்டூர் தண்ணீர் முழுக்க அங்கேதான் வந்து சேரும். பெரிய குளம் ரொம்பி விட்டால்தான் திறந்து விடுவார்கள். அது ரோட்டைக் கலக்கி ஊரையே நாற்றமாக்கி மெல்ல நகரத்தைவிட்டுக் கிளம்பும். கீரவூர் வழியாக ஓடிவந்து பள்ளத்தைச் சேர்ந்துவிட்டால் நேரடியாக இந்த ஏரிதான். சந்தைத் தோல் உப்பெல்லாம் இது மாதிரி சமயத்தில் தான் சுத்தமாகும். பெரிய குளத்தைத் திறந்துவிட்டால்தான் அந்த வெள்ளம்.

மழையில் நனைந்த குளிர். பாட்டிக்கு உடல் தாளவில்லை. வெடவெடவென்று நடுங்கியது. பற்கள் தாளம் போட்டன. 'வ்வ்' வென்று ஒருவிதச் சத்தம். போர்வையைப் போர்த்திக் கட்டிலில் படுக்கச் சொல்லிவிட்டு இவனும் அப்பனும் கிளம்பினார்கள். தண்ணீர் குறைவாக இருந்தால் கோழிகளை மீட்கலாம். ஏதாவது சாமான்களை எடுக்கலாம். தாத்தா தானும் வருகிறேன் என்றார்.

"இப்பத்தான் நனஞ்சுக்கிட்டு வந்திருக்கிற. இன்னம் எதுக்கு வர்ற? பேசாத படு. நாங்க போயிப் பாத்துட்டு வர்றோம்."

அப்பன் எவ்வளவு சொல்லியும் அவர் கேட்கவில்லை. கையில் சீமேண்ணெய் விளக்கைப் பிடித்துக்கொண்டு சாக்கால் கொங்கூடை போர்த்திக்கொண்டு கிளம்பினார்கள். இருட்டில் வீதிகள் நெடுகக் குழம்பிக் கிடந்த சேற்றில் கால்வைத்து நடக்கத் தடுமாற்றம். இத்தனை சேற்றுக்குள், கண் தெரியாமல் இரண்டு சீவன்களும் எப்படித்தான் நடந்து வந்தனவோ? ஆதரவாய் இவன் தாத்தாவின் கையைப் பிடித்துக்கொண்டான். அப்பன் விளக்கோடு முன்னால் நடந்தார். துளி சிறு தூறலாகவே விழுந்துகொண்டிருந்தது. வானம் கருத்துக் கண்களை மயக்கியது. ஆட்டுப்பண்ணையின் அடர்ந்த முட்களைத் தாண்டி தார் ரோட்டில் நின்று காலனிக்குள் நுழைந்தார்கள்.

வண்டித் தடம் மறைந்து புதிதாகப் போடப்பட்ட அகலமான மண்ரோடு. இரண்டு பக்கமும் பாதிப் பாதி எழும்பி நிற்கும் கட்டிடங்கள். இருட்டில் ஒன்று உயர்ந்து ஒன்று தாழ்ந்து இடிபட்டுக் கிடக்கும் பழங்கால நகரம்போலத் தெரிந்தது. எல்லாப் பக்கமும் மனிதர்கள் 'வெளி'க்கு உட்கார்ந் திருக்கிற தோரணையில் மணல்களும் சல்லிகளும் குட்டான் குட்டானாய்க் கிடந்தன. அதையும் தாண்டித்தான் இரண்டு பேரும் வந்திருந்தார்கள். நினைக்கவே கண்ணீர் வந்தது இவனுக்கு.

வயதான காலத்தில் தீவுக்குள் சிறைவைத்தது போன்ற தண்டனை. தலையிலும் முதுகிலும் ஏறி விளையாடித் திரிந்து கொண்டிருந்த குழந்தைகள், மகன்கள் எல்லாரும் சூறைத் தேங்காயாய்ச் சிதறிவிட்ட கொடுமை. அத்தனை மழையிலும் ஆதரவாய்ப் பற்றிக்கொள்ள ஒரு பிஞ்சுக்கரம்கூட இல்லை. உனக்கு நான் ஆதரவு; எனக்கு நீ ஆதரவு. குண்டும் குழியுமாய்த் தடுக்கி விழவைக்கும் அந்தத் தடத்தில் அரைப் பார்வையின் வெளிச்சத்தில் நடந்து வருகையில், அந்த மனசுகள் என்னமாய் அழுதிருக்கும்? ஒருவர் விழப்போகையில் மற்றவர் தாங்கிப் பிடித்திருப்பார். விளக்கின் வெளிச்சத்தோடு நடக்கவே இத்தனை சிரமப்படுகிறார். குடியிருந்த இடத்திலிருந்து கட்டிய துணியோடு தப்பி வந்த அவர்களின் கால்கள் நடக்க எப்படிப் பதிந்திருக்கும்? விட்டுவிட்டு வந்த பொருள்களின் நினைவு. அது ஒரு சின்னச் சொப்பாக இருந்தாலும் அனாதையாய் விட்டுவர மனம் வருமா? எல்லாப் பொருள்களையும் காட்டிக் காட்டிப் பாட்டி பெருமைப்படும். "இதெல்லாம் எங்கம்மோடு சீர் குடுத்தது." அவற்றின் ஒவ்வொரு அணுவிலும் பாட்டியின் கைவிரல்கள் பொதிந்து கிடக்கும். மூன்று மகன்களைப் பெற்றும் இப்படி நடுராத்திரியில் ஏனென்று கேட்க நாதியற்று. கைப் பிடித்து அழைத்துவர ஆதரவற்று. வளவுக்குள் வரும்போது ஒரு நாய்கூட இருந்திருக்காது. ஈரத்தில் எங்காவது வெது வெதுப்புத் தேடிப் படுத்திருக்கும். நாய்களிலும் கேவலமாய். யப்பா...

தாத்தாவின் கைகளை அழுந்தப் பற்றிக்கொண்டான். அந்த முகத்தை அப்படியே தோளில் சாய்த்துக் கட்டியணைத்துக் கொள்ள வேண்டும் போலிருந்தது. தாத்தாவோடும் அப்பனோடும் வந்தபோதே பயம் இவனை வாட்டியது. தன்னந்தனியாய், மனிதர்கள் அற்ற வெளியில் சஞ்சரிக்கிற மாதிரி வந்தபோது எப்படிப் பயப்படாமல் இருந்தார்கள்? அவர்கள் பார்க்காத பயமா? வாழ்க்கை அள்ளி வழங்கியிருக்கிற அநுபவம் பயத்தை எங்கோ விரட்டச் செய்திருக்கும். வெள்ளம் வந்ததுதான். வீட்டுக்குள் தண்ணீர் புகுந்ததுதான். உயிரைக் கையில் பிடித்துக் கொண்டு ஓடிவர வேண்டியிருந்ததுதான். அதெல்லாம் அவர்களுக்குப் பட்டிருக்காது. துன்பங்கள் எப்போதும் கஷ்டமானவையே அல்ல, பற்றிக்கொள்ள மனிதர்களின் கரங்கள் இருக்கிறபோது; நெஞ்சை வருடுகிற மாதிரி ஒரு வார்த்தை சொல்வதற்கு வாய்கள் இருக்கிறபோது. மலை மாதிரி துன்பம் நெஞ்சை அடைக்கட்டுமே, ஆதரவாய் ஒரு பிஞ்சுக்கரம் இருந்தால் போதும். அந்த உளியே மலையை உடைத்துவிடும். 'ஹோ'வென்று இரைச்சலிட்டுத் தாக்க வருகிற வெள்ளத்தின் மத்தியில் நின்றிருக்கும்போது அவர்களுக்கு ஆதரவாய் நீட்ட எந்தக்

கரமுமில்லை. வாய் வார்த்தை பேச யாருமில்லை. மூப்பின் இயலாமை இன்னும் தாக்கியிருக்கும். காலில் முள்ளேறிவிடாமல் முழங்கால் தண்ணீருக்குள் நகர்ந்தபோது வயதான தனிமை குத்தியிருக்கும்.

என்ன மனிதர்கள். கிழடுகளைப் பள்ளத்தில் தூக்கியெறிந்து விட்டு, மேட்டில் உட்கார்ந்துகொண்டு வேடிக்கை பார்க்கிற மகன்கள். தங்களோடு வைத்துக்கொண்டால் என்ன முழுகி விடும்? அரண்மனையா வேண்டும்? சின்ன மூலையில் கையகல இடம் கொடுத்தால் ஒதுங்கிக்கொள்வார்களே. தாத்தாவின் நெடுநெடுத்த உருவம் சாணாய்க் குறுகி நடந்தது. பால்விடாமல் வதங்கிப்போன, எருமைக் காளைக் கன்றுக்குட்டி தவங்கி நடந்துபோவது போலத் தன் உடம்பே தனக்குச் சுமையாகிவிட்ட தோற்றம்.

முருகன் போன்றவர்கள் இருந்திருந்தாலாவது ஓடிவந்து உதவியிருப்பார்கள். கடைகால் பறைக்கிற வேலை முடிந்ததும் எல்லாரும் மூட்டை கட்டியாயிற்று. ஒரு சிலர் மட்டும் எங்காவது வீடு வாடகைக்குப் பார்த்துக்கொண்டு குடி யிருந்தார்கள். கட்டிடம் எழுப்ப வந்திருக்கிற மேஸ்திரிகள், வேலைக்காரர்கள் எல்லாம் வேலை முடிந்ததும் சாயந்திரம் போய் அடங்கிக்கொள்ள எங்காவது சின்னச் சின்ன குடில்களாவது பார்த்திருந்தார்கள். கொலையே செய்தால்கூட ஏனென்று கேக்க ஒரு ஆள் கிடையாது. கட்டி முடிந்த ஏதாவது வீட்டுக்குள் வாட்சுமேன்கள் கால் நீட்டிப் படுத்திருப்பார்கள். கொடுத்துவைத்தவர்கள்.

ரோடு முழுக்க மணலும் சல்லியும் அடைத்திருந்தன. ஓரமாக நடந்தார்கள். முடிந்துவிட்ட தோற்றத்தில் வீடு. சிமிட்டிக் கற்கள் கருகருத்துத் தெரிந்தன. விளக்கு ஒரு கையில் கதறி அசைந்தது. 'ஊடாம் ஊடு' என்ற முணுமுணுப்போடு ஓங்கி ஓர் உதை. பொலபொலத்துச் சரிந்து விழுந்தது சுவர். இவனும் தாத்தாவும் ஒதுங்கிக்கொண்டார்கள். அப்பன் வெறி வந்துபோல் பாய்ந்து இன்னொரு சுவரை உதைத்தார். விளக்குச் சுடர் கீழும் மேலும் விழுந்து எழுந்து ஜீவமரணப் போராட்டம் நடத்தியது. உயரமாயிருந்த சுவர் திடுதிடுவென விழுகிற சத்தத்தை ஈரம் குறைத்துவிட்டது. நேராய் நிமிர்ந்து நின்ற சுவர்கள் உதிர்ந்து குவியலாய்க் கிடந்தன. இரண்டு சுவர்கள் விழுந்ததும் வீடு 'ஆய்' எனத் திறந்துகொண்டது. அப்பனின் வெறி உச்சத்தில். அடுத்த சுவருக்குப் போனார். தாத்தா "பயா ... பயா" என்று கலக்கத்தோடு கூப்பிட்டார். இவன், கண்களில் வழிகிற கண்ணீரோடு விழுமுத்தி பிடித்த மாதிரி அப்படியே நின்றான்.

"உங்கொப்பனக் கூட்டியாடா. போடா போ."

இவனை உலுக்கிக் குழைந்து வந்த குரல் அழுகையில் முடிந்தது. அப்படியே சரிந்து உட்கார்ந்துகொண்டு அழுதார். அப்பன் ஏறித் தாழ்ந்த மூச்சோடு அனலாய் வந்தார். அவரது தணிந்த வேகம் கண்களில் தென்பட்டது. காலனி முழுக்கவும் உடைத்துத் துடைத்தெடுத்துவிடுகிற ஆவேசம். எழுந்து நிற்கும் கான்கிரீட்டுகளை வெறும் காலாலேயே உதைத்து துவம்சமாக்கி விடும் மூர்க்கம். அத்தனையும் அடங்கித் தாத்தாவோடு சேர்ந்து அவரும் குரலெடுத்து அழுதார்.

இரண்டு பேரையும் தேற்ற வழியற்று "அப்பா அப்பா" என்று இவன் பரிதாபமாய்க் கூப்பிட்டான். குரல் அழுகைக்குள் அமிழ்ந்துபோனது. தாத்தாவை "எந்திரி தாத்தா" என்று தூக்கினான். கேவல் மிஞ்ச அவர் எழுந்தார். அப்பன் முன்னே நடக்க இவர்கள் பின்தொடர்ந்தார்கள். மழை வலுத்தது. தலைக் கொங்கூடையில் தடதடவென்று விழுகிற துளிகள். சுற்றிலும் இருளடைந்து வீடுகள் நகர்ந்தன. பள்ளத்தை நெருங்க வெள்ளத்தின் வேகத்தில் கரைகளில் மோதுகிற அலைகளின் சத்தம். தவளைகளின் கெக்கலி உற்சாகம். காலனிக் காம்பவுண்டில் உரக்க மோதியது நீர். தூரத்திலிருந்து வருகிற வெள்ளத்தின் சத்தம் இன்னும் ஓயவில்லை.

கண்ணுக்கெட்டியவரை இருட்டைத் துளைத்துக்கொண்டு தண்ணீர் நின்றது. மின்னல் தண்ணீரின் பரப்பை ஜொலித்துக் காட்டியது. அத்தனை நீருக்குள்ளும் விழுந்து ஆசைதீர நீந்த வேண்டும். நீந்திக்கொண்டேயிருக்க வேண்டும். கரையே தட்டுப் படாமல் நீந்த வேண்டும். விடிகிற பொழுதில் நீருக்குள்ளேயே அழுந்தி அமிழ்ந்துவிட வேண்டும். நினைவுகளில் ஆழ்ந்தபடி தாத்தாவோடு நடந்தான். ஏரியைக் கட்டிப் பத்துப் பதினைந்து வருசமிருக்கும். இவனுக்கு நினைவு தெரிந்த நாளிலிருந்து இத்தனை தண்ணீர் வந்ததில்லை. குட்டை மாதிரி அங்கங்கே தேங்கி நிற்கும். அதை உழப்பி உழப்பி மீன்பிடிப்பார்கள். சில வருசங்கள் கால்வாசி அளவுக்குத் தண்ணீர் வரும். அப்போது தண்ணீருக்குள் ஒரே குதியாளம். ஒருமுறை இவன், செல்வன், மணி எல்லாரும் சேர்ந்துகொண்டு நீர்க்கோழியைத் துரத்தினார்கள். அது மூஞ்சியை நீருக்குள் குவித்துக் குட்டிக் கரணம் அடிக்கிற மாதிரி படக்கென்று மூழ்கும். எங்காவது தூரத்தில் போய் எழுந்திருக்கும். இவர்களும் மூச்சுவாங்க வட்டம் போட்டுக்கொண்டு துரத்திப் பார்த்தார்கள். ம்கும். இனி நீர்க்கோழியும் வரும். அங்கங்கே தொங்குகின்ற முட்களில் கூடுகள் கட்டும். முட்டைகள் இடும்.

இருந்தென்ன, இரண்டு கிழங்களின் கூடு பிய்ந்துபோய் விட்டது. நீருக்கு மேல் கொட்டாய் முகப்பு தெரிந்தது. முழுக் கொட்டாயும் முழுகுகிற அளவுக்குத் தண்ணீர் வந்திருந்தால் ஏரி கடைபோகும். கோழிகள் எப்படியும் கூரைமேல் ஏறியாவது தப்பித்திருக்கும். உள்ளே இருந்த பண்டம் பாத்திரங்கள்? இந்த இருட்டுக்குள் அந்தப் பக்கம் போகவே முடியாது. வானம் இன்னும் அழுதுகொண்டுதானிருந்தது. என்ன செய்வதென்றும் தெரியவில்லை. இரண்டு பேரும் அரற்றிக்கொண்டு வந்ததைப் பார்த்த வேகத்தில் ஏதோ செய்துவிடுகிற மாதிரி புறப்பட்டு வந்தாயிற்று. இப்போது எதுவும் செய்ய முடியாது. இத்தனை இருட்டில் தண்ணீருக்குள் இறங்கினால் ஆழம் தெரியாது. வேகம் தெரியாது. எந்த இடத்தில் என்ன இருக்கிறதென்பதை நிதானிக்க முடியாது. தண்ணீரில் மிதந்து வருவது என்ன வென்றும் தெரியாது. பாம்பைக்கூட அடித்துக்கொண்டு வரும். திரும்ப வளவுக்கே போய்விடலாமா எனத் தோன்றியது.

கோழி கூப்பிடும் நேரமாகிவிட்டது. ஒருமுறை வளவுக்குப் போய்த் திரும்பலாம். விடிவதற்குச் சரியாக இருக்கும். கொங்கூடையைக் கழற்றாமல் போர்வையைப் போட்டுக் கொண்டு மூவரும் கற்களின் மேல் உட்கார்ந்துகொண்டார்கள். மழையின் சத்தமும் ஓட்டப்பந்தயத்தில் வெகுவேகமாக ஓடிவந்து முடிவில் கொஞ்சம் ஓடி நிற்கிறவனைப் போன்ற வெள்ளம் எழுப்புகிற சத்தமும் தவளைகளின் உற்சாகமும் சேர்ந்து கலவையான ஒலியாய்க் காதில் பரவியது. ஏரி கடைவிழத் தொடங்கும் சத்தம் மெல்ல ஆரம்பித்து ஆர்ப்பரித்து எழுந்தது. உள்ளே பனைமரங்கள் தண்ணீருக்குள். எவையுமே தமக்குச் சம்பந்தம் இல்லாத மாதிரி நிஷ்டையில் நின்றன. தாத்தாவும் அப்பனும் வவ்வால்போல் ஒடுங்கி உட்கார்ந்திருந்தார்கள். இவன் மெல்லத் தாத்தாமேல் சாய்ந்து கண்களை மூடிக் கொண்டான்.

எங்கிருந்தோ மணி ஓடி வந்து 'மம்' என்னும் முனகலோடு வாலை ஆட்டிக்கொண்டு காலை நக்கியது. தாத்தா அதன் முதுகைத் தடவிக் கொடுத்தார். இவனுக்குக் கோபமாக வந்தது. சனியன், வளவுக்கு வருவதில்லை. காலனிக்குள்ளே சுற்றிக் கொண்டிருந்தது. பள்ளத்திற்கு வந்து பாட்டி போடுகிற சோற்றைத் தின்றுவிட்டுக் கொஞ்ச நேரம் கொட்டாய்க்குப் பக்கத்தில் குழி பறித்துப் படுத்திருக்கும். அப்புறம் ஒரே ஓட்டம்தான். இந்தக் காலனிக்குள் இன்னும் என்னதான் அப்படிக் கொட்டி வைத்திருக்கிறதோ? திரும்பத் திரும்ப இவன் காலைத் தடவியது. எரிச்சலில் ஓங்கி உதைத்தான். முகத்தில் நன்றாக உதை விழுந்ததும் கொஞ்சமும் சத்தமின்றி ஒதுங்கி நின்றது.

பெருமாள்முருகன்

"அது என்னடா பண்ணுச்சு உன்னய? பாவம், நம்பளாட்டம் அதுக்குத் தெரீமா என்ன?"

சொல்லிக்கொண்டே மடியை விரித்து நன்றாக அகலப் படுத்திக் கொடுத்தார். ஈரத்திற்கு இதமாக இருந்தது. தூக்கமும் விழிப்புமற்ற நிலைக்குள் ராட்சசக் கனவுகள். இவன் உறுப்புகளைக் கவ்விப் பிய்த்து எறிகின்ற கோரக் கரங்கள். கை விரல்கள் பண்ணைக் குச்சிகளாகத் தண்ணீருக்குள் போய் விழுந்தன. கட்டையாய்த் தெப்பமாய் மீன்கள் குழுமிக் குழுமி அரித்தன. அரிக்க அரிக்கச் சதை வளர்ந்தது. கைகள் கூச உதறினான்.

"பொன்னையா பொன்னையா."

தாத்தாவின் குரல். பச்பச்சென்று விடிந்துவிட்டது. இன்னும் மோடமாகத்தானிருந்தது. சூரியன் எழாது. சத்தங்கள் ஓய்ந்து தண்ணீர் சீராக ஓடியது. கடைவிழுகிற சத்தம்தான். ஓடும் நீர் முட்களை மேவியது. பனைமரங்களைத் தழுவியது. மேடுகளை மோதி மோதித் தகர்த்தது. கொட்டாய்க்குள் புகுந்து அடுத்த பக்கம் கும்மாளமிட்டுக்கொண்டு வெளியேறியது. சுற்றிலும் கட்டிவைத்திருந்த அடைப்புகள் பிய்ந்து பிய்ந்து தொங்கின. தண்ணீருக்குள் முழுகி ஓடிவிட்ட பகுதிகள் அங்கங்கே எழுந்து நின்று கையசைத்தன. கொட்டாய்க்கு மேல் கோழிகள் எல்லாம் ஒன்றுக்குள் ஒன்று புகுந்து இறக்கைகளால் தம்மைப் பொத்திக்கொண்டு நின்றன. தண்ணீருக்குள் இறங்க மூக்கை நீட்டிப் பார்ப்பதும் பின் 'கெக்கெக்' என்று இழுத்துக் கொள்வதுமாய் இருந்தன.

வானம் வெளுக்க வெளுக்க ஒவ்வொருவராய் வந்தார்கள். பாட்டி... அம்மா... பெரியப்பன்... சித்தப்பன்... பக்கத்தில் தூரத்தில்... எல்லாரும் வந்துகொண்டிருந்தார்கள். தண் ணீருக்குத் தப்பித்த உயிர்களையும் பண்டங்களையும் மீட்க இறங்கினார்கள்.

O O O

பெரியப்பன் விடிகாலையிலேயே வந்திருந்தார். தறி போட்டு ஒரு மாதத்துக்கு மேலாகிவிட்டது. தென்னூரில் யாரோ ஒரு நெசவுக்காரருடைய இடத்தை வாடகைக்குப் பேசிக் கட்டிடம் இவராகவே கட்டிப் பத்துத் தறி போட்டுவிட்டார். காட்டில் குடி இருந்தபோதே வெள்ளாமை இல்லாதபோது தறி ஓட்டப் போய்விடுவார். காடு காலனிக்கென்று போய்விட்ட இரண்டு வருசமாக அதற்குத்தான் போய்க்கொண்டிருந்தார். எத்தனை நாளைக்குக் கூலிக்காரனாகவே இருப்பது? கையில்

கொஞ்சம் காசும் புழங்கியது. இதைவிட்டால் வேறு தருணம் வாய்க்காது. தறி ஓட்ட ஆள் சிக்குவதுதான் பெரிய கஷ்டம். வந்தவர்களும் வாரத்திற்கு ஒருமுறை பட்டறை மாற்றிக் கொண்டார்கள். ஒரே இடத்தில் தறி ஓட்டுவதில் யாருக்கும் ஆர்வம் இருப்பதில்லை.

ஆள்குடி ராமன் பையனும் ரங்கன் மருமகனும் அவர் பட்டறையில் தறி ஓட்டினார்கள். ராமன் பையன் சத்திவேல் இரண்டு நாளாகத் தறிக்கு வரவில்லை. அவனை வீட்டில் போய்ப் பார்த்துக் கூப்பிடப் பெரியப்பன் வந்திருந்தார். தனக்கு அவன் வீடு தெரியாதென்பதால் காண்பிக்க இவனைக் கூட்டிப் போனார். அவரோடு போகும்போதே பாட்டி பெரியப்பனைக் கூப்பிட்டுச் சொன்னது.

"பெரிய பயா ... போவைல இப்பிடியே வந்துட்டுப் போ."

ஏரித் தண்ணீர் இன்னும் வடிந்தபாடில்லை. பத்து நாட்களுக்கு மேலாகிவிட்டது. பாட்டியும் தாத்தாவும் இவர்களோடவே இருந்தார்கள். எப்போதும் போல வேலைக்குப் போனார்கள். வந்தார்கள். காட்டுவேலை இல்லையென்று சொல்லி ஒருநாள் அக்காவோடு பாட்டி காரைவேலை செய்யக் காலனிக்குப் போனது. அது ஒன்றும் பாட்டிக்குப் பிடிக்கவில்லை. "தானியத்தத் தொட்ட கைல காரச் சட்டியப் புடிக்க நடுங்குது பயா." அடுத்த நாள் போகவில்லை.

பாட்டிக்கும் அம்மாவுக்கும் கொஞ்சமும் ஆவதில்லை. சண்டை என்று வெளியே தெரிகிற மாதிரி இன்னும் வரவில்லை. சிறுசிறு முறைப்புகள். உம்மென்று இருத்தல்கள். சாப்பிடாமல் புறக்கணித்துச் சமாதானத்தில் என்று நகர்ந்தது.

தாத்தா ஒன்றும் பேசுவதேயில்லை. சோறு போட்டுக் கொடுத்தால் சாப்பிடுவார். இல்லையென்றால் கேட்கமாட்டார். அவர் கொள்கை வேறு. "சம்சார ஊட்டுல ஒன்னு இருந்தாலும் இருக்கும். இல்லைன்னாலும் இல்லை. நாம்ப என்ன வயசான கட்டை. ஒரு நேரத்திக்குத் திங்காட்டிச் செத்தா போயரப் போறம்." சோறு சாறு பற்றி எந்தவித முணுமுணுப்பும் அவருக்குக் கிடையாது. பாட்டியைப் படாய்ப்படுத்தியவர் இங்கே பேச்சு மூச்சு இல்லாமல் இருந்தார். உப்பில்லை என்றாலும் கேட்பதில்லை. மௌனத்திலேயே அந்நியத்தை உணர்த்தி விடுவார். எது சொன்னாலும் கேட்காதவரை என்ன செய்வது?

இவனிடம் பெரியப்பன் கேட்டார்.

"கெழவனும் கெழவியும் ஒழுங்கா இருக்கறாங்களா? இல்லாத நூனாயமெல்லாம் பேசுவாங்களே?"

"அதெல்லாம் ஒன்னுமில்ல பெரீப்பா. ஒழுங்காத்தான் இருக்கறாங்க. இருந்தாலும் ஒன்னா இருக்கறது கஷ்டந்தான்."

"எனக்குத் தெரீண்டா. எங்கம்மானு இருந்தாலும் கெழவிக்கு நொரண்டு கொஞ்சம் எச்சு. இப்ப வரச் சொல்றாளே எதுக்குங்கற? என்னூட்ல வந்து இருக்கறம்பா பாரேன்..."

அவருக்கு அந்தப் பயம் இருந்தது. கிழவனுக்கும் கிழவிக்கும் வீட்டில் இடம் கொடுத்துச் சோறு போடுவதில் விருப்பமில்லை. மாமனார் வீடு என்று சொல்லிவிட ஒரு சாக்கு இருந்தது. இந்தச் சமயத்தில் அவரைச் சொல்வதும் கஷ்டம்தான். பெரியப்பன் ஒத்துக்கொண்டாலும் பெரியம்மா விடாது. பெரியம்மாவுக்குச் சோறு ஆக்குவதே ஒரு நாளைத் தின்றுவிடும். ரொம்ப ஆடி அசைந்துதான் வேலைசெய்யும். கூடுதலாக இரண்டு சீவன்கள் வந்துவிட்டால் சமாளிக்க முடியாது. மூன்று பொட்டைகளை வைத்துக்கொண்டே சமாளிக்க முடியவில்லை. அம்மா மட்டும் கொஞ்சம் மூஞ்சியை இழுத்துக் கொள்ளாமல் இருந்தால், இங்கேயே இருக்கச் சொல்லிவிடலாம் என்றுதான் இவனுக்கும் அப்பனுக்கும் எண்ணம். காலையில் காப்பி கொடுக்கும்போது, பாட்டிக்கு மட்டும் தண்ணீராட்டம் கொடுக்கிறது. குழம்பில்லை என்று சொல்லி ரசம் ஊற்றுகிறது. "இங்க கொட்டி வெச்சிருக்குதா?" என்று கேட்டும் கேட்காத மாதிரி வாய்க்குள் முனகுகிறது. இதையெல்லாம்விடப் பாட்டி காதுக்குக் கேட்கிற மாதிரி எதிர்த்த வீட்டில், பக்கத்து வீட்டில் பேசுகிறது.

"மூணு பையனுவ இருக்கறப்ப நாங்க மட்டும் எதுக்கு வெச்சுக்கோணும்? என்னமோ வேலியில போற ஓட்கானப் புடிச்சு மடியில கட்டிக்கிற கதையா. போதுது டிங்குடிங்குனு மூத்த மவனூட்டுக்கு. என்னாட்டம் ஏமாளியா என்ன அவொ? இந்தப் பக்கம் காலெடுத்து வெச்சராதீன்னு மொதலுக்கே கட் அன் ரைட்டாச் சொல்லீரமாட்டா?

"இங்கதான் ஒரு எழவெடுத்த நாயி இருக்குதே. நம்ப பேச்சு அதுங்காதுல ஏறுதா ஒன்னா? எதெடுத்தாலும் தாஞ் சொல்றதுதான் சரீங்குது. அப்பனையும் அம்மாளையும் கொண்டோயி வெச்சுக்கிட்டுச் சீராட்டட்டும். ஆரு வேண்டாங் கறா? எனக்கென்ன பாக்கோணுமின்னு அத்தன அக்குசு?

"கெழவனும் கெழவியும் ஆயரம் நொன பேசறாங்க. சோறு நல்லால்ல. சாறு நல்லால்லைன்னு. அப்பிடியே வண்டி

வண்டியா எனக்குக் கொண்டாந்தா தள்றாங்க? நான் அரிச்சு அரிச்சு ஆக்கிப்போடறதுக்கு?"

பாட்டி காதுக்கு இவையெல்லாம் அவ்வப்போதே போய்த்தான் இருந்தன. ஆனாலும் வாயை மூடிக்கொண் டிருந்தது. பெரிய பையனை வரச்சொன்னதன் மூலம் ஏதாவது வழி வைத்திருக்கும்.

பெரியப்பனும் இவனும் போனபோது சத்திவேல் எழுந்திருக்கக்கூட இல்லை. குடியான வளவு தாண்டிக் கொஞ்ச தூரம் தள்ளிப் பின்பக்கம் ஆள்குடி வளவு. நிலக்குடிசைகள் தாராக்கோழிகள் மாதிரி உட்கார்ந்திருக்கும். அம்மணக் குழந்தைகள் வயிற்றைப் புளுத்திக்கொண்டு ஓடியாடும். மயிரை விரித்துப் போட்டுக்கொண்டு பொம்பளைகள் தடத்தில் உட்கார்ந்திருப்பார்கள். "கருமாந்தரம்டா. இவனத் தேடி நாம வரோனுமின்னு இருக்குது" பெரியப்பன் முணுமுணுத்துக் கொண்டே பின்னால் வந்தார். இவன் முன்னால் போய் சத்திவேலைக் கூப்பிட்டான். தென்னூரில் சத்திவேல் இவனுக்கு ஒரு வருசம் முன்னால் படித்தவன். கண்ணைக் கசக்கிக்கொண்டு வெளியே வந்தான். வெளிச்சம் பட்டுக் கண்ணைத் திறக்க முடியவில்லை. கசக்கிக் கசக்கித் திறந்தான். யார் வந்திருப்பது என்பதே கொஞ்சநேரம் அவனுக்குத் தெரியவில்லை.

"என்னடா வெடிஞ்சு மத்தியானமானாக்கூட அய்யா வுக்குத் தூக்கம் தெளீயலீங்களா?"

"இல்லீங்க."

பெரியப்பனை உணர்ந்துகொண்டதும் மடித்திருந்த லுங்கியை இறக்கி விட்டுக்கொண்டு சொன்னான்.

"தறிக்கேன்டா ரண்டு நாளா வர்ல?"

"எங்க அத்தையூட்டுக்கு மரக்கூர் போயிருந்தனுங்க."

"இப்ப என்னடா நோம்பியா ஒன்னா? வேல வெட்டிக்கு வராத ஊரச் சுத்தற. உன்னய நம்பி இருக்கற தறிய யாருடா ஓட்டுவா? அப்படித்தான் ரண்டு நாளக்கி வரமாட்டாங்கன்னு சொல்லிட்டாச்சும் நின்னயா?"

"அவசரமாப் போயிட்டனுங்க."

"இங்க பாரு வர்றதுன்னா ஒழுங்கா வா. இல்லைனா நின்னுக்கோ. நான் வேற ஆளப் போட்டுக்கறன். இந்தச் சாலாக்க மெல்லாம் நம்பகிட்ட வேண்டாம். காட்டுல ஆட்டும்

பொறத்தாண்ட திரியறவனுவளத் தறிக்குக் கூப்பிட்டு நாலு காசு கையில குடுத்தா இப்பிடித்தாண்டா இருக்கும்."

அவன் தலையைக் குனிந்துகொண்டு நின்றான். ராமன் எங்கேயோ இருந்து அப்போதுதான் வந்தான்.

"கும்படறனுங்க சாமி."

"ம்ம்... என்ன உம் பையன் கைமீறிப் போயிட்டானா? நிய்யொன்னும் புத்தி சொல்றதில்லையா?"

"அவனெங்கிங்க, ரண்டு நாளா ஓடம்பு செரியில்லீன்னு இங்கதாஞ் சுத்திக்கிட்டு இருந்தான். எஞ் சொல்லக் காதுலயே போட்டுக்கறதில்லைங்க. என்னமோ பொச்சுல வெச்சுத் தேச்சுப்புட்டுப் போறானுங்க."

"அவன் என்னடான்னா அத்தயுட்டுக்குப் போனங்கறான். நிய்யு இங்க இருந்தாங்கற. என்னடா இது? அப்பனும் மவனும் ஆரு தலையில மொளவா அரைக்கப் பாக்கறீங்க? உங்களுக்கு வர வர அன்னாப்புத்தாண்டா."

"இல்லைங்க. சின்னவனுங்க. வரச் சொல்றனுங்க."

"பிள்ள கல்யாணத்துக்கு ஆயரம் வேணுமின்னு சொன்னயே... கெடச்சுதா?"

"நீங்கதாஞ் சாமி குடுக்கோணும். இந்தத் தெல்லவேரிய ஒதச்சு உடறனுங்க. பாத்துக் குடுங்க சாமி."

"இப்பிடி இருந்தா எங்கைடா குடுக்கறது? நான் குடுத்துருவன், வாங்கித் தின்னூட்டு அப்பனும் மவனும் மல்லாந்து படுத்துக்குவீங்க. அப்பறம் நாந்தான் இப்பிடி உங்கூட்டுக்கு மின்னால வந்து வாள் வாள்ன்னு கத்திக்கிட்டு இருக்கோணும்."

"இல்லீங்க சாமி. இன்னமே ஒழுங்கா வருவானுங்க."

"ம். பாக்கறன். ஒழுங்கா வந்தானாக் குடுக்கறன். அப்பறம் வாரவாரம் கூலியில கழிச்சுக்கலாம். எதுக்கும் வேலக்கி வரோணும்."

"வருவானுங்க."

"என்னடா திருட்டு முழி முழிக்கிற? வர்றயா?"

"இன்னயிலிருந்து வர்றனுங்க."

"நைட் ஷிப்டுக்கு வந்து சேரு."

ஏறுவெயில்

பெரியப்பனுடன் இவனிருந்தது சத்திவேலுக்குக் கொஞ்சம் வெட்கத்தைக் கொடுத்திருக்க வேண்டும். சட்டென்று உள்ளே புகுந்துகொண்டான். அவன் நன்றாகவே படித்தான். கையெழுத்து அப்படியே அச்சில் வார்த்து மாதிரி இருக்கும். போர்டில் ஏதாவது எழுதிப்போட வேண்டுமென்றால் பத்மா டீச்சர் சத்திவேலைத்தான் கூப்பிடுவார்கள். அஞ்சாவதோடு நின்றுவிட்டான். மூன்று நான்கு வருசமாகப் பண்ணயத்தில் இருந்தான். இப்போது அதிலிருந்து நின்று தறிக்குப் போகிறான்.

பெரியப்பனைப் பார்த்த ஆள்குடிகள் "கும்படறனுங்க... கும்படறனுங்க சாமி" என்று துண்டை இக்கத்தில் இடுக்கிக் கொண்டு, உடல் குனியக் கும்பிட்டார்கள். "ம்ம்" என்ற ஆமோதிப்போடு சைக்கிளை அழுத்தினார். பின்னால் இவன் உட்கார்ந்துகொண்டான். அவர்களும் இப்போது பண்ணயம் கட்டுவது குறைந்துவிட்டது. குடியானவர்கள் எல்லாம் மேட்டுக் காட்டை விட்டு ஏதாவது ஒரு தொழில் செய்ய டவுன் பக்கம் போகிறார்கள். அவர்களை அண்டியே இவர்களும் போக வேண்டியிருக்கிறது. மரக்கூர்ப் பக்கத்தில் இரண்டு மில்கள் கட்டிக்கொண்டிருக்கிறார்கள். அவையும் திறந்துவிட்டால் நிலங்கள் எல்லாம் சும்மாதான் கிடக்க வேண்டும்.

அம்மா காப்பி ஆற்றிக்கொண்டிருந்தது. தாத்தா கட்டிலில் உட்கார்ந்திருந்தார். அப்பன் சாய்த்திண்ணையிலும் பாட்டி வாசத்திண்ணையிலும் இருந்தார்கள். பெரியப்பன் அப்பனுக்குப் பக்கத்தில் போய் உட்கார்ந்துகொண்டார். இவன் வீட்டுக்குள் போனான்.

"என்ன இருந்தானா?"

"இருந்தான் இருந்தான். இந்தப் பசவளப் போட்டுக் கிட்டு நம்மால இமிசுபட முடியில போ. என்ன பண்றது? அவனுவள உட்டாலும் ஆளுக் கெடைக்கமாட்டீங்குது. நெசவுக்காரப் பசவெல்லாம் ஊட்டுக்குள்ளாரயே ஒன்னு ரண்டுனு போட்டுக்கிட்டுச் சடக்சடக்னு இழுக்கறானுவ. இல்லைனா அவனுவ பட்டறைக்குத்தாம் போறங்கறானுவ."

"எப்பிடியோ அனுசரிச்சுப் போ. என்ன வெள்ளாமையா? ஒரு பட்டம் போனாலும் இன்னொரு பட்டங்கறதுக்கு. இரும்புத் தொழில்லெல்லாம் மத்தவனுவள அனுசரிச்சுப் போவாட்டி மொதலுக்கே தீம்பு வந்தராது?"

தாத்தாவின் பேச்சை வெட்டுகிற மாதிரி அம்மா எல்லார் கையிலும் காப்பியை நீட்டுகிறது. காப்பியை உறிஞ்சிக் கொண்டே பெரியப்பன் கேட்கிறார்.

"எதுக்கம்மா வான்னு சொன்ன?"

"ம்... வெங்காயம் நறுக்கறதுக்கு. என்னடா நெனச்சுக்கிட்டு இருக்கறீங்க? ஆரமத்த பள்ளத்துல அனாதையாக் கொண்டோயித் தள்ளுனீங்க. அதும் கூண்டோட கைலாசம் போயிருச்சு. இப்ப எங்க ரண்டு சீவனுக்கும் ஒரு வழி சொல்லீட்டுப் போ."

"நானென்னத்தச் சொல்றது? அதான் சம்பாரிக்கறீங்க. குடுக்கறீங்க. நடுவலவன் வூட்டுலயே இருந்துட்டுப் போங்களே?"

கேட்டதும் தாவாரத்திலிருந்து கால் வழுக்கியதையும் பொருட்படுத்தால் அம்மா வெளியே வந்து சீறியது.

"என்ன பேச்சுப் பேசறீங்க? பெரியுட்டுச் சொத்த நாங்க மட்டுந்தான் திங்கறமா? நீங்க ரண்டு பேரும்? எங்கூட்டுலியே வெச்சுக்கிட்டுச் சோறு போட இவுரென்ன ஒரே பையனா? இல்ல அவுங்கதான் கண்ணுக் குருடா. கைகாலுதான் மொடமா?"

கொஞ்சமும் தடுமாராமல் பெரியப்பன் சொன்னார்.

"செரி. அப்ப ஆளுக்கொரு மாசத்திக்கிச் சோறு போட்ரலாமா?"

இப்போது பாட்டிக்கு ரோசம் வந்தது.

"ரண்டு சீவனும் கையுங் காலும் இருக்க மட்டுக்கும் சம்பாரிச்சுத் திம்பம்டா. உங்கூட்டுல உம் பொண்டாட்டிவ போடற எச்ச சோத்தயா திம்பம்? போடா போ. ஊடு வெந்து ஒவுத்திரியப்பட்டுக் கெடக்கறாங்களாம். ஒலவாயன் வந்து பொண்ணு கேக்கறானாம்."

"அய்யோ... அய்யோ... இல்லாததும் பொல்லாததும் பேசறாளே கெழவி. எத்தன நாளு இவளுக்கு எச்ச சோத்தப் போட்டன் நான்? பாத்தும் பாவியானேனே, உருப்புடுவாளா?"

அம்மா கையை வாயில் அடித்துக்கொண்டு அழுகிற தொனியில் கத்தியது. பாட்டி முகத்தை இறுக்கிக்கொண்டது.

"உன்னய ஆரு சொன்னா? நான் பொதுவாச் சொன்னன். என்னமோ கெழவி கெழவீன்னு இந்தக் கத்துக் கத்தற?"

பக்கத்து வீட்டுத் திண்ணையில் நின்றுகொண்டு இரண்டு மூன்று பேர் எட்டிப் பார்த்தார்கள். இதை என்னவோ கவனிக்காத மாதிரி வேலை செய்துகொண்டிருந்தது எதிர்த்த வீட்டு வீரக்கா.

"செரி செரி உடுங்க. இப்ப ஆவற கதையப் பேசுங்க. ரண்டு பேரும் இங்கையே இருக்கறதுல எனக்கொண்ணுமில்ல. ஆனா அவுங்களால முடியாது. அதான். எதாச்சும் வேறவழிதாம் பாக்கோணும்."

அப்பன் எல்லாருக்கும் பொதுவாய்ச் சொன்னார். அதையடுத்துக் கொஞ்சநேரம் எல்லாரும் மௌனமாய் இருந்தார்கள்.

"நாஞ் சொல்றதுதான் ஆருக்கும் செரீன்னு படல. அப்பறம் நீங்களே சொல்லுங்க."

பெரியப்பன் கழன்றுகொண்டார். இத்தனைக்கும் தாத்தா எதுவும் பேசவேயில்லை.

"சின்னவன் வூட்டுலயே போயிருந்தா?"

அப்பன் மறுபடியும் தொடங்கினார்.

"அதெல்லாம் ஒன்னுஞ் செரிப்படாது. ஆவற காரியமாச் சொல்லுங்க. அவனே மாட்டுவண்டி வாங்கிக்கிட்டு கஷ்டப் பட்டுக்கிட்டுக் கெடக்கறான். அவனப் போயிக் கேக்கறதுல பிரயோசனமில்ல."

பெரியப்பன் மறுத்துவிட்டார். அப்பன் விடவில்லை. "அண்ணா நானென்னு சொல்றங் கேளு. கக்கங்காடுதான் எக்ருமென்டு போட்டுட்டேனே. இன்னம் ரண்டு மாசத்துல கெரயமாயிரும். அங்க போயி ஒரு கொட்டாயி போட்டு இருக்கட்டுமே."

பெரியப்பனுக்குத் தன்னை விட்டுப் பாரம் நீங்கிவிட்ட சந்தோசம். முகத்தில் உற்சாகம் குமிழியிட்டது. பேச்சை உயர்த்தி இறக்கிக் கூத்தாடினார்.

"இதுதாஞ் செரியானது. நானே மாமனார் ஊட்டுல இருக்கறது ஒன்னுஞ் சுத்தப்படுல. வெளியிலதான் எங்கயாச்சும் வந்தரலாமுன்னு பாக்கறன். சின்னவனும் அப்படித்தாஞ் சொல்லிக்கிட்டு இருக்கறான். என்ன இருந்தாலும் மாமன் மச்சனமுட்ட நம்பி எத்தன நாளைக்கி இருக்கறது சொல்லு."

"கெரயமாவ இன்னம் ரண்டு மாசமாவுங்கற. அப்பறம் கொட்டாயி போட்டுச் செவுரு வெச்சா ஒரு மாசமாச்சும் ஆவும். அதுவரைக்கும் . . ?"

கேட்டுவிட்டுப் பாட்டி ரொம்பவும் யோசனையில் இருந்தது. தாத்தா உட்கார்ந்தபடி காலை நோண்டிக்கொண்டிருந்தார்.

"அதுவரைக்கும் இங்கயே இருங்க."

"இல்ல வேண்டாம். காளியம்மோட்டு ஊடொன்னு சும்மா இருக்குதாம். நேத்துச் சொன்னா. ஒரு மூனு மாசத்திக்கி அதுல இருந்துக்கறம். பத்து ரூவா வாடவையாம். குடுத்துட்டாப் போவுது. என்ன சொல்ற நீ?"

தாத்தாவின் முகம் நிர்மலமாயிருந்தது. பாட்டியின் பேச்சுக்கு எந்தப் பக்கமிருந்தும் எதிர்ப்பேச்சு வரவில்லை.

❂

5

எப்போதும்போல் காலனியில் காரைவேலைக்குப் போனாள் அக்கா. வீடுகள் மும்முரமாக முடிந்து கொண்டிருந்தன. ஏலம் விட்டு இன்னும் கொஞ்சநாளில் குடிவந்துவிடுவார்கள். கட்டிட வேலைக்கெனத் தூரத்திலிருந்து வந்தவர்களெல்லாம் ஒவ்வொருவராகப் புறப்பட்டுக்கொண்டிருந்தார்கள். வேலை குறைந்து கொண்டுவந்தது. வழக்கம்போல் வேலைக்குப் போய்க் கொண்டிருந்த அக்கா, அன்று மாலை வீட்டுக்கு வரவில்லை.

ஏழு மணிவரை அவளைப் பற்றி யாரும் நினைக்க வில்லை. எருமையைப் பிடித்துக் கட்டவும் தட்டு உருவி வரவும் ஆடுகளைப் பட்டியில் அடைக்கவும் என்று வேலைகள் இருந்தன. பாட்டி எங்கோ வேலைக்குப் போய்விட்டு வந்து சோறாக்கிக்கொண்டிருந்தது. தாத்தா கட்டிலை வாசலில் போட்டுப் படுத்துக்கொண்டிருந்தார். காடு கிரயம் பண்ணி ஆறேழு மாதங்கள் ஆகியிருந்தன. தாத்தாவும் பாட்டியும் முதலில் சின்னக் கொட்டாய் போட்டு இங்கே குடிவந்தார்கள். இரண்டு மூன்று மாதம் பொறுத்து இடிந்து கிடந்த கொட்டகையைச் சரிசெய்து இவர்கள் வந்தார்கள். அம்மாவுக்கு விருப்பமே இல்லை தான். ஆனால் வேறுவழியுமில்லை என்றான பின் என்ன செய்வது?

அக்காவுக்கு வைத்திருந்த காப்பி அடுப்பில் அப்படியே கிடந்தது. சாமான்களைத் துலக்க எடுத்த அம்மா, "என்னடா இது? இந்தத் தட்டுவாணி இன்னங் காப்பி குடிக்கலியா?" என்றது. அதற்ப்புறம்தான் அவள் இன்னும் வரவில்லை என்ற விசயமே தெரிந்தது. சாயந்திரக்

கள் குடிக்கப்போன அப்பன் இன்னும் வரவில்லை. இவனைப் பார்த்து, "உங்கொப்பனக் கூப்புடுரா" என்று எரிந்து விழுந்தது அம்மா. என்னவோ ஏதோ என்று அவர் ஓடி வந்தார்.

"வேல முடியுது வேல முடியுதுன்னு சொல்லிக்கிட்டு இருந்தாளே? கடசீன்னு எல்லாரும் சேந்து சினிமாவுக்குப் போயிட்டாங்களோ என்னமோ?"

"கொழுறி நம்மகிட்டச் சொல்லாத சினிமாவுக்குப் போறாளா? என்னாச்சு ஏதாச்சுன்னு எங்கயாச்சும் போயிப் பாப்பயா? இங்க உக்காந்துக்கிட்டுக் கத பேசு."

அம்மாவுக்கு மடியில் நெருப்பைக் கட்டிக்கொண்டிருக்கிற வலி. உள்ளுக்குள் இருக்கிற சந்தேகத்தை வார்த்தைகளில் சொல்ல முடியவில்லை. எவனோடயாச்சும் ஓடிப்போயிருப் பாளோ? அவளோடு வேலைசெய்கிறவர்கள் யார் யாரென்று கேக்கச் பொரசா வீட்டுக்குப் போனார் அப்பன். பொரசாவும் காலனி வேலைக்குப் போகிறவள்.

"கொளுஞ்சிக்காட்டுலதான் ரண்டு மூனு பேரு ஊடெ டுத்து இருக்கறாங்க. அவுங்ககிட்டத்தான் உங்க பிள்ள வேல செஞ்சா. மணி மணிம்பாங்க மேஸ்திரிய."

சைக்கிளை எடுத்துக்கொண்டு கொளுஞ்சிக்காடு போனார். மற்றவர்களுக்குச் சந்தேகம் வராதபடி விசாரிக்க வேண்டும். இல்லையென்றால், ஒன்றுக்குப் பத்தாகக் கண் காது மூக்கு வைத்துப் பரப்பிவிடுவார்கள். நல்லவேளையாக அந்த வீடு ஒதுக்குப்புறமாகப் பின்னால் இருந்தது. மூன்று தடிப்பசங்கள் இருந்தாங்கள். எல்லாரும் ஒன்னைப் பார்த்த மாதிரி உயரம். ரேடியோ அலறல். குவியலாய்க் கிடந்தாங்கள்.

"சாயந்தரம் வேல முடிஞ்சொடன வந்துட்டமுங்களே. எங்களுக்குத் தெரியாதுங்க."

சைக்கிளைத் தள்ளிக்கொண்டு அவர் நகர, பின்னால் வாயை மூடிக்கொண்டு சிரிக்கிற சத்தம். சட்டென்று திரும்பிப் பார்த்தால் கண்டுகொண்டு ஓடினாலும் ஓடிவிடுவான்கள். கொஞ்சம்கூடத் திரும்பிப் பார்க்காமல் நேராகச் செவத்தான் வீட்டுக்குப் போனார்.

காடு பிடிக்கச் செவத்தான் உதவியதிலிருந்து அப்பனுக்கு ரொம்பவும் வேண்டியவன் ஆகிவிட்டான். அதற்குத் தரகாக ஆயிரத்துக்கு மேல் வாங்கிக்கொண்டான். என்றாலும் அவருக்கு அவன்மீது பெருத்த நம்பிக்கை. "நாலு பக்கம் போற ஆளு. நம்மளவிட நாலு விசயம் எச்சாத் தெரிஞ்சிருக்கும்." அமைச்சர் கந்தசாமியை நினைத்த நேரத்தில் சந்தித்து, எதுவாக இருந்தாலும்

தன்னால் கேட்க முடியும் என்று செவத்தான் பீற்றிக்கொள்வான். யார் இதையெல்லாம் போய்க் கண்டுபிடிக்கப் போகிறார்கள் என்ற நினைப்புதான். கரைத்துண்டு போட்டுக்கொண்டு வலம் வருவதில் ஆள்குடித் தெருவில் கொஞ்சம் பேர் ஏற்படுத்திக் கொண்டான்.

"தலைவருக்குப் பக்கத்துல நின்னு பேசறன்னா நான் மட்டுந்தான் பாத்துக்க. தோள்மேல அப்பிடியே கையப் போட்டுக் கிட்டுப் பேசுவாரு. கந்தசாமி அமைச்சரா இருந்தாக்கூட ஒரு படி கீழதான் நிக்கோணும்."

ஒன்றையே நாலைந்துமுறை திரும்பத் திரும்பச் சொல்வான். அப்புறம் மாற்றிக்கொள்வான். அதையே வேறு மாதிரி சொல்வான். பெண்கள் கும்பலாக நின்றுகொண்டு வாய்க்குள் ஈ போவது தெரியாமல் கேட்பார்கள்.

"ஆரு தலைவரு கிட்டீங்களா?"

என்னவோ அவனைக் கிண்டல்செய்துவிட்ட மாதிரி உணர்வான். கேள்வி கேட்டவளை அப்படியே ஒரு அலட்சிய பாவத்தோடு திரும்பிப் பார்த்துவிட்டுச் சொல்வான்.

"எனக்குத் தலைவருன்னா ஒருத்தருதான். உனக்கு வேண்ணா வேற ஆராச்சும் இருக்கலாம்."

கேட்டவளுக்குக் கண் கலங்கிவிடும். கன்னத்தில் போட்டுக் கொள்வாள். ஒருமுறை அந்தத் தெருவுக்குத் தலைவர் படம் போடப் பணம் கொடுத்தான். பெண்டாட்டியின் நகையை விற்றோ அடமானம் வைத்தோ.

கட்டைவீரன் சொல்வான், "எச்சக்கல நாயி. தலைவர் கால் தூசக்கூட இவம் பாக்க முடியாது. என்னமோ பீத்தறான். கந்தசாமியப் பாக்கறதுக்கே இவன் ஒத்தக் காலல நிக்கறது எனக்குத் தெரியாதா...ம்?"

அப்பன் போய் வெளித் திண்ணையில் உட்கார்ந்தார். அவன் இன்னும் வரவில்லை. ஏதோ வேலையாக வெளியே போனவன் இவர் போய்க் கொஞ்ச நேரம் கழித்துத்தான் வந்தான். ரொம்பவும் அலுப்பாக வந்தான். அவனிடம் சொல்லலாமா என்று அப்பனுக்குத் தயக்கம்.

"அமைச்சர் புரிகிராம் ஒன்னுக்குப் போய்ட்டு வர்றன். அதான் அலச்சல். நீங்க சொல்லுங்க மாமா... என்ன விசயமா இருந்தாலுஞ் சொல்லுங்க."

தயங்கித் தயங்கி இவர் சொல்ல, அவனுக்கு முகம் சிவந்து போய்விட்டது.

"என்ன பயலுவ அவனுங்க?"

"அதெல்லாம் ஆரு கேட்டா. போனதும் வந்துட்டன். பொறத்தாண்ட கெக்கெக்கேணு சிரிக்கறானுவ."

"ஓகோ, முட்டியப் பேத்துர்லாம் வாங்க. போலிசுல ரிப்போட்டுக் குடுத்தர்லாம். அவனுவ வந்தாத்தான் இந்தப் பலவற்றையுவ அடங்கும்."

அந்நேரத்திற்குச் சைக்கிளிலேயே போய் ரிப்போர்ட் கொடுத்து, கையில் ஐம்பதைத் திணித்து இரண்டு போலீஸ்காரர் களையும் கூட்டி வந்தார்கள். போலீஸ்காரர்கள் அந்த வீட்டில் இருந்த பையன்களைக் கூட்டிக்கொண்டு போனார்கள். ஸ்டேசனில் வைத்து நாலு போட்டதும் எல்லாம் வந்துவிட்டது.

கண்ணன் என்பவனோடு அக்கா போய்விட்டாள். இருவருக்கும் ஒரு வருசத்திற்கு மேல் பழக்கம். அவன் ஊர் தேருருக்குப் பக்கத்தில். முகவரி கொடுத்தார்கள். அப்பனும் செவத்தானும் இரண்டு போலீஸ்காரர்களோடு கார் வைத்துக் கொண்டு முகவரி தேடிப் போனார்கள்.

அப்பன் முகத்தில் ஈயாடவில்லை. ஒரே ஒரு பிள்ளை என்று சொல்லி எத்தனை செல்லமாக வளர்த்தது? பையன்கள் எவ்வளவு பேர் இருந்தென்ன? பிள்ளையென்று சொன்னால் ஒரு அனுசரனைதான். பிள்ளை அப்பனையும் அம்மாவையும் கவனிக்காமல் விட்டுவிடாது. புருசன் வீட்டுக்குப் போனாலும் பெற்ற தாய்தகப்பன் வந்துவிட்டால், பொட்டப் பிள்ளைகள் படுகிற சந்தோசமே தனி. அவர் வியர்வையைத் துண்டால் துடைத்துக்கொண்டார். மகளை நினைக்க நினைக்க மனசு தாளவில்லை. "ஆண அடிச்சு வளத்தோணும், பொண்ணப் போத்தி வளத்தோணுமுன்னு சொல்வாங்களே. போத்திப் போத்தி வளத்துத்தான் இந்தக் கழுத எல்லாத்தயும் உட்டுட்டு எவனோ கண்டவனோட ஓடிப் போயிருக்கறா. இப்பிடி ஓடறதுக்கா வளத்தது. ஊட்டோட கெடடிண்ணு சொல்லிப் போட்டிருக்கோணும். என்னமோ எல்லாரும் வேலக்கிப் போறாங்களேன்னு உட்டா புருசங் கேக்குது. தின்னூட்டு ஓடம்பு அடங்குல. பிள்ளயா பொறந்தா? தேவுடியா வந்து பொறந்திருக்கறா. கைல சிக்கட்டும். வெட்டிப் பொதச்சிர்ரேன். தாயோலி மவ."

"பொட்டப் பிள்ளைவளுக்குக் காலாகாலத்துல கலியாணம் பண்ணி வெச்சிரோணும் மாமா. பசவன்னா அதுவ எப்படித் திரிஞ்சாலும் வேற கணக்குத்தான். பிள்ளவளுக்கு என்ன தெரீது? பையங் கொஞ்சம் பாக்கறதுக்கு லட்சணமா

இருந்துட்டாப் போதும். ஒரு தடவ இடுப்புல ஒரு தட்டுத் தட்டுனான்னா பிள்ளைவ அப்படியே சுருண்டிரும்."

"மாப்ள... இவெ அப்பிடியாப்பட்டவளில்லையே. இப்பிடி ஓடிப் போவான்னு நாங் கெனவுலகூட நெனக்கலியே."

"மாமா... தரணத்துக்கு அப்பனாவுது அம்மாளாவுது. வசியம் பண்ணுனாப்பல போயுருங்க. அதெல்லாம் ஆரையும் சொல்ல முடியாது."

செவத்தான் ரொம்ப உற்சாகமாகப் பேசிக்கொண்டு வந்தான். அவன் தீரத்தைக் காட்ட ஒரு சந்தர்ப்பம் கிடைத்து விட்ட மகிழ்ச்சி. அதற்கேற்பவே நடந்தது. அகாலத்தில் கதவைத் தட்டி எழுப்பியதும் போலீசைப் பார்த்து நடுநடுங்கிப்போய் விட்டார்கள். வீட்டில் மூன்று நான்கு சின்னஞ்சிறுசுகள். எல்லாம் அந்தக் கண்ணனின் தம்பி தங்கைகள் போல. வீட்டை ஒரு புரட்டுப் புரட்டியதில் எல்லூரில் ஒரு முகவரி கொடுத்து, அங்கேதான் போனார்கள் என்று சொன்னார்கள். கார் எல்லூர் போனது. போலீஸ்காரர்களோடு செவத்தான் பேசிக்கொண்டே வந்தான். இது மாதிரி ஓடிப்போன 'கேஸ்கள்' பற்றிச் சொல்லிச் சொல்லிச் சிரித்துக்கொண்டார்கள். அதையெல்லாம் கேட்க, 'கருமாந்திரம், எப்படியோ போய்த் தொலையட்டும். இவளை இப்படியே விட்டுவிட்டு ஓடிவிடலாம்' என இவனுக்குத் தோன்றியது. அப்பன் தலையைக் குனிந்துகொண்டார். அங்கே போய்ச் சேர்ந்து இடம் கண்டுபிடிக்க விடியற்காலை ஆகிவிட்டது. இவர்களைக் கண்டதும் அதிர்ந்தார்கள். அக்கா நிமிர்ந்தவள் கண்ணில் தளும்பிய நீரோடு குனிந்துகொண்டாள். யாரையும் எதுவும் கேட்கவில்லை. அவளை அள்ளிக் காரில் திணித்துக் கொண்டார்கள். போலீஸ்காரர்கள் அவனையும் கூட இருந்தவர்கள் இரண்டு பேரையும் வேறொரு காரில் வாரிப் போட்டுக்கொண்டு வந்தார்கள்.

அவன் மாநிறமாக இருந்தான். சுருட்டை முடியைத் தலை முழுக்கப் படரவிட்டுக் காதுகளை மறைத்துக் கொண்டிருந்தான். இருபத்தைந்து வயதுதானிருக்கும். திருவிழா நாடகங்களில் காசுக்குக் கூட்டி வந்த நடிகையோடு "என்ன பார்வை உந்தன் பார்வை?" என்று டூயட் பாடி நடிக்க ஏற்ற முகம். அந்த முகம் அப்படியே தேங்காய்க் குரம்பை மாதிரி சுண்டிப்போய்விட்டது. அக்கா உட்கார்ந்தவள்தான். தலை நிமிரவே இல்லை. அப்பன் எரித்துவிடுவது போலப் பார்த்துக் கொண்டே வந்தார். அவள் அவரைப் பார்க்கவே இல்லை. அப்பனும் வாய் திறந்து எதுவும் பேசவில்லை.

வீட்டுக்குப் போய்ச் சேர்வதற்குள் ஊரே திடுமுட்டிவிட்டது. எந்த வாயிலிருந்துதான் வருமோ? இத்தனைக்கும் கரட்டூரிலேயே காரிலிருந்து இறங்கிக்கொண்டு, பஸ்ஸில் ஏறித்தான் போனார்கள். ஊருக்கு இன்னும் விசயம் தெரிந்திருக்காது. அப்படியே அமுக்கி விட்டால் இன்னும் கொஞ்சநாளில் எவனுக்காவது கட்டிக் கொடுத்துவிடலாம் என்றுதான் செவத்தானும் சொன்னான். அவன்களுக்குச் செமையான உதையாம். அதை ரொம்பவும் குரூரமாகச் சொல்லிச் சொல்லிச் சிரித்தான்.

"அம்மணமா நிக்க வெச்சு ஒதச்சாம் பாரு. கொட்ட ஒவ்வொன்னும் வரிக்குரமத்தங்காயாட்டம் வீங்கிப்போச்சு. மோளக்காரப்பசவ. நம்ம பிள்ளய இழுத்துக்கிட்டு ஓடுனா உட்ருவாங்கன்னு நெனப்பு. இன்னமே ஆயுசுக்கும் அவன் பிள்ளைவள நிமுந்து பாக்கமாட்டாம் போ."

நாற்றமடிக்கும் சிரிப்பு. கண்களைச் சிமிட்டிக்கொண்டு, மூக்கு விடைக்க அவன் அதை எல்லாரிடமும் சொன்னான். அவனே அதைச் செய்ததுபோல் வர்ணித்தான். கார் பிடித்துத் தேரூர் போனது, எல்லூர் போனது எல்லாவற்றையும் தலைவர் படக்காட்சிகள் போல வீரரீரத்துடன் சாகசமாக் காட்டினான். 'வேறு யாருக்கு இப்படி ஏற்பட்டாலும் என்னிடம் வாருங்கள்' என்பது போலிருந்தது அது. அப்பன் கேட்டிருந்தால் அவன் வாயில் இத்தனை நாறுவதற்குப் பதிலாகப் பிழைக்கிறாளோ சாகிறாளோ அக்காவை அவனோடே விட்டு வந்திருக்கலாம் எனத் தோன்றியிருக்கும். கொச்சையாக வார்த்தைகள் வந்தன. புழுக்கள் நெளியும் வார்த்தைகள்.

அப்பனுக்கு ஊரில் யார் முகத்தையும் பார்க்கத் தெம்பில்லை. மகளை வைத்துக்கொண்டு புலம்பினார். "நம்ப தலையெழுத்து. ஊட்ட உட்டு இவா இப்பிடி ஓடுகாலியாய் போவோனுமின்னு இருக்குது. எவெனவன் வாயிலயோ படோனு மின்னு இருக்குது." இவனுக்கு அவரைப் பார்க்கப் பாவமாகத் தானிருந்தது. என்ன செய்வதென்றும் தெரியவில்லை. அவரோ நாலு பேர் கூடுகிற இடங்களையெல்லாம் தவிர்த்துவிட்டு, ஆட்டுப்பட்டியிலேயே அடைந்து கிடந்தார். 'வாயைக் கொடுத்து வாங்கிக் கட்டிக்கொண்ட கதையாய்' ஏதாவது சொல்லப் போய் அம்மாவுக்கு அடியும் உதையும் விழுந்தன. இரண்டு பேரும் சரிக்குச் சரியாய் பேசிக்கொண்டார்கள்.

"எரப்பெடுத்த முண்ட, இவா பண்ணுனதுதான். சினிமாவுக்குப் போறம் மயிரு புடுங்கப் போறம், அங்க போறம், இங்க போறமின்னு பிள்ளயக் கூட்டியோயிக் கெடுத்தா. எந்தக் காலத்துல கண்டம் நாமோ? பாடியும் சாக்கெட்டும் போட்டுக் கிட்டுக் குதிரயாட்டம் போறத? இங்க அவனவனுக்குக்

கோமணத்துக்கே துணியக் காணாம். ஆயாளும் மவளும் பத்தயிட்டம் போட்டுக்கிட்டுப் போறாளுவ."

"ஆமாண்டா எச்சக்கலயா. நாந்தாங் கெடுத்தன். பொட்டப் பிள்ளக்கி பாடியும் ரவுக்கயும் வாங்கிக் குடுக்காத ஊட்டுக் குள்ளே வெச்சிருக்கறுதுதான்? சம்பாரிச்சுப் போடக் கயலாவுல. பொட்டப்பிள்ளயக் காரவேலக்கி உட்டுக் காச வாங்கிக்கீல நல்லாருந்துதா? நாங் கெடுத்தனாம் நான்?"

அவ்வளவுதான். அதற்கப்புறம் அடிதான். கையில் கிடைப்பதை எல்லாம் எடுத்து இடுவார். மயிரைக் குத்தாகப் பிடித்து இழுத்து எறிவார். "கண்டாரோலி..." என்று வெறி தாழும்வரை உதைப்பார். அப்புறம் போனால் தலைகண்ட போதையில் வருவார். அவரை யார் என்ன கேட்பது? அண்ணன் வீட்டில் இருப்பதில்லை. இவன் எலிக்குஞ்சு மாதிரி உட்கார்ந் திருப்பான். அம்மா அதற்கப்புறம் இரண்டு நாளைக்கு எழ மாட்டாள். விரித்த தலை அப்படியே கிடக்கக் கட்டிலில் வாசம். அடுப்புச் சாம்பல்கூட அள்ளமாட்டார்கள். அண்ணன் வெளியிலே சாப்பிட்டுக்கொள்வான். இவன் பாட்டி வீட்டில். "எப்பிடி இருந்த குடும்பம். இப்பிடிப் போயிருச்சே?" என்று அழுதுகொண்டே அப்பனுக்கும் கொஞ்சம் போடும். போதை யிலிருந்தால் அதையும் தொடமாட்டார்.

அக்கா யாரோடும் பேசுவதில்லை. வீட்டை விட்டு வெளியே வருவதும் இல்லை. கல்யாணம் கார்த்திகை ஓரம்பரை கிரம்பரை ஒன்றும் கிடையாது. வீடு முழுக்கச் சவக்களை. இவனுக்கு ஊரில் எவனோடும் சேர முடியவில்லை. ஏதாவது சில்லரைச் சண்டைகளின்போது அக்காவைப் பற்றிக் கேவலமாகப் பேசி விடுவார்களோ என்ற பயம். நடந்து போகும்போதே யாரோ பின்னால் குசுகுசுவென்று பேசுவது மாதிரியும் கைகொட்டிச் சிரிப்பது மாதிரியும் தோன்றியது. சாதாரணமாகப் பேசிக் கொண்டிருந்தாலும், இவனைப் பார்த்துச் சிரித்து வரவேற்றாலும் கூட ஏளனம் செய்கிறார்களோ என்றுதான் நினைக்க முடிந்தது. எதிலும் ஒன்ற முடியவில்லை. எங்கேயும் இயல்பாக இருக்க முடியவில்லை.

வீட்டுக்கு வந்தால் எப்போதும் சண்டை. கலகலப்பாக எப்படி இருந்த அக்கா. அத்தனையும் வானத்தில் வீசியெறிந்த தண்ணீர் மாதிரி எங்கெங்கோ சிதறிப்போயின. இமைகளை விரித்துக்கொண்டு சின்னச் சின்ன விசயங்களைப் பூதாகரப் படுத்தி அவள் பேசுவதைக் கேட்க முடியவில்லை. அவளோ இமை நிமிர்த்திப் பார்ப்பதுகூட இல்லை. உடல் துரும்பாக இளைத்துவிட்டிருந்தது. சோற்றை மருந்து மாதிரி பார்த்தாள்.

கட்டாயப்படுத்தினால் நாலு அன்னம் கொரித்தாள். அப்பனும் அம்மாவும் சண்டை போட்டுக்கொள்கிறபோது கால்களுக்குள் தலை புதைத்துக்கொண்டு யாருக்கும் கேட்டு விடாதபடி விசும்பினாள். சலசலத்து ஓடிக்கொண்டிருந்த பெரிய ஆறே வற்றிவிட்ட மாதிரி வீடெங்கும் அப்படியொரு மௌனம்.

இவனுக்கு வீட்டுக்குப் போகவே பிடிக்கவில்லை. வீட்டுக்குப் போகாமலே இருந்துவிடத்தான் நினைத்தான். எங்கே போனாலும் வீட்டின் நினைவுதான் ஆக்கிரமித்துக்கொண்டது. இந்நேரம் வீட்டில் ஏதாவது நடந்திருக்குமோ என்று மனசு அடித்துக் கொண்டது. பள்ளிக்கூடத்தில் உட்கார்ந்திருக்கவும் முடிய வில்லை. அண்ணன் எப்படித்தான் அதையெல்லாம் கொஞ்சம் கூடக் கவனிக்காமல் போய்க்கொண்டிருந்தானோ? அப்படியான, எதிலும் பட்டுக்கொள்ளாத மனநிலை தனக்கும் வந்துவிடக் கூடாதா?

பாட்டி அதையெல்லாம் மிகுவிக்கவே இருந்தது. அக்காவைக் கூப்பிடும். அவள் எந்தச் சத்தமும் கொடுக்கவில்லை என்றால் பதறிப்போகும். இருக்கிற எல்லாரையும் ஒரு நிமிசத்தில் பதற அடித்துவிடும். அக்கா எந்தப் பக்கமாவது கொஞ்சம் வெளியில் போய்விட்டால் தேடி அலுத்தது. விட்டத்தை ஓடி ஓடிப் பார்த்தது. ராத்திரியில் அக்காவின் பக்கத்திலேயே படுத்துக்கொண்டது. ஏடாகூடமாக ஏதாவது செய்து கொண்டால்? பெரியப்பன், சித்தப்பன் எல்லாரும் அடிக்கடி வந்தார்கள். ஏதோ துக்கம் விசாரிக்க வந்தவர்கள் மாதிரி. இருக்கிற வேதனைகள் போதாதென்று நாய் மாதிரி மூஞ்சியைத் தொங்கப் போட்டுக்கொண்டு அவர்கள் வேறு. வந்தால் உலகத்தில் பேச விஷயங்களே இல்லாதுபோல், அக்காவைப் பற்றி மட்டும்தான் தெரிந்ததுபோல் பேசினார்கள். இவனுக்கு 'நச்' என்று முகத்தில் அப்படியே காறி உமிழ்ந்து துரத்திவிட வேண்டும்போல வெறி வந்தது.

எல்லாப் பக்கமும் விரட்டுகிற விரட்டோடு பத்தாவது பரிட்சை எழுதவிருந்தான். நினைத்தாலே பயம் வந்தது. புத்தகத்தை எடுத்தாலே தலை கிறுகிறுத்தது. படித்ததெல்லாம் அடுத்த நிமிஷம் மறந்தது. மற்ற பையன்கள் இராப்பகலாய்ப் படிப்பதைப் பார்த்து இவனுக்குக் கதறிக் கதறி அழ வேண்டும் போலிருந்தது.

○ ○ ○

அக்காவுக்கு மாப்பிள்ளை பார்த்துக்கொண்டிருந்தார்கள். நாலாம் பேருக்குத் தெரியாது. காதும் காதும் வைத்ததுபோல்

நடந்தது. தெரிந்தால் இதற்காகவே வண்டி கட்டிக்கொண்டு போய் இல்லாததும் பொல்லாததும் சொல்லிக் கலைத்துவிட்டு வருவதற்கு ஆட்கள் இருந்தார்கள். முந்திப் பீற்றித் திரிந்ததற்குப் பிராயச்சித்தமோ என்னவோ? செவத்தான், மாப்பிள்ளை பார்த்தான். இப்போதெல்லாம் அப்பனும் அவனும் ரொம்பவும் நெருக்கம். தினமும் சாராயக்கடைக்கு ஒன்றாய்த்தான் போவது. நன்றாக அடித்துவிட்டு வந்து உளறிக்கொட்டினார்கள். அப்பனுக்குச் சேர்வதும் இல்லை. அதிகமாகக் குடித்துவிட்டு இரவெல்லாம் கத்திக்கொண்டே கிடந்தார். குத்திக் குத்தி வாந்தியெடுத்தார். சோறும் சரியாகத் தின்னவில்லை. ஆள் குச்சியாட்டம் இளைத்துக்கொண்டேயிருந்தார்.

செவத்தானின் தொந்தரவு தாங்க முடிவதில்லை. கோழி கூப்படத்தில் வந்து உட்கார்ந்துகொள்வான். அந்நேரத்திலும் தலைகண்ட போதையாகத்தானிருக்கும்.

"இந்தக் கந்தசாமி இருக்கறானே அவன் மனுசனா? எச்சக்கல பொறுக்கி. குடியானவனாப் பொறந்தாப் போதுமா? குடியானவனாப் பொழைக்க வேண்டாம்? அமைச்சர் பதவி வேற? பலபற்ற சாதியில போயிப் பொண்ணுக் கட்டிக் கிட்டானே அப்பறம் அந்தப் புத்திதான் அவனுக்கிருக்கும். இருக்கட்டும்... இருக்கட்டும். எப்படியும் எங்கிட்ட வந்துதான ஆவோணும்? அடேய்... இந்தச் செவத்தான என்னுடா நெனச்சுக்கிட்ட? செவுனியில உட்டனா உக்கூருக்குப் போயி உழுவோனும். தெரிஞ்சுக்க ஆமா."

என்னவோ கந்தசாமி எதிரில் இருக்கிற பாவனையில் குரலை ஏற்றி இறக்கிக் கத்துவான். அக்காவைத் தேடிக் கார் எடுத்துக்கொண்டு போனதில் மூவாயிரம் செலவாகியிருந்தது. செவத்தான் குறைந்தது ஐந்நூறாவது அடித்திருப்பான். காடு புரோக்கர் என்பதோடு கல்யாணத் தரகும் ஆரம்பித்தாயிற்று. "மாப்ள மாப்ள" என்று இவனை அடிக்கடி தொந்தரவு செய்தான். அக்காவுக்கு மாப்பிள்ளை பார்த்தான் என்பதால் இவனும் அவனைச் சகித்துக்கொண்டு போக வேண்டியிருந்தது. அவன் வந்தால் போதும். அக்கா ஏறிட்டுக் கண்ணை உருட்டி ஒரு பார்வை பார்த்துவிட்டுத் திரும்பிக்கொள்வாள். அப்பனின் குடி, அம்மாவின் சண்டை, அக்காவின் மௌனம், அண்ணனின் கழுக்கம், செவத்தானின் நச்சரிப்பு எல்லாமாய்ச் சேர்ந்து இவனை வீட்டை விட்டுத் துரத்தின. எங்கேயாவது வெளியில் இருந்தால் நிம்மதியாய் இருக்கும் போலிருந்தது. முடிந்த அளவு அதிக நேரத்தை வெளியில் கழித்துவிடுகிற நோக்கத்தோடு ஓடிக்கொண்டிருந்தான்.

அதற்குத் தகுந்த மாதிரி நல்ல செட்டும் கிடைத்தது. காலனிக்கு ஐம்பது குடும்பங்கள் அளவுக்குக் குடிவந்திருந்தார்கள். இன்னும் வந்துகொண்டேயிருந்தார்கள். பத்தாவது பாஸாகிப் ப்ளஸ் ஒன்னில் சேர்ந்தபோது காலனிப் பையன்கள் மூன்று பேர் வந்து சேர்ந்தார்கள். கோபால், முரளி, கதிர்வேல். கோபால் ஆபீசர் வீட்டுப் பையன். முரளியின் அப்பா நூல் மில்லில் வேலைசெய்தார். கதிர்வேல் எலிமென்டரி ஸ்கூல் வாத்தியார் பையன். பள்ளிக்கூடம் போவது நாலுபேரும் ஒன்றாகத்தான். சைக்கிள் இருந்தது. வருவது, அரட்டையடிப்பது, சுற்றுவது என எதிலும் இணை பிரிவதில்லை.

சாயந்திரம் ஸ்கூல் விட்டதும் பஸ் ஸ்டேண்ட் வந்து கேர்ள்ஸ் ஹைஸ்கூல் பிள்ளைகளைப் பஸ்ஸேற்றி வழியனுப்பி விட்டு, மாடர்ன் கேப்பில் ஒரு டீ சாப்பிடுவார்கள். அப்புறம் மெல்லமாய்ச் சைக்கிள் மிதித்தால் காலனிதான். அங்கே வந்து ஒரு மணி நேரம், ஒன்றரை மணி நேரம் கோயில் திண்டில் உட்கார்ந்து கொண்டு அரட்டை. எதிர்த்தாற்போல் பஸ் ஸ்டாப். ஆட்டுருக்கான பஸ் ஸ்டாப் ஆட்டுப்பண்ணை தாண்டி இருந்தது. காலனி வந்ததும் இங்கே மாற்றிவிட்டார்கள். ஊரில் இது ஒரு கௌரவப் பிரச்சினையாக மாறிவிட்டது. கட்டைவீரன் இந்திப் போராட்டகாரன். தன் அந்தஸ்துக்கே அது பெரிய சவால் என்று கருதித் தடியை ஊன்றிக்கொண்டு நடுரோட்டில் நின்றுவிட்டான்.

"எந்தப் பஸ்காரன் நிக்காத போறானு பாத்தர்ரேன். கால் போனதுதான் போச்சு. இனி உசுருதான் போவட்டுமே மயிரு."

காலனி ஸ்டாப்பிங்கிலேயே குப்பன் செருப்புத் தைக்க உட்கார்ந்துவிட்டான். சின்னதாக ஓலைக் கொட்டகை போட்டிருந்தான். ஏதோ அவனுக்கேற்ற வருமானம். ராமயி எப்போதாவது அங்கே உட்கார்ந்திருப்பாள். இவனைப் பார்த்து "என்ன சின்னச் சாமி?" என்று கூப்பிடாமலே, கூப்பிடுவது போல இதழ் பிரியச் சிரிப்பாள். அவ்வளவுதான்.

இவர்கள் பேசுவார்கள், பேசுவார்கள், அப்படிப் பேசுவார்கள். பின்னால் நினைத்துப் பார்த்தால் ஒன்றும் நினைவிருக்காது. பஸ் ஸ்டேண்டில் காத்திருக்கும் பெண்களைப் பற்றித்தான் அதிகமாக இருக்கும்.

"மஞ்சத் தாவணி இன்னக்கிப் பாத்தயாடா? என்னோட ஆளு. அம்சமா இல்ல?"

"அத உடுடா. அவ சைடா நிக்கறப்ப அந்த சைடு போஸ் இருக்குதே. அதுதான்டா அப்படியே கெறக்கிடுச்சி."

"நீ வேற. அதெல்லாம் பொய்யிடா. பிரா போட்டு அப்பிடிக் காமிச்சுக்கறதுடா."

"போதுன்டா. என்னோட ஆளப் பத்தி இப்பிடி மட்டமாய் பேசாதீங்கடா. அவகிட்ட ஒரு நாளைக்கு நேர்லயே கேட்டரப் போறம் பாரே."

"என்னன்னு? மோடியா நாயுடு ஹாலான்னா?"

கோபால் கையை ஓங்கிக்கொண்டு வருவான். இவன் முகத்தை இழுத்துக்கொள்வான். கோபால் அவளைத் தீவிரமாகக் காதலிக்க ஆரம்பித்திருந்தான். மற்ற மூன்று பேரும் யாரையும் வரித்துக்கொள்ளவில்லை. பொதுதான். நிறைய விஷயங்களுக்குக் குரு என்றால் அது முரளிதான். அவன் மற்ற எல்லாரையும்விட இரண்டு வயது மூத்தவனாக இருந்தான். இவன் பேசக் கூசுகிற வார்த்தைகள் எல்லாம் அவன் வாயில் ரொம்பத் தாராளமாக வரும். இவனுக்குக் கூச்சமாக இருக்கும். நெளிந்து புன்னகைப்பான். "பொண்ணு வெக்கப்படுது டோய்" என்று சொல்லிச் சொல்லியே இவனை மாற்றிவிட்டான். சரியாக ஏழு மணிக்கு ட்யூசன் போய்விட்டு இரண்டு பெண்கள் வரும். அவர்களைப் பார்த்துவிட்டுத்தான் இவர்கள் பிரிவார்கள்.

இதெல்லாம் இவனுக்கு ரொம்பவும் வேண்டியிருந்தது. இவர்களோடு இருக்கும்போது மட்டும்தான் சந்தோசமாக இருப்பதாக உணர்ந்தான். எந்தக் கவலையுமற்றுப் பூஞ்சையாய்ப் பறக்கலாம். வீட்டுக்குப் போகிற நேரம் வந்துவிட்டால் நெஞ்சு படபடக்கும். என்னவோ நரகத்தை நோக்கிப் போவது போன்ற துடிப்பு. சில சமயம் படிக்கப்போகிறேன் என்று சொல்லிவிட்டுச் சினிமாவுக்குப் போவது. வீட்டில் கரண்ட் இல்லாதது நல்ல வசதி. கோபால் அடிக்கடி சினிமா பார்ப்பவன். முரளியும் கதிர்வேலும் வீட்டை மீறி வர முடியாது. அதனால் எப்போதாவது பள்ளிக்கூடம் 'கட்' அடித்துவிடுவதுண்டு. 'அலைகள் ஓய்வதில்லை' இரண்டாம்முறையாகப் போட்டிருந்தபோது காலைக் காட்சியும் மேனியும் அடுத்தடுத்துப் போனார்கள். 'உயிருள்ளவரை உஷா'வில் நளினியைக் கதிருக்கு ரொம்பவும் பிடித்துவிட்டது. ராதாவுக்கும் நளினிக்கும் அடிக்கடி சண்டை. சினிமா விஷயங்களை மனப்பாடமாக வைத்திருப்பதில் முரளிக்கு முதலிடம். அவர்கள் வீட்டில் பத்திரிகைகள் நிறைய வாங்குவதால் எல்லாம் படித்துவிட்டு வந்து சொல்வான்.

பெருமாள்முருகன்

வீட்டுக் கவலைகள் ஒன்றும் தீர்ந்துவிடுவதில்லைதான் என்றாலும், எல்லாவற்றையும் மறந்து கொஞ்சநேரம் சும்மா இருக்க முடிகிறதே என்ற நிம்மதி இவனுக்கு. அப்பன் முந்தி மாதிரி வேலை செய்யவில்லை. அக்காவுக்கு ஒரு வழி பிறந்தால் தான் தேறுவார் போலிருந்தது. சமயத்தில் காலனி வீடுகளுக்கு வேலி அடைக்க, புல் செதுக்க என்று வேலைக்குப் போனார். அம்மாகூடக் காலனியில் இரண்டு மூன்று வீடுகளுக்கு எருமைப் பால் கொடுத்தது. ஆனால் எல்லாம் ஒரே மந்தமாகவே நடந்தன.

மூனாம் பேருக்குத் தெரியாமல் கோழி கூப்பிடத்தில் அப்பன், அம்மா, செவத்தான் கட்டூருக்கு மாப்பிள்ளை பார்க்கப் போனார்கள். ஊரில் அக்காவைப் பற்றிய பேச்சு ஓய்ந்துவிட்ட தென்றாலும், சொந்தக்காரர்கள் யாரும் பெண் கேட்டு வர மாட்டார்கள். ஓடிப்போனவளைக் கட்டிக்கொள்ள யார் சம்மதிப்பார்கள்? இன்னும் சொன்னால், "தெரிஞ்சே குட்டைல உழுவ முடியுமா?" என்பார்கள். பவுன் நிறையப் போடுகிற மாதிரி இருந்தால் எவனாவது வந்தாலும் வருவான். அதற்கும் வழியில்லை.

கட்டூர் போய்விட்டு வந்தபின் வீட்டில் பெரிய சண்டை. இவனுக்கு விவரம் ஒன்றும் தெரியவில்லை என்றாலும் பேச்சி லிருந்து ஊகித்துக்கொள்ள முடிந்தது.

"ஆயிரஞ் சொன்னாலும் பிள்ளையக் கொண்டோயிக் குழியில தள்ள நான் உடமாட்டன்" என்று கத்தியது அம்மா. அப்பனும் செவத்தானும் சமாதானமாய்ப் பேசினார்கள்.

"ஆருக்குத்தான் குட்டைல கொண்டோயித் தள்ளறதுல பிரியமிருக்கு? குட்டை எது, கொளமெதுன்னு கூடவா எங்களுக்குத் தெரியாது?"

"தெரியும் தெரியும். மொண்டியா மொடவனா இருந்தாலுஞ் செரி. மொதக் கலியாணமின்னாக் கொடுக்கலாம். ஆயரஞ் சொத்துக்கு அதிவதியா இருந்தாலும் ரண்டாங் கலியாணம் வேண்டாம்."

"அறிவுக்கெட்டதனமாப் பேசாத. உம் பிள்ள அப்பிடியே ஒழுங்காத்தான் இருந்துட்டா. அவ பண்ணுன காரியத்துக்கு எவன் வருவான்? நீ வேணா நல்ல மாப்யா, உனக்குப் புடிச்ச மாதிரி கூட்டியா."

அப்பனுக்கு மூக்குக்கு மேல் கோபம்.

"இவனுக்கு என்னடி? மொதப் பொண்டாட்டி செத்து ஒரு வருசம் ஆவுது. கொளந்த குட்டி எதுங்கெடையாது. முப்பது முப்பத்திரண்டு வருசந்தான் இருக்கும். ஆளும் சின்னவனா அடக்க ஒடுக்கமா இருக்கறான். என்னமோ நம்மாட்டம் இல்லாதவன். நம்புளுக்காச்சும் வவுத்துக் கொறையில்ல. அவனுக்கு அதுக்கே கொஞ்சங் கஷ்டந்தான். அதனாலென்ன? வேல செய்யாதயா இருக்கறான்? ஆளு இருக்கறதுக்குக் கொஞ்சம் வசதி மட்டும் இருந்ததுன்னா நிய்யுநானுன்னு பொண்ணுக் குடுக்கப் போட்டியால்ல இருக்கும்?"

"ஒன்னும் யோசனையே வேண்டாம். இதயே முடிச்சுப் புடலாம். அப்பறமெங்க நல்ல எடத்துக்கு அலையறது?"

"அலையறதுக்குப் பயந்துட்டு அவளக் கொண்டோயிக் குழியில போடுங்க. இதுக்கு ரண்டு ருவாக்கி பாலிடேயரு வாங்கிக் குடுத்துக் கொன்னரலாம்..."

அம்மா ஆங்கரிப்போடு கண்ணீர் உகுத்துக்கொண்டு சத்தம் போட்டது. உள்ளே அக்காவிடமிருந்து விசும்பல்.

"ஆயாளும் மவளும் பேசி வெச்சிக்கிட்டு கனைக்கறீங்களா? பேச்சுக்கு மறுபேச்சுப் பேசனா வெட்டி உப்புக்கண்டம் போட்டுருவனாமா. செயிலுக்குப் போனா மசராச்சு."

அப்பன் சாமி வந்தவர்போல் கத்தினார். செவத்தான் மெல்லமாய் இடத்தைவிட்டுக் கழன்றுகொண்டான். அப்புறம் பேச்சு நின்றுபோனது. ராத்திரி தாத்தா பாட்டியிடம் அப்பன் யோசனை கேட்டார்.

"பையன் பரவால்லாத இருந்தாக் குடுரா. சொத்து என்ன மயரப் புடுங்கன சொத்து. பையன் நல்லவனாருந்தா சம்பாரிச்சுக் கறான். ரண்டாந்தாரமின்னாலும் மூத்தபுடிச்சி இல்லைலொ. அப்பறமென்ன?"

அவர்கள் பதில் இதுதான். நிலா வெளிச்சம். வாசலில் கட்டில் போடப்பட்டிருந்தது. முதுகுக்கு மட்டும் வெளிச்சம் படர உட்கார்ந்துகொண்டு தாத்தா அழுத்தமாய்ச் சொன்னார். கேட்டதும் அம்மா முணுமுணுத்தது.

"கெழவனுக்கும் கெழவிக்கும் என்ன வந்தது? நாந்தான் ஆத்துல அக்கப்பட்டுச் சேத்துல சிக்கப்பட்டுக் கெடக்கறன். எம் பிள்ளையும் அப்பிடியா போவோணும்?"

சட்டென்று அப்பன் திண்ணையிலிருந்து எழுந்தோடிக் கொண்டை மயிரைக் கவ்விப் பிடித்து முதுகில் கைவலிக்கக் குத்தினார். "அடிரா அடி. என்னயக் கொன்னுட்டு அப்புறம் சட்டிய எடுத்துக்கிட்டுப் போ" என்று அம்மா கத்தியது. கை ஓய்ந்து அப்பன் திண்ணைக்கு வந்தார்.

"அப்பமூட்டுல எருமச்சாணி அள்ளிக்கிட்டு கெடந்தவளக் கொண்டாந்து ஊட்டுல வெச்சா இதும் பேசுவா இன்னமும் பேசுவா. இப்பத்தான் வவுசி வந்திருச்சு..."

எத்தனை கத்தியும் ஒன்றும் எடுபடவில்லை. ஏற்பாடுகள் தடுபுடலாக நடந்தன. ஐந்து பவுன் நகை, பெட்டிப் பணம் ஐயாயிரம். கல்யாணச் செலவு முழுக்க இவர்களுடையது. கட்டூரிலேயே கல்யாணம். இங்கே கல்யாணம் வைத்து ஏதாவது ஏடாகூடமாக நடந்துவிட்டால் என்ன செய்வது? அரசல் புரசலாக அவர்கள் காதுக்குப் போனாலும் சமாளித்துவிடலாம். செவத்தான் அதைக்கூட மேம்போக்காகச் சொல்லி வைத்திருப்பதாகத்தான் சொன்னான். பிள்ளைக்கு ஏதோ குறை. இல்லாவிட்டால் இரண்டாந்தாரமாகத் தரமாட்டார்கள் என்பது அவர்களுக்கும் தெரியும். நாள் குறித்தாகிவிட்டது. கையில், கல்யாணப் பத்திரிகை. ஊர் அழைப்பு வேகமாக நடந்தது.

அக்கா அப்போதும் எதையோ பறிகொடுத்தவள் மாதிரி விட்டத்தைப் பார்த்துக்கொண்டுதானிருந்தாள். ஏதோ விதி என்று நினைத்தாளா? ஓடிப்போனவன் கூடவே இருந்திருக்கலாம் என்று நினைத்தாளா? அவனிடம் இருந்து தப்பிவிட்டதாகக் கருதினாளா? அதைப் பற்றியெல்லாம் வாய் திறந்து பேசவில்லை. அவனோடு பழகியது, போனது எதையும் சொல்லவில்லை. அக்காவைக் கூட்டி வந்தபின் அம்மா அவள் 'வெளியே' போகிறாளா என்பதை மட்டும் உன்னிப்பாகக் கவனித்தது. அக்காவைக் கேட்டும் சந்தேகம் தீரவில்லைதான்.

சந்தேகங்களுக்கும் அவநம்பிக்கைகளுக்கும் இடையே அந்தத் தவிப்பிலிருந்து ஒருவகையில் விடுதலை கிடைக்கிறதென்பதில் அவள் சந்தோசப்பட்டிருக்கலாம். எல்லாருக்கும் ஒருவகையில் சந்தோசம்தான். சனியன் ஒழிந்ததே. வீட்டிலேயே வைத்துக் கொண்டு யார் கஞ்சி ஊற்றுவது? ஊர் பேச்சைக் கேட்க முடியாமல் எத்தனை நாளைக்குக் காதைப் பொத்திக்கொள்வது? அக்கா வீட்டை விட்டுப் போவதில் எல்லாக் கஷ்டங்களும் ஒழிந்துவிட்டதைப் போன்ற சந்தோசம்.

ஏறுவெயில்

உ
சிவமயம்

காணத் தவறாதீர்கள் !   நீங்கள் ஆவலுடன் எதிர்பார்த்தது!!
கட்டணம் இல்லை!!!

திருமண வாழ்த்து

ஜனவரி 18ம் தேதி   இன்று முதல்
இப்படத்தின்மூலம் அறிமுகமாகும்

கட்டூர் நாயகன்   ஆட்டூர் நாயகி
வெங்கச்சாமி   **ரோசாயி**

இளங்கிளிகள் இணைந்து வழங்கும் இன்ப காவியம்
சம்மந்தி புரொடக்ஷன்சாரின் புதிய படைப்பு

மாட்டிக் கொண்டார் மாப்பிள்ளை

கலர் (A)

படப்பிடிப்பு	: திருமணமேடை	கதை வசனம்	: மாமன்மார்
கௌரவ நடிகர்கள்	: விருந்தினர்கள்	திரைக்கதை	: சகோதரிகள்
ஒப்பனை	: மணமகனுக்கு தோழன் மணமகளுக்கு தோழி	தயாரிப்பு, டைரக்‌ஷன்	: மாப்பிள்ளை வீட்டார்
சண்டைக் காட்சி	: சம்மந்திகள்	எடிட்டிங்	: நண்பர்கள்
கேமிரா	: கண்கள்	இசை	: மேள தாளங்கள்

மற்றும் திடுக்கிடும் சம்மந்தி சண்டைகள் வயிறு புடைக்கும் வாசனைமிகு சாப்பாடுகள் நிறைந்த புதுமை சித்திரம். இப்படம் 18-1-82 அன்று காலை காட்சியாக திரையிடப்படுகிறது.

எமது அடுத்த வெளியீடு

வெங்கச்சாமி ரோசாயி கூட்டு தயாரிப்பு பொழுதுபோக்கு
சித்திரம் இன்று இரவு பாடல் பதிவுடன் ஆரம்பம்

'ரோசாயி மடியில் குவா! குவா!!'

ஸ்டுடியோ : பெற்றும்   இயக்குனர் : வெங்கச்சாமி   தயாரிப்பு : ரோசாயி

இப்படத்தின் அவுட்டோர் காட்சிகள் தியேட்டர், பார்க், பீச், கொடைக்கானல், ஊட்டி போன்ற குளுமையான பகுதிகளில் பத்து மாதம் தொடர்ந்து நடைபெற்ற பிறகு திரையிடப்படும்.

இப்படம் பல்லாண்டு காலம் ஓட வாழ்த்தும் வினியோகஸ்தர்கள்

கோபால் முரளி கதிர்வேல்

ஆட்டூர் காலனி.
(அவுசிங் போர்டு)

6

சுடுகாட்டுப் பக்கம் 'ரவரவ' என்று சத்தமாகக் கிடந்தது. சாயங்காலம் கூட்டுக்குத் திரும்பும் காக்கைகள் கத்துவது போல. ஏரியின் மேல் உட்கார்ந்து படித்துக் கொண்டிருந்த இவனுக்கு யார் குரலும் தெளிவாகக் கேட்கவில்லை. என்ன பேச்சென்றும் புரியவில்லை. அடைத்துக்கொண்டு உயர்ந்து நின்ற வாதனாராம் மரங்களின் மேலெழுந்து வந்தது. புத்தகத்தை மூடிக் கிச்சத்தில் வைத்துக்கொண்டு நடந்தான். ஓட்டமும் நடையுமாக. காலனியில் விறகு போட்டுவிட்டு, வெறுங் கூடையைத் தலையில் கவிழ்த்துக்கொண்டு பாப்பாயாப் பாட்டி வந்தது.

"அதென்னமோ பொன்னு... சுடுகாட்டுல எதோ வேச்சியமாட்டம் இருக்குது. உங்கொப்பனுங்கூட இப்பத்தான் வீரக்காட்டுல உழுந்து ஓடுது."

போதையில் இருந்தால் என்ன செய்கிறோமென்றே அவருக்குத் தெரியாது. வாய்க்கு வந்ததைப் பேசிவிடுவார். "எப்பேர்ப்பட்ட கொம்பனா இருந்தாலும் எங்கிட்ட வாலாட்ட முடியாது." இல்லாததையும் பொல்லாததையும் பேசி யாரிடமாவது வலியச் சண்டைக்குப் போய் விட்டாரோ என்னவோ? வேகமாக நடந்தான். புழுதி ஒழவு ஒட்டிப் போட்ட காடுகள். பாதம் பொதபொத வென்று ஒரு முழம் உள்ளே போனது. தூரத்தில் இருந்து பார்க்க ஒவ்வொரு அடியும் பெருக்கான் வங்கு மாதிரி 'ஆய்' என்று தெரிந்தது. காலை இழுத்து இழுத்து ஓடினான். செம்புழுதி கால்களில் அப்பிக்கொண்டது. கரைக்குப் போய்க் கொஞ்சம் ஆசுவாசப்படுத்திக் கொண்டு, அடுத்த காட்டுக்குள் இறங்கி ஓடினான்.

கிச்சத்தில் இருக்கும் புத்தகம் நழுவி நழுவிக் கீழே விழுந்தது. தூரத்தில் குரல்கள் தெளிவற்றும் தெளிவாயும் கேட்கிற மாதிரி இருந்தது. படம்விட்டு வெளியே வருகிற தியேட்டர் கூட்டத்தின் இரைச்சல்.

தார் ரோட்டிலிருந்து சின்னூர் போகிற மண் ரோட்டின் ஓரத்திலேயே ஆட்டூர்ச் சுடுகாடு. அதை ஒட்டிச் சின்ன 'டெண்ட்' போட்டுச் சாராயக்கடை. அடிக்கடி அங்கேதான் அடிதடிகள், குத்து வெட்டுகள், குடும்பத் தகராறுகள் வெடித்து எழும். கட்டிப் புரண்டு உருண்டுவிட்டுப் பொச்சுக் குட்டு மண்ணைத் தட்டிவிட்டு, தோள்மேல் கை போட்டுக் கொண்டும் போவார்கள். இப்போதும் அது மாதிரியோ என்னவோ? வீரக்காட்டுக் கிணற்று மேட்டில் நின்று பார்த்தால் சாராயக்கடை வெறிச்சோடிக் கிடந்தது. ஒரு ஈ, காக்கை இல்லை. ரோடு முழுக்கத் தலைகளாக மிதந்தன.

"எவங் காலெடுத்து வெக்கறதுன்னு பாத்தர்றன் இன்னெக்கு."

"உங்களுக்குத்தான் இங்கக் காணாங் காணாங் கறாங்களா?"

"வெட்டிப் பொலி போட்டுருவன். ஆமா..."

ரோட்டை அடைத்துக்கொண்டு கூட்டம். சுடுகாட்டுக்குள் இறங்கும் தடத்தில் நின்றுகொண்டு கையை உயர்த்தி உயர்த்திப் பேசினார்கள். ஊர்க்காரர்கள் நான்கைந்து பேர்கள்தான். மற்ற எல்லாம் காலனிக்கூட்டம்.

"வேற எங்க வெக்கறது? எடஞ் சொல்லுங்க."

"காலனி டிச்சுல கொண்டோயிப் போடு. ஆருக்கென்ன?"

"நானும் காத்தால புடிச்சுப் பாத்துக்கிட்டே இருக்கறன். வர்றானுங்க. போறானுங்க. அவனிஷ்டத்துக்குக் குழிவெட்டறானுங்க. பாக்கலாமின்னுதான் இருந்தன்..."

ஆட்களை விலக்கிக்கொண்டு உள்ளே நுழைந்தான். பாடையில் பிணம். வயதான முகம். நிஷ்டையில் ஆழ்ந்து சத்தங்களை உள்வாங்கிக் கொண்டிருக்கிற தோற்றம். நெற்றியின் மத்தியில் சந்தனம் வைத்து நாணயம் பதித்திருந்தது. வெயில் பட்டு மின்னியது. பிணத்தை வைத்துத்தான் சண்டை. ஆட்டூர்ருக்கான சுடுகாடு அது. காலனிப் பிணங்களை அங்கே புதைக்கவிட முடியுமா? எந்த ஊரிலிருந்து வந்தவர்களோ? என்ன ஆட்களோ? சுடுகாட்டுப் புனிதத்தை இழந்துவிட்டு நிற்க இவர்கள் என்ன கூமுட்டைகளா?

"எடுத்தாந்தது எடுத்தாந்துட்டம். மறுபடியும் எங்கிங்க கொண்டோரது? இத மட்டும் உட்ருங்க."

"இன்னிக்கிக் கெஞ்சுவீங்க. நாளைக்கி... இதுதான் எங்களுக்கு மின்னு உரிமகொண்டாட வருவீங்க. காலனிக்காரம் புத்தி எங்களுக்குத் தெரியாது?"

அப்பன், தாத்தா, ஊர்ப் பண்ணையக்காரர் எல்லாரும் இருந்தார்கள். கையில் மண்வெட்டியும் தடியும். எதிரில் ஒரு கூட்டம். நாற்பது ஐம்பது பேர் இருந்திருப்பார்கள். அத்தனை பேரும் சலசலவென்று பேசிக்கொண்டு தள்ளி நின்றார்கள். அப்பன் முகத்தில் சின ஜ்வாலை எரிந்தது. எதிரில் நிற்கிற ஒவ்வொருத்தனும் காலனிக்காரன். அவன்களையெல்லாம் வெட்டிச் சாய்த்துவிட வேண்டும் என்ற வெறி. பிணத்துக்குச் சொந்தக்காரர்கள் தணிந்தும் கெஞ்சியும் கேட்டார்கள். முகங்களி லெல்லாம் வெயிலையும் மீறித் துயரத்தின் சாயை வடிந்தது.

"எடுத்தாந்த சவத்த எங்க கொண்டோரது?"

"உங்கூருக்குக் கொண்டோய்யா. இன்னக்கி வந்த எடுபட்டதுவ. இந்தச் சுடுகாடு காலகாலமா எங்களுது தான்யா."

"இருக்கட்டுமுங்க. நடு ரோட்டுல சவத்த வெச்சுக்கிட்டுப் பேசலாமுங்களா?"

"இவன் எவன்டா பேசறதுக்கு? மாமனா மச்சானா? தூக்கிக்கிட்டுப் போன்னாப் போ."

"குழி வெட்டும்போதே ஒரு வார்த்தை சொல்லியிருந்தா நாங்க கொண்டாருவுமுங்களா?"

"ஆரக் கேட்டுக் குழி வெட்டினீங்க. என்னதாஞ் செய்றீங் கன்னு பாக்கலாமுன்னுதான் இருந்தம்."

அப்பனைப் பார்க்க, இழுத்துக்கொண்டு போய்விடலாமா என்றிருந்தது. கையில் தடியை வைத்துக்கொண்டு அவர் ஆடிய ஆட்டம் இவனுக்குத் தாங்க முடியவில்லை. தாத்தா உருட்டிக்கோமணம் கட்டிக்கொண்டு தடியை ஊன்றி நின்றார். வார்த்தைகளைத் தெளிவாகக் கவனிக்க முடியவில்லை. ஆனால் ஏதோ பேசுவது புரிந்தது. திடீரென்று இரண்டு மூன்று பெண்கள் பாடையைச் சூழ்ந்துகொண்டார்கள். தலையை விரித்துப்போட்டுக் கொண்டு கதறினார்கள். பனம் பன்னாடையைக் கவிழ்த்து வைத்த மாதிரி கூந்தல் பின்னிக் கிடக்க, முகத்தில் அறைந்து கொண்டு அழுதார்கள்.

"நம்பெடத்துல இருந்திருந்தா நாலுசனம் நமக்கிருக்கும். நாடு மாறி வந்துட்டம்... நாதியத்துப் போனமப்பா..."

ஊர்ப் பண்ணையக்காரருக்குத் தாங்காத ஆத்திரம். பற்களைக் கடித்துக்கொண்டார். நாக்கைத் துருத்திக்கொண்டு முனிச்சாமி மாதிரி முன்னால் வந்து நின்றார்.

"பொம்பளய உட்டுட்டு மயக்கலாமுனு பாக்கறீங்களாடா? தேவிடியா முண்டைவ... வெட்டிருவம்..."

சட்டென்று அழுகையை நிறுத்திக்கொண்ட பொம்பளை கள் முகத்தில் பயபீதி உறைந்தது. யாரோ கையைப் பிடித்திழுக்கக் கூட்டத்துள் மறைந்துபோனார்கள். பிரச்சினை முடியட்டும் என்று கூட்டம் அங்கங்கே குழுமி நின்றது. கற்களின் மேல் உட்கார்ந்துகொள்ளவும் டீக்கடைக்குப் போகவும் நகர்ந்தார்கள். ஊரார் பக்கம் கூட்டம் சேர்ந்தது. பெண்டு பிள்ளைகளிலிருந்து குஞ்சு, குளுவான்கள்வரை வந்து நின்றுகொண்டார்கள்.

செத்துப்போன ஆளின் பையன் அர்பன் பேங்கில் ஏதோ ஆபிசராம். காலனிக்கு வந்து இரண்டு மூன்று மாதம்தான் ஆகிறது போல.

பாடையைச் சுற்றி ஊர்க்கூட்டம் நடப்பது கணக்காய் மக்கள். தனியாய்க் கூடிப் பேசிய காலனிக்காரர்கள் இரண்டு மூன்று பேர் மட்டும் வந்தார்கள். செத்த ஆளின் முகஜாடை கொண்டவன்தான் பேங்க் ஆபிசராக இருக்க வேண்டும். கலாமுலாவென்று வந்துகொண்டிருந்த சத்தத்தினூடே அவன் குரல் கம்மப் பேசினான்.

"என்னங்க... நாங்க தகராறுக்கு வல்ல. இந்தூரு வழக்க மெல்லாம் எங்களுக்குத் தெரியாது."

ஒரு குரல் இடைவெட்டியது.

"இப்பத் தெரிஞ்சுக்க."

"எவன்டா அவன்? அந்தாளுத்தான் சொல்றானில்ல. சொல்லட்டும் பாப்பம்."

பண்ணையக்காரர் அடக்கினார். மக்கள் சுற்றிலும் கூடி நிற்க அவருக்கான தோரணை வந்துவிட்டிருந்தது. தலைத் துண்டை அவிழ்த்துத் தோளில் மாலை மாதிரி போட்டுக் கொண்டார். கைகளை ஆட்டிக்கொண்டு முன்னால் வந்தார்.

"நீ சொல்லு."

"அதாங்க, அசலூர்க்காரன் நான். இந்தூரு வழக்க மெல்லாம் எங்களுக்குத் தெரியாது. ஊருக்குச் சுடுகாடு இதான்னு

சொன்னாங்க. அதாங் கொண்டாந்தம். இப்பப் பொணத்தத் தூக்கு தூக்குனா என்னங்க பண்றது? நீங்கதா ஒரு வழி சொல்லோணும்."

"இன்னம் என்னத்தய்யா வழி சொல்றது? தூக்கறதுதான் வழி."

"ஆளாளுக்கு ஒன்னு சொன்னா எப்பிடிங்க? நாலு பேரு வாங்க. நாங்களும் நாலுபேரு வர்றோம், அப்படி உக்காந்து பேசலாம்."

"ஆமாம் போ. போயி பொரிகடல வாங்கியா. தின்னுக் கிட்டே பேசலாம்."

கூட்டம் 'ஓஹோஹோ' என்று கைகொட்டிச் சிரித்தது. ஆபிசர் முகத்தில் அழுகை இப்பவோ அப்பவோ என்றிருந்தது. பண்ணையக்காரருக்கு அவன் தனது அடிமடியிலேயே கை வைத்துவிட்ட ஆவேசம். ஒரு கொத்து வேப்பந்தழையையும் கையில் கொடுத்துவிட்டால் சரியாயிருந்திருக்கும்.

"உக்கோந்து பேசறதா? என்னடா இது? ஆரோட ஆரு பேசறது? நூனாய மயிரெல்லாம் இங்க நடக்காது. எடுங்கடா."

"அய்யா ... இதே உங்க அப்பனோ மவனோ இருந்தா இப்பிடி நடுரோட்ல பொணத்தப் போட்டு வெச்சிருக்க உடுவீங்களா?"

"ஆருடா உன்னயப் போட்டு வெச்சிருக்கச் சொல்றா? தூக்குனு தான சொல்றம்."

"இப்ப நாங்க சொல்றதுதான். அங்க வந்து உக்கோந்து நாலூருப் பழம பேசறதுக்கு எங்களால ஆவாது. அதுக்குத் தேவையுங் கெடையாது. இங்க உடமாட்டம். எடுன்னா எடு."

பொம்பளைகளும் கத்திப் பேசத் தொடங்கினார்கள். அவர்கள் ஒன்றும் எடுக்கிற வழியாய்த் தெரியவில்லை. இன்னும் ஊராரை இளக்கிவிடலாம் என்ற நப்பாசையுடன் தனித்தனி யாய்ப் பேசிக்கொண்டும் யோசித்துக்கொண்டுமிருந்தார்கள். ஐம்பது பேர் புகுந்திருந்தால் ஊர்க்கூட்டம் நகர்ந்திருக்கும். ஆனால் புதைத்தால்கூடத் தோண்டி எடுத்து அக்கக்காக வெட்டி எறிந்துவிடுகிற வெறியுடன் நின்றார்கள். புகுந்து விடவும் தைரியமற்றுக் கலைந்துகொண்டிருந்தது காலனிக் கூட்டம்.

வீரன் ஒற்றைக் காலால் அழுத்திக்கொண்டு படுவேகமாக வந்தவன், சைக்கிளை அப்படியே சாய்த்து விட்டுத் தடியை

ஊன்றி நின்றான். கிடாய் மீசை தத்தளித்துத் துடித்தது. நெற்றிச் சுருக்கம் வரி வரியாய்ப் படிந்தது. கீழே புரளும் முடியை அனாயாசமாய் ஒதுக்கிக்கொண்டான். நாலே எட்டில் கூட்டத்தை அடைந்தவன் "யார்ரா அவன்?" என்று கத்தினான். பாடையைத் தடி ஊன்றித் தாண்டி நின்றான்.

"டேய்... தூக்குடா பொணத்த... தூக்குடா. காலனிக் காரனுவளுக்கு ஏத்தமேறிப் போச்சுரா. உங்க வண்டவாளத்த இங்க காட்டுனா... ஒட்ட நறுக்கிருவம் ஆமா. அன்னக்கி அப்பிடித்தாம் செவத்தானப் பொறுக்கிப் பயலெல்லாம் சேந்துக்கிட்டு அடிச்சுப் போட்டீங்க. இன்னிக்கு அவன் ஆஸ்பத்திரியில கெடக்கறான். கேக்கறதுக்கு ஆளில்லைனு நெனைச்சீங்களாடா? அவன் எதிர்க்கட்சியா இருக்கலாம். அதுக்காவ அடிச்சாச் சும்மா உட்ருவனா? வாங்கடா. சமுத்திருக்கறவன் வாங்கடா."

அவன் கோப்பாளி மீசை துடித்தது. உதடுகளைக் குவித்துக் கடித்து வார்த்தைகள் வெளிவராமல் தவித்து, 'புர்' என்று எச்சில் தெறிக்க ஒலியெழுப்பிக் கத்தினான். அவன் பேச்சை யடுத்துக் கப்சிப்பென்று மௌனம். எந்தத் தரப்பிலிருந்தும் மூச்சில்லை. பண்ணயக்காரர் வாய்க்குள் முனங்கிக்கொண்டு எச்சில் துப்பினார்.

போன வாரத்தில் காலனிக்குள் புகுந்து செவத்தான் அடிபட்ட கதையை வீரன் விஸ்தாரமாகச் சொல்லிக் கத்தினான். ஒரு வீட்டில் யாரோ ஒரு பொம்பளை மட்டும் இருந்திருக்கிறது. போதையில் போய் அந்த வீட்டுக் கதவைத் தட்டியிருக்கிறான் செவத்தான். அந்தப் பொம்பளை பயந்துகொண்டு கதவைத் திறக்கவில்லை. சன்னலில் கைவிட்டு அவன் எதை எதையோ உருட்டியிருக்கிறான். வாயில் கண்ட கண்ட வார்த்தைகளைப் பேசிக்கொண்டு கத்தியிருக்கிறான். அந்தப் பெண்ணுக்குப் பயத்தில் அலறல்கூட வரவில்லை. அடுத்த நாள் அவன், வேலை முடிந்து இன்னும் யாரும் குடிவராமல் இருந்த ஒரு வீட்டுக்குள் ரத்தக் காயங்களுடன் கண்டெடுக்கப்பட்டான். அடித்தது யார் என்பதெல்லாம் அவனுக்கே தெரியவில்லை. ஆஸ்பத்திரியில் கண் விழித்தபோது, "இருட்டு இருட்டு" என்று மட்டும் கத்தினான். ஒரு கால் முறிந்து கட்டுப்போட்டிருக்கிறது. கை பிசகிவிட்டது. மண்டையில் விரல் நுழைகிற அளவு காயம். அவன் செய்தது ஒருபக்கமிருக்க ஊர்க்காரனை எங்கிருந்தோ வந்த காலனிக்காரன் அடித்துப்போட்டது பொறுக்கவில்லை.

"பஸ்காரத் தாயோலிவ... காலனிக்காரச் சிறுக்கி வெல்லாம் சிங்காரிச்சுக்கிட்டு வந்தாளுவன்னாப் போதும்.

எவத்தயா இருந்தாலும் சட்டன் பிரேக் போட்டு நிறுத்தறானுவ. ஊர்ப் பிள்ளைவ வந்தா நிறுத்தறதுகூடக் கெடையாது. இந்த நாய்வள மொதல்ல அடுச்சு முடுக்கோணும்."

அப்புறம், பஸ் நிறுத்துவதற்குத் தான் செய்த வீரதீரப் பராக்கிரமத்தைத் தொடர்ந்து பேசத் தொடங்கினான் வீரன். பண்ணையக்காருக்குப் பொறுக்கவில்லை.

"நிறுத்துறா. இப்ப ஆவுற கதையப் பேசுவானாம். இல்லாத ஆவாவளியெல்லாம் பேசிக்கிட்டு ஆமா."

"அவம் பேசட்டும் உடு. காலனிக்காரனுவளுக்குத் திமிரடங் கோணும். இல்லைன்னா ஏறிக்கிட்டுத்தாம் போவும்."

சாராயக்கடைக்குள்ளிருந்து நேராக வந்த தாத்தா, உருட்டிக் கோமணத்தை உருவிக் கட்டிக்கொண்டு பாடைக்குப் பக்கத்தில் போனார்.

"டேய்... இப்ப எடுக்கறீங்களா, இல்லையாடா?"

அவர்கள் பக்கமிருந்து கொஞ்சம் சுதாரிப்பு வந்திருந்தது. பவ்யமான தோரணையில் பேசினார்கள்.

"எடுத்துக்கொண்டோயி எங்கீங்க பொதைக்கறது?"

"ஏரி கெடக்குதே மானாவாரியா? அதுல சுட்டுப் பொசுக்கே."

"தண்ணி வந்துருங்க அதுல."

"அடடா. உங்கொப்பன் தண்ணியிலே கரஞ்சு போயர் றானா? செத்த பொணம் எத்தெருவோ? போவியா."

"அதெப்படீங்க அப்பிடி உட்ர முடியுமா?"

"என்னடா கத பேசிக்கிட்டு? இப்ப நீங்க தூக்கறீங்களா இல்ல நாங்களாக் கொண்டோயி ரோட்டுக்கு அந்தப் பக்கம் போட்டுட்டு வர்றதா?"

அவ்வளவு நேரம் பொறுத்துப் பொறுத்துப் பார்த்துக் கொண்டிருந்த வயசுப் பையன் ஒருத்தன் வேகமாக முன்னே வந்தான். வெயில் சுள்ளென்று அவன் முகத்தில் ஏறியது.

"போட்ருவியா? கொண்டோயிப் போடு பாக்கலாம். அப்பறம் போலீசுதாம் பேசும் பாத்துக்க."

தாத்தாவுக்கு வெறி உச்சத்தை எட்டியது. கத்தினார்.

"மயிரெளவனுங்க. இவனுங்களோட என்னடா பேச்சு? புடுரா."

ஏறுவெயில் 95

பாடையைக் காலால் தட்டினார். சவம் ஒருமுறை புரண்டு குப்புற விழுந்தது. வீரன் வெற்றுப் பாடையைத் தடியால் எத்தினான். ஒரே சத்தம். "அய்யோ அய்யோ" என்று கதறல்கள். பாடையைத் தேடிப் பிடித்துச் சவத்தை ஏரியில் புதைக்க எடுத்துக்கொண்டோடினார்கள்.

எல்லாம் முடிந்து போலீசும் வந்தது. அப்பன், தாத்தா, வீரன் உள்ளிட்ட ஊர்ப் பிரமுகர்கள் பதினைந்து பேர் ஸ்டேஷனுக்குப் போனார்கள். போலீஸ் ஸ்டேசன்வரை வரவைத்துவிட்ட காலனிக்காரர்கள்மீது ஆத்திரம் மூண்டது. வன்மம், கோபம். முகம் தெரியாத எதிரிகள். ஒவ்வொரு வீடும் ஒவ்வொரு கல்லும் பகையாகிப்போயின.

O O O

முரளி சுண்டு விரலால் சிகரெட் சாம்பலைக் கீழே உதிர்த்தான். வானத்தை நோக்கிப் புகையை ஊதினான். ரொம்பவும் அமைதிக்கு அப்புறம் கேட்டான். "பில்லா, போலாமாடா?"

"டிக்கெட் கெடைக்குமா?"

கதிர்வேல் சினிமாவுக்கென்றால் வேண்டாம் என்று சொல்வதே கிடையாது. அடுத்த கட்ட நடவடிக்கைதான் அவனுக்கு முன்னே நிற்கும். கோபால் இதையெல்லாம் கொஞ்சமும் காதில் வாங்காமல் சுவரில் சாய்ந்துகொண்டு யோசனையில் இருந்தான். இவன் "வேண்டாண்டா. திங்கக் கெழம கணக்கு டெஸ்ட் இருக்குதுடா. ஒன்னும் போட்டே பாக்குல. அப்பறம் பரமசிவம் பார்வையிலயே எரிச்சுடுவான்" என்றான்.

பரமசிவம் கணக்காசிரியர். ப்ளஸ் டூ படிக்கிற பையன்கள் என்கிற மரியாதை கிடையாது. நாலு பேருக்கு முன்னாலேயே மானத்தை வாங்கும்படி பேசுவான். காதைப் பிடித்துத் திருகி இழுப்பான். அந்த ஆள் வகுப்பு முடிகிறவரை பையன்கள் பயந்து நடுங்கிக்கொண்டுதானிருப்பார்கள்.

"பெரிய கிழட்டி அவன். ஒரு நாளைக்கிப் பார்ரா. அவன, நாக்கப் புடிங்கிக்கறாப்பல நாலு வார்த்தை கேக்கல..."

"போதும் போதும் நிறுத்து. உங்க சாலாக்கமெல்லாம் அவன் கிட்டத்துல இல்லாதவரைக்குந்தாங்கிறது எனக்குத் தெரியும்டா."

"அடப்போடா. அந்தாளக் கண்டாலே ஒன்னுக்கு உடற பயந்தாங்கொள்ளி. நீ பேசற? ஏன்டா?"

கோபால் மௌனம் கலைத்தான்.

"பில்லா போலாண்டா."

"அருள்வாக்கே குடுத்துட்டாரு. அப்பறம் என்ன?"

"இதென்ன தானப்பசாமி அருள் வாக்கா? அப்படியே பலிக்கறதுக்கு?"

தானப்பசாமி காலனிக்கு வந்திருக்கும் சாமியார். வாரத்தில் இரண்டு நாள்தான். கார்தான். ஆள் படைதான். அருள்வாக்கு அப்படிப் பலிக்கிறதாம்.

"நாம ஒரு நாளக்கிப் போயிப் பாப்பமாடா?"

"இப்ப பில்லா போலாண்டா."

"நாளக்கிச் சனிக்கெழமதான, மேட்னி போலாண்டா."

மெல்லிய இருட்டு கவிந்துகொண்டிருந்தது. கோயில் திண்ணையில் ஈசல்கள் மொய்க்க ஆரம்பித்தன. சீக்காடிகள் சுளீர் சுளீரென்று கடித்தன. இவர்களைக் கடந்து ஒரு 'சுவேகா' போனது. செவத்தான்.

"இங்கயே ஒரு பில்லா போராம் பாருடா."

கோபால் கை நீட்டிக்கொண்டு அடக்கமாட்டாமல் சிரித்தான். ஆயில் எஞ்சின் ஸ்டார்ட் செய்யும்போது விட்டுவிட்டு வருகிற புகைமாதிரி. இவனுக்கு அருவருப்பாயிருந்தது. மூக்கு நுனியில் இலேசாய்க் கோபமும் முளைத்தது.

"அந்தாள எதுக்குடா பில்லாங்கற?"

"பொம்பள பொறுக்கியப் பின்ன என்னன்னு சொல்ற தாமா?"

அவன் மீண்டும் சிரித்தான். இவனுக்கு முகம் கடுகடுத்துப் போயிற்று. பேச்சில் வேகம் கூடியது.

"வார்த்தய அளந்து பேசுறா. எங்கூருக்காரனப் பத்தி என்ன வேண்ணாலும் பேசலாம், நாஞ் சும்மா இருப்பனு நெனைக்காத."

விரலை நீட்டி அவனை எச்சரிக்கிற பாவனையில் சொன்னான். இவன் எச்சரிக்கையைப் பொச்சில் துடைத்துக் கொண்டு, கோபால் மீண்டும் சிரித்தான். முரளியும் அவனோடு சேர்ந்துகொண்டான்.

"பெரிய உங்கூருக்காரன். காலனிக்குள்ள ஊடு பூந்து அடி தின்னவன்தான்? இன்னக்கி 'சுவேகா' வாங்கிக்கிட்டா உத்தமனா?"

"சாராயக்கடைக்கு மொதலாளி வேற ஆயிட்டான். அப்பற மென்ன உத்தமந்தான்."

இரண்டு பேரும் செவத்தானை இறக்குகிற இறக்கில் இவனுக்கு மிளகாய்ப் பொடியைத் தூவியது போலக் காரம் ஏறியது. 'அவன் கெட்டவன்தான். இருக்கட்டுமே? காலனியில அடிவாங்கி ஆஸ்பத்திரியில இருந்து வந்த பிற்பாடு ரொம்பவும் ஒழுக்கஸ்தனாக மாறிட்டான். அவனை இவன்கள் என்ன பேசுவது? செருவினிப் பசங்க' எனத் தோன்றியது.

அவனுக்கு இரண்டு ஏக்கர் காடு ரோட்டுக்கு மேலேயே இருந்தது. ஒரு லட்சத்துக்கு மனை போட்டு விற்றான். வண்டி வாங்கிக்கொண்டான். வீட்டைக் கொஞ்சம் அழகுபடுத்தினான். சாராயக்கடையில் கூட்டுச் சேர்ந்துவிட்டான்.

"எதோ தலைவரு போட்ட பிச்ச" என்பான்.

ஏதாவது காரியம் என்று போனால் அவனால் முடிந்த வரை உதவினான். கொஞ்சம் அவனுக்காகவும் கறந்து கொண்டான். 'தேனெடுக்கிறவன் புறங்கையை நக்காமல் இருப்பானா?' அரசியல் நியாயம் இருக்கவே இருக்கிறது. தலைவர் பிறந்தநாளன்று சாராயம் எல்லாருக்கும் ப்ரீ. ஆள்குடி ஆண்களும் பெண்களும் குடித்துவிட்டு ரோடு முழுக்க உருண்டார்கள். "தலைவரு மவராசன் செவத்தாரு உருவத்துல வந்திருக்கறாரு." அவன் எப்படி இருந்தாலும், அவனைப் பற்றிக் கண்டபடி பேசக் காலனிக்காரர்களுக்கு என்ன யோக்யதை என்று இவனுக்கு ஆவேசம் வந்தது.

"அவனப் பத்திப் பேச வேண்டாம். எனக்குக் கெட்ட கோவம் வரும். வேறக்கிப் போ" என்றான்.

"கெட்ட கோவத்தத்தாம் பாப்பமே? எங்க கொஞ்சம் கோபப்படுறா பாக்கலாம்."

கதிர்வேல் இவனைச் சீண்டினான். முகத்திற்கு நேரே சொடக்குப் போட்டு ஆட்காட்டி விரலை அசைத்தான்.

"டேய் அவுங்கூருக் கோயிலுத் திண்ணைடா. அடிச்சு முடுக்குனாலும் முடுக்கீருவான்."

இவன் முழுக்க எரிச்சலுக்குள் வீழ்ந்துபோனான்.

"எங்கூருக் கோயில்தான்டா. பின்ன உங்களுக்கா உடுவாங்க?"

"கோயில்னு இருந்தா எல்லாத்துக்கும் பொதுவுதான்டா."

"அதெப்படிப் பொதுவாயிரும். எங்க பரம்பரையா இருக்கற கோயிலு இன்னக்கி வந்த எச்சக்கலைக்கெல்லாம் சொந்தமா யிருமோ?"

சொற்கள் படபடத்து உதிர்ந்தன. அந்த வருசம் திருநாள் போட்டபோது காலனிக்காரர்கள் யாரிடமிருந்தும் வரி வாங்கவில்லை. வாங்கினால் நாளைக்குக் கோயில் உரிமை அவர்களுக்கும் வரும். அவர்களையும் கலந்துகொண்டுதான் எதுவும் செய்ய முடியும். அவர்களில் ஓராள் பண்ணயக்கார ராகவும் ஆகிவிட முடியும். ஊர்க்காரர்கள் கைகட்டி நிற்க வேண்டும். 'பலதுகளச் சேத்தா அதுதாங் கெதி!'

கோபால் சொன்னான்.

"வரி மட்டும் வேண்டாம். நன்கொடையாக் கொடுத்தா வாங்கிக்குவீங்க இல்லையா?"

"அதும் பாரு, நல்லாப் பெருசா வெங்கலத்துல உண்டியல் பண்ணி வெச்சுட்டாங்க. பூட்டப் பாரு தொண்ணையாட்டம். அதுல கொண்டாந்து காலனிக்காரங்க பணத்தப் போட்டா அலுங்காம குலுங்காம எடுத்துக்குவீங்க. ஏன்டா?"

உடலை நெளித்து ஆடிக்காட்டினான் முரளி. அவன் முகத்தை உற்றென்று பார்த்துக்கொண்டு, இவன் குரலை நீட்டிப் பேசினான்.

"பின்ன என்னடா? உங்களையெல்லாஞ் சேத்துக்கிட்டா எதாச்சும் பிரச்சனையின்னு வந்தாக் கதவ மூடிக்கிட்டு உள்ள உக்கோந்துக்குவீங்க. அதும் சன்னலையெல்லாம் இழுத்துச் சாத்தித் தெரையும் போட்ருவீங்க. உஸ்னு வாய்ல சத்தம் போட்டாப் போதும். கா கான்னு கத்திக்கிட்டு ஓடற காக்காக் கூட்டம். உங்களப் போயி எதுலயாச்சும் சேத்துவாங்களா?"

"இங்க பாருடா. ஒரேடியாப் பேசாத. இந்தக் கோயிலு என்னடா மயிரு. ஆயிரங் கோயிலு கட்டறம்டா நாங்க. தை மாசத்திக்கிப் பாரு கும்பாபிசேகம் பண்ணித் தொறக்கறம்."

"தொறப்பீங்க... நல்லா...?"

"அருள் நாயகன் தைப்பொங்கல் விழாக் குழுன்னு ஆரம்பிச்சுப் போட்டியெல்லாம் நடத்தப்போறம்டா. தில்லு இருந்தா உங்கூருக்காறனுவள வந்து கலந்துக்கச் சொல்லுடா."

பெரிய திட்டத்தை விவரித்துவிட்ட வேகத்தில் அவன் சிகரெட்டைப் பற்றவைத்தான். அவசரமாக வாங்கிக் கோபாலும்

ஒரு இழுப்பு இழுத்துக்கொண்டான். எதையோ சாதித்துவிட்ட மமதையில் புகை வட்டமடித்தது. இவனுக்கு என்ன பதில் பேசுவது என்று தெரியவில்லை. அமைதிக்கு இடையே இவன் சொன்னான், "நடத்துங்கடா பாப்பம். வெறுங்கையால மொழம்போடற மொட்டப்பசங்க நீங்க. உங்களத் தெரியாது எங்களுக்கு?"

"வெறுங்கைதான்டா சாதிக்கும். பாரேன், இந்தக் கோயிலயே கவர்மென்ட்டுக்கு எழுதிப்போட்டு எடுத்துக்கச் சொல்லப்போறம். அப்பறம் உங்க வாலு ஓட்ட நறுங்கிப் போவும்."

"எந்தக் கவர்மென்ட்டுக்காரன் வந்தர்ரான்னு பாக்கறமே. குதிங்காலு நரம்பத் துள்ளத் துள்ள வெட்டிப்புடுவம்டா. எங்களப் பத்தித் தெரியாது உனக்கு."

"எல்லாந் தெரியும். தேங்கா வாங்கக் காசிருக்காதாமா. தெண்டங் கட்டக் காசிருக்குமாமா. கஞ்சப் பிசினாறிங்க."

"டேய் ஆள வெச்சுப் பேசாத."

"நீதான்டா மொதல்ல ஆளப் பத்தித் தொடங்குன."

"சரி சரி உடுங்கடா. வேறெதாச்சும் பேசுவம்."

முரளி சலித்துக்கொண்டு சமாதானம் செய்ய வருகிறவனைப் போல் பேசினான். கோபால் எழுந்து ரோட்டில் நின்றுகொண்டு, லுங்கியை மேலே தூக்கிக் கட்டிக்கொண்டான்.

"ஆளப் பேசுனா என்னடா? நடுரோட்டுல நின்னுக் கிட்டுக் கத்துவன்டா. நீ மட்டும் அப்பலயே எச்சக்கலன்னு சொல்லுல?"

"கத்துடா பாப்பம். இப்பவும் சொல்லுவன் தெல்லவேரி."

"உங்க ஆளுங்களப் பத்தித் தெரியாதா எங்களுக்கு? சுடுகாட்டுக்குக் கொண்டாந்த பொணத்த எட்டி ஓதச்ச ஈவிரக்க மில்லாத ஆளுங்கதான்டா."

"ஆமாண்டா ஓதப்பம். அடிப்பம். அந்தப் பக்கம் காலெடுத்து வெச்சா வெட்டுவம்டா. எங்க சுடுகாட்டெ எதுக்கு உங்களுக்கு உடுவம்? கவர்மென்ட்ல சுடுகாடு கேளுங்களே? இல்லைனா ஊட்டுக்குள்ளயே பொதச்சுக்கோங்க. கோத்துப் போட்டுக்கிட்டுத் திங்கறதுன்னாலும் தின்னுங்க."

'பொறுக்கி ராஸ்கல், ஆளைப் பேசுறானாம்? எங்கிருந்தோ ஓடிவந்து குடியிருக்கிற இவனுக்கே இவ்வளவு இருக்குதுன்னா

காலங்காலமாக இங்கேயே குடியிருக்கற எங்களுக்கு எவ்வளவு இருக்கும்?' அப்படியே அவன் குரல்வளையைக் கடித்துக் குதற வேண்டும் போலிருந்தது இவனுக்கு.

"செரி. காலனிக்காரனுக்குச் சுடுகாடு உடமாட்டம்னா அப்பிடியேல்லொ இருக்கோனும். காலனியில இருந்தாலுஞ் செரி உங்காளுக்கு மட்டும் உடறிங்களே. அதெப்படி? வேற ஊர்ல இருந்து வந்தவந்தான் அவனும்?"

"இதுல ஆளு இல்லையாடா? வெறி புடுச்சவனுங்க."

இவனுக்குச் சட்டென்று பேச்சு அடைபட்டுப்போனது. வெறும் கோபம் கோபமாக வந்தது. அவர்களை இழுத்துப் போட்டு உதைக்க வேண்டும் போலிருந்தது. எதைச் சொல்லி மடக்குவது? என்ன பேசுவது. ஒன்றும் தெரியவில்லை. என்ன இருந்தாலும் ஊரை விட்டுக்கொடுக்க முடியுமா?

"அப்பிடித்தான்டா உடுவம். என்னங்கர?"

"இவுங்களுக்கு இப்பக் காட்ட வித்து வித்து நாலு காசு கையில வந்ததும் கண்ணுமண்ணு தெரீலிங்கறன்."

"டேய்... எங்கிருந்தோ வந்த ஊர்சுத்தி நாயி, நீ பேசறயாடா? அப்பிடியே இழுத்துவெச்சு அறுத்துப்புடுவன்டா. உங்கொப்பனுதையுஞ் சேத்து."

அவன் தலைமயிரை இவன் குத்தாய்ப் பற்றிக் கொண்டான். வட்டமடித்தான். சட்டையைப் பிடித்துக் குதறினான். கோபாலும் கதிர்வேலும் வந்து இரண்டு பேரையும் விலக்கிவிட்டார்கள். கொஞ்ச நேரம் யாரும் எதுவும் பேசவில்லை. எல்லோர் நெஞ்சிலும் குறுகுறுப்பு. இவன் பூனையைத் துரத்தி, ஓய்ந்துபோன நாய் மாதிரி பெருமூச்சு விட்டான். கலைந்த தலையைச் சிலுப்பிக்கொண்ட முரளி சொன்னான்.

"நடந்தத உடுங்கடா. இனிமே இப்பிடிப் பேச்சு நமக்குள்ள வேண்டாம்."

வாய் வார்த்தை சொல்லிக்கொண்டாலும் இறுக்கம் குலையாமலே பிரிந்து நடந்தார்கள்.

❄

7

ஓரத்தில் வந்துகொண்டிருந்த முரளி, சைக்கிளை அணைத்துப் பின்வாங்கி, இவனுக்குக் கண்சாடை காட்டினான். கோபாலையும் கதிர்வேலையும் முன்னுக்கு விட்டுவிட்டு, இவன் பின்வாங்கினான். சாலைக் குழிகள், ரோட்டை அடைத்துக்கொண்டு போன சைக்கிள்களை 'டிமுக்டிமுக்' என்று விழத்தாட்டின.

"ரண்டு பேரும் என்னமோ ரகசியம் பேசப் போறீங்களாடா? எங்களையுஞ் சேத்திக்குங்கடா. இல்லைனா பொல்லாப்புதான்."

"என்ன 'பேனா எழுதப்' போறீங்களா?"

அவனுக்குச் சிரிப்பு பொத்துக்கொண்டு வந்தது. கொஞ்ச நாளாக ரொம்பவும் உச்சத்தில் இருந்தான் கோபால். தங்கராசு இயற்பியல் ஆசிரியர். அப்போது தான் கல்யாணமாகியிருந்தது. அவர் வீட்டு மாடியறையில் ட்யூசன். அவருக்குப் படுக்கை அறையும் அதுதான். சாயந்திரம் ட்யூசனுக்குப் போனதும் கோபால் அறையை நோட்டம்விடுவான். ஒரு நாள் மூலையில் சுருட்டிக் கிடந்த பாயை எடுத்து விரித்தான். ஒரு சுருட்டை முடி கீழே உதிர்ந்தது. அதைச் சிறு குச்சியால் எடுத்துக் காட்டிக் காட்டி, வாயைப் பொத்திக்கொண்டு சிரித்தான். எல்லாப் பையன்களும் காணாததைக் கண்டுவிட்ட மாதிரி எட்டி விழுந்து பார்த்தான்கள். அந்தச் சுருட்டை முடியில் வாத்தியாரின் முதலிரவுக் காட்சியே தெரிகிற மாதிரி. கோபாலின் சட்டையை இழுத்துப் பிடித்து, வேகமாக இவன் கேட்டான்.

"என்னடா இது அசிங்கம்?"

அவன் சாதாரணமாகச் சட்டையை விடுவித்துக் கொண்டு சொன்னான்.

"ஒனக்கென்னடா தெரியும்? 'சாணி'யில கமலா விஸ்வநாதன் தொடர்கதை படிக்கறயா?"

"இல்ல. அதுக்கும் இதுக்கும் என்னடா?"

"அதுல ஒரு பொம்பளையோட 'அங்க' இருக்கற முடிய வெச்சே கொலகாரியக் கண்டுபுடிக்கறாங்கடா. இதெல்லாம் சயின்ஸ்டா."

இவனுக்கு அந்தக் கதையைப் படிக்க வேண்டும் போலிருந்தது. என்றாலும் 'வாந்தி வர்ற சயின்ஸ் போடா' என்று சொன்னான். இப்பிடிச் சின்னச் சின்ன விசயங்களிலெல்லாம் கோபால் தன் ரசனையைக் காட்டுவான். வர வர அவனுக்கு இதே பேச்சுதான். சமயத்தில் கேட்க வேண்டும் போலிருந்தாலும் சலித்துவிடும். அவனைப் புறக்கணித்துவிட்டு முரளியோடு பின்தங்கினான். அவர்கள் இரண்டு பேரும் கண்ணுக்குப் புள்ளியாய்த் தெரிகிறவரை காத்திருந்துவிட்டு முரளி சைக்கிளை நிறுத்தினான். புளிய மரத்து மறைவில் ஒன்னுக்கடித்துக் கொண்டே இவனிடம் கேட்டான்.

"உங்கண்ணன் குடிப்பாராடா?"

கேள்வியின் தினுசு ஒருவிதக் கலக்கத்தோடிருந்தது. இதென்ன இப்படிக் கேட்கிறான் என்றிருந்தது. இரண்டு பேரும் விமலா தியேட்டருக்குச் சினிமாவுக்குப் போன ஓரிரு சமயங்களில், 'இதுதான்டா எங்கண்ணன்' என்று காண்பித்திருக்கிறான். அவ்வளவுதான். மொத்தமாக இரண்டு மூன்றுமுறை தான் பார்த்திருப்பான். திடீர் என்று அவனைப் பற்றிக் கேட்கிறான். அதுவும் குடியோடு சம்பந்தப்படுத்தி. புரியாமல் இவன் கேட்டான்.

"எதுக்குடா கேக்கற?"

"சும்மாதாஞ் சொல்லு."

"முந்தியெல்லாம் காட்டுல கள்ளு குடிப்பான். இப்ப அவனுக்கு நேரமேது? ராத்திரி பன்னண்டு மணிக்கு மேல வர்றான். வேல ஜாஸ்தி. இப்ப அதுக்குக்கூடப் போறது இல்லயே."

முரளி சைக்கிளை எடுத்தான். கொஞ்ச நேரம் ஒன்றும் பேசவில்லை. பெரிய யோசனையில் இருந்த மாதிரி தெரிந்தது. வாய் பேசத் திறந்து திறந்து மூடியது. புளிய மரத்தை அண்ணாந்து பார்த்தான். இவனைப் பார்த்தான். முகத்தைக் கையால் துடைத்துக்கொண்டான். மூக்கின் மேல் வழிக்கிற கையை நிறுத்தி யோசித்தான்.

"என்னடா? எதா இருந்தாலுஞ் சொல்லு."

"தப்பா நெனச்சுக்காதடா. ஒன்னு சொல்லுவேன்."

"எதா இருந்தா என்னடா. தயங்காம சொல்லு."

இவனை நேராய்ப் பார்க்காமல் முன் சக்கரத்தைப் பார்த்துக் கொண்டே ஓட்டினான். குரல் மிக மெல்லிசாய் வந்தது.

"நாங்கூட ரண்டு மூனு தடவ குடிச்சிருக்கன்டா. ஒன்னும் பெரிய தப்பாச் சொல்லல. இருந்தாலும்..."

"சொல்லுடா. இப்பத்தாம் பெரிய இவனாட்டம்."

அவன் பீடிகை எரிச்சலூட்டியது. சுற்றி வளைத்து மூக்கைத் தொடுகிற பேச்சு.

"உங்கண்ணன நேத்துப் போதையில பாத்தன்."

'ஆள் அடையாளம் தெரியாமல் குழம்பியிருப்பான். ரண்டு மூனுமுறை மட்டுமே பாத்த முகத்தை இவனுக்கு நினை விருக்குமா? யாரையோ பார்த்துவிட்டு அண்ணன் என்று நினைத்துக்கொண்டு கேட்கிறான். காமாலைக்கண்ணன்.' சிரித்துக்கொண்டான்.

"எங்கண்ணன் மூஞ்சி உனக்குத் தெரியுமா?"

அவனது நினைவாற்றலைக் கிண்டல் செய்கிற மாதிரி இருந்தது இவன் பேச்சு. வகுப்பில்கூட, கொஞ்ச நேரத்திற்கு முன்பு சொல்லியதைத் திரும்பச் சொல்லமாட்டான். அதையும் குத்திக்காட்டுகிற மாதிரி அவனுக்கு உறைத்தது. கோபம், ரோசம் கொப்பளித்தன.

"உனைய உடக் கொஞ்சம் செவப்பு. தலைவர் மாதிரி நெளி எடுத்துச் சீவுன தல. கன்னங் கொஞ்சம் சப்புளிஞ்சிருக்கும். மீசையில நுனி மயிரு மட்டும் தெரியறாப்பல வளந்திருக்கும். மூக்கு மங்கி குழியில கெடக்கும். கண்ணு..."

"போதும் போதும். சொல்லு. எங்க பாத்த?"

முரளி சொன்ன அடையாளங்கள் சரியானவை. ஆனால் அவன் குடித்திருப்பானா? அதுவும் போதை தெரிகிற மாதிரியா? மினுக்கன். 'நாலு பேரிடம் கலகலப்பாகப் பேசத் தெரியாதவன். ஊமையன். அவனா?'

"நேத்து நானும் எங்க மாமனும் செகண்ட் ஷோ சினிமாவுக்குப் போயிட்டு வந்தம்மடா. ஒன்னு ஒன்னேகால் இருக்கும். அந்நேரத்தில ஒரு ஈ குஞ்சு இல்ல. சத்தமே கெடையாது.

ரேசன் கடை மூலையில காலனிக்குள்ளதான் ரண்டு மூனு பேரு ஹோஹோன்னு சிரிச்சுக்கிட்டு நின்னாங்க. எங்களுக்கு ஒன்னுங் தெரியில. பக்கத்துல போயி ஆரு்ன்னு பாக்கலாமுன்னு போனம். எங்கள அவங்க சட்ட பண்ணவே இல்லடா. அப்பறம் பாத்தா திடீர்னு தகராறு பண்ணிக்கிட்டாங்க. ஆளாளுக்கு அடி ஒத. ஒருத்தனுக்குக்கூடக் கால் தரையில நிக்கல. பாத்தா உங்கண்ணும் அதுல ஒருத்தன். மத்தவனெல்லாம் வெட்டுர்க்காரனுவளாம். எங்க மாமஞ் சொன்னாரு. எனக்கே மொதல்ல சந்தேகமாத்தான் இருந்துச்சு. ஆனா லைட்டு வெளிச்சத்துல நல்லா உத்துப் பாத்தன். உங்கொண்ணந்தான்டா."

ராத்திரியில் யாருக்கும் தெரியாமல் வருவான். காலையில் எல்லாரும் போனபின் போவான். குடித்திருந்தால்கூட யாருக்கும் தெரியாதுதான். ஆனால் இப்படி செட்டுச் சேர்ந்து ரகளை பண்ணுவானா?

இவனுக்குத் தலை சுற்றியது. சைக்கிளை நிறுத்திவிட்டு அப்படியே உட்கார்ந்துகொள்ள வேண்டும் போலிருந்தது. எதை எதைத்தான் தாங்குவது? இடிகளிலிருந்து கொஞ்சம் கொஞ்சமாக இப்போதுதான் வீடு மீண்டுகொண்டிருக்கிறது. மறுபடியுமா? சுடுகாட்டு விஷயத்தில் அப்பனை ஜெயிலுக்குக் கொண்டுபோய் ஒரு வாரம் போட்டுவிட்டார்கள். ஊரே பொறுப்பெடுத்துக்கொண்டால், அதில் பிரச்சினை இல்லாமல் போனது. அக்கா கல்யாணமாகிப் போனவள்தான். எப்போதாவது 'ஆடிக்கொருக்கா அமாவாசைக் கொருக்காத்தான்' இந்தப் பக்கம் வருவாள். ஏதோ நாலாம் மனுஷர் வீட்டை எட்டிப் பார்க்கிற மாதிரி. அப்பனோ இதை எல்லாம் பார்க்கச் சகிக்காமல் பட்டிக்குடிசில் அடைந்துகொள்வார். தாத்தாவும் பாட்டியும் சண்டையும் சச்சரவுமாகக் காலத்தை ஓட்டினார்கள். அவர்கள் உடல்கள் எலும்பும் தோலுமாகத்தான் இருந்தன. வழித்து எறிந்த சோற்று நுரைக் கணக்காய் உடல்கள் சுருக்கம் படிந்து குறுகி இளைத்துக்கொண்டிருந்தன. யார்தான் செழு செழுப்பாய் இருந்தார்கள்? சித்தப்பன் கதையும் இப்படித்தான். மூட்டை தூக்கித் தூக்கி நெஞ்சில் சீழ் கட்டிக்கொள்ளும் போலிருந்தது. அதற்கு வேண்டியே எந்த நேரமும் போதையில் தான் இருந்தார். கண்கள் கோவைப்பழமாய்ச் சிவந்து போயிருந்தன.

ஏன் இப்படி ஆயிற்று என்று யோசித்தால், எல்லாம் காடு போன நேரம் என்றுதான் நினைக்கத் தோன்றியது. எத்தனை கலகலப்பாகவும் உற்சாகமாகவும் இருந்த வாழ்க்கை? தூக்கி எறியப்பட்டு இன்றைக்கு இந்த நிலை. அண்ணன்கூட இப்படி ஆவானா?

ராத்திரி இவன் தூங்கவில்லை. எதிரில் ஆள் வருவது தெரியாத அமாவாசை இருட்டு. இவன் கொட்டாய்க்கு உள்ளே படுத்திருந்தான். வாசலண்டையில் அம்மாவின் கட்டில். எதிரில் கொஞ்சம் தள்ளித் தாத்தா கொட்டாய். இரண்டு பேரும் அல்லை அல்லையாய்க் கட்டில் போட்டிருந்தார்கள். பக்கத்தில் சோறாக்கும் கொட்டாயில் விளக்கு வெளிச்சம் மினுங்கியது. அதுவரைக்கும் அண்ணனைக் காணோம். எப்படியும் அன்றைக்கு அவனைப் பார்த்துவிட வேண்டும் என்றுதான் கொட்டக் கொட்ட விழித்திருந்தான். புரண்டு புரண்டு படுத்தான். கட்டில் முள்ளாய் உறுத்தியது. கோழி கூப்பிட்டது. அகாலத்தில் கூவியதா? நேரம் தெரியாமைக்கு நிலா வெளிச்சமாக இருந்தால்கூடச் சொல்லலாம். கருகும்மென்ற இந்த இருட்டிலுமா இன்னும் காணோம்? நடுச்சாமத்தில் வந்து யாருக்கும் தெரியாமல் படுத்துக் கொள்கிற ராஸ்கல்.

மணி கிணற்று மேட்டின் மேல் நின்றுகொண்டு ஊளை யிட்டது. சாமத்தில் ஊளை. அடித்துத் தூக்கியெறிய வேண்டும் போலிருந்தது. என்னவோ எல்லாம் போய்விட்ட மாதிரி அதன் ஒப்பாரி. காலனிக்குள்ளேயே சுற்றிக் கிடந்திருக்கலாம் இது. ஏரித் தண்ணீரில் கொட்டாய் முழுகிப்போய்த் தாத்தாவும் பாட்டியும் வளவுக்கு வந்த பின், ஊரையே ஒரு வட்டமடித்துக் கொண்டு வீட்டுக்கு வரும். வளவின் கடைசியில் வீடிருந்ததால் அப்படி. ஏதாவது போட்டால் தின்றுவிட்டு மறுபடியும் சுற்றிக் கொண்டு காலனிக்கு வந்துவிடும். வளவுக்கு உள்ளே புகுந்து வராது. ஊர் நாய்களோடு சண்டை போட வேண்டும். ஏதோ அந்நிய முகம் நுழைந்துவிட்ட மாதிரி எல்லா நாய்களும் சேர்ந்துகொண்டு குதற வந்துவிடுகின்றன. வாலை இடுக்கிக் கொண்டு தப்பி ஓடுவதற்குள் போதும் போதுமென்றாகிவிடும். அதனால் இதுவே வழி கண்டுபிடித்து வைத்திருந்தது. காடு வாங்கி வந்ததும், மணியும் சந்தடி இல்லாமல் இங்கே வந்துவிட்டது.

ஊளையிடுவதை நிறுத்திவிட்டுக் குரைத்தது. தூரத்தில் இருந்த நாய்களெல்லாம் பின்பாட்டுக் குரலெடுத்தன. வண்டித் தடத்திற்குப் போய் 'வள்வள்'என்று வேகமாய்க் குரைத்தது மணி. சட்டென்று ஒன்றும் இல்லாத மாதிரி அமைதியாகி விட்டது. இவன் தலையை லேசாய் உயர்த்திப் பார்த்தான்.

சைக்கிள் படபடக்கும் சத்தம். தள்ளிக்கொண்டு வந்த உருவம் தெரிந்தது. அவன் காலடியில் வாலை ஆட்டிக்கொண்டு மணி உரசியது. "ம்ம்" என்று முனங்கியது. அவன், "ச்சீப் போடா" என்று இருட்டில் குத்து மதிப்பாய் ஒரு உதைவிட்டான். வலியில் மணி சத்தத்தோடு ஒதுங்கிக்கொண்டது. எழுந்து

போகலாமா எனத் தோன்றியது. இவனுக்கு முன் எழுந்து கொண்ட அம்மா அவனை நோக்கிப் போனது.

"ஏன்டா என்னய இந்தப் பாடு படுத்தற?"

தலையில் நச்சென்று ஒரு குட்டு விழுந்தது. அவனுக்குத் தலை நிற்கவில்லை. மெல்லக் குனிந்தபடி சைக்கிளைச் சாய்த்து நிறுத்தி ஸ்டேண்ட் போட்டான். தடுமாறியவனைக் கையைப் பிடித்துக் கூட்டிப்போனது அம்மா. படுத்துக்கொண்டே பார்த்த இவனுக்கு எரிச்சல் மண்டியது.

'அம்மா, இதெல்லாம் தெரிந்தும் ரகசியமாய் வைத்திருக்கிறாயா? என்ன அம்மா நீ? பெற்ற பையனின் யோக்கியதையை மூடிமூடி அவனைக் காப்பாற்றுவதாக எண்ணமா? எத்தனை நாளைக்கு? நீ காப்பாற்றுகிறவரை அந்தத் தைரியத்தில் அவன் குடிப்பான். ரகளை செய்வான். யாருக்கும் தெரியாமல் தின்று விட்டுக் கட்டையைக் கிடத்திக்கொள்வான். அம்மா, நீ செய்வது உன் மகனை ஊக்கப்படுத்தும். அவனை அவன் செய்கிற தவறுகளிலிருந்து தப்புவிக்கும். அதுவும் தற்காலிகமாகத்தான். அவன் குடிக்கிற அளவு உயர உயர நீ போட்டுவைத்திருக்கும் தடுப்புச் சுவர்களெல்லாம் தரைதட்டிவிடும். சரிந்து விழுந்து வெட்ட வெளியாகிவிடும். அப்போது, அவன்தான் நிர்வாணமாக நிற்பான். அவனைத் தப்புவிக்காதே அம்மா. அவனுக்கு எதற்குச் சோறு போடுகிறாய்? குடிக்கிற மகன் வெறும் வயிற்றோடு படுத்தால் குடல் வேகும், குண்டி வெடித்துவிடும் என்றா? அவனை இத்தனை அக்கறையாய்க் கவனித்துக்கொள்ள ஆளிருக்கும்போது, குடிப்பதைப் பற்றி அவனுக்குக் குற்ற உணர்வா வரும்? மகிழ்ச்சியாகக் குடிப்பான். மறைக்கிறவரை குடிப்பான். தெரிந்தால் வெளிப்படையாகக் குடிப்பான் என்று பயப்படுகிறாயா? மட அம்மாவே... வெளிப்படையாகக் குடிக் கட்டும். தப்பு செய்கிறவன் மறைவாக இருக்கிறவரை ஒரு பாதுகாப்பு உணர்ச்சியோடு இருப்பான். அது அற்றுப் போகட்டும். அவனுக்கு வாழ்க்கை பற்றிப் பயம் வரட்டும்.'

அம்மா உள்ளுக்குள் திட்டிக்கொண்டே சோறு போட்டது. அண்ணன் குடிக்கிறான். இது வாடிக்கை என்பது வெட்ட வெளிச்சமாகிவிட்டது. இப்போது என்ன செய்வது? அம்மா வையும் சேர்த்து வெளியே இழுக்க வேண்டியதுதான்.

இருளில் அசைவற்றுப் பட்டிக்குப் போனான். அப்பனின் குறட்டைச் சத்தம். ஆடுகளின் செருமலோடு இணைந்து வித்தியாசம் காண முடியாமல் வந்தது. "அப்பா அப்பா" மெல்லக் கூப்பிட்டான். ஆரியக்கல்லில் நெரிக்கிற மாதிரி பல் நெரிக்கிற சத்தம். யாராவது புதிதாக வந்தால் பயந்து

போவார்கள். எதற்குத்தான் இப்படிப் பல்லை நெரிப்பாரோ? 'ங்கே' என்று திடுக்கிட்டு விழித்துக் கீழே இறங்கி வந்தார். "என்னடா?" அவர் குரலில் பதற்றம்.

"உன்னோட மூத்த பையன் வந்து நிக்கிற கோலத்தப் பாரு. வா."

"என்னடா என்ன ஆச்சு?"

"தலகண்ட போதைப்பா. தெனமும் இப்படித்தான் வாரா னாட்டம் இருக்குது."

"அட அலும்பே. குடும்பத்துத் தலையில கல்லப் போட இவனும் வந்துட்டானா?"

இருளில் அப்பனைத் தொடர்ந்தாள். ஆடிப்போன உடம்பு குலுங்கியது. அவரால் வேகமாக அடி எடுத்துவைக்க முடிய வில்லை. இருட்டிலும் கோவணம் வெள்ளை கோடாய்த் தொங்கியது. நாலைந்து ஈத்துப் போட்டுவிட்ட கிழட்டு வெள்ளாடாய்த் தொய்ந்து நடந்தார். அண்ணன் சாப்பிட்ட வட்டிலை ஊற்ற அம்மா வெளியே வந்தது. இவர்களின் அரவத்தில் 'ங்கூ...' என்ற கேவலோடு அம்மா பயந்து ஒடுங்கியது.

"ஏங் கத்தற? நாங்கதான். உம் புத்தரனக் கூப்பிடு."

"அவம் படுத்துக்கிட்டானே."

"படுத்திருப்பான் படுத்திருப்பான். டேய், எந்திரிச்சு வாடா."

வீட்டுத் திண்ணையில் இருந்து எழுந்து வெளியே வந்தான். ஆட்டத்தைக் கட்டுப்படுத்த ரொம்பவும் முயன்றான். நேராக நிமிர்ந்து நின்றான். கால்களை அழுத்தி ஊன்றினான். "ஏம்பா?" என்று சத்தம் போட்டுக் கேட்டான்.

"எத்தன நாளாடா இந்த வேல?"

கொஞ்சமும் வேகமின்றி அப்பன் கேட்டார். அதில் எதை எதையோ அனுபவித்துக் களைத்த தொனி.

"எந்த வேலைப்பா?"

"போதையில நிக்கறியே இதுதான்."

"ஆரு போதைல இருக்கறா?"

அண்ணன் சத்தமாய்ப் பேசினான். குரலே அடித்துவிட வருகிற மாதிரி. எச்சில் வட்டிலைக் கையில் வைத்துக்கொண்டு அம்மா இவனைப் பார்க்கிற பார்வையில் தீ கொழுந்துவிட்டது.

"ஒன்னுந் தெரியாத சிந்துகள்ளன்டா நீ. எனக்கு எல்லாந் தெரியும். நாளைல இருந்து சினிமாக் கொட்டாய்க்கும் போக வேண்டாம். ஒன்னும் வேண்டாம். காட்டோட கெட."

"எனக்கென்ன தலையெழுத்தா? கோமணத்தக் கட்டிக்கிட்டு ஆட்டும் பொறத்தாண்ட சுத்தறதுக்கு?"

அவன் குரல் பிசிறின்றி நிதானமாய் வந்தது. அப்பன் அவன் பேச்சில் தடுமாறிப்போனார். இதுவரை அவரை எதிர்த்துப் பேசாதவன். சொன்னதை அப்படியே கேட்டுக்கொள்கிற அப்பாவி. மசையன். அவன் குரல் ஆளை விழுத்தாட்டுகிற மாதிரி வருவதைப் பொறுத்துக்கொள்ள முடியவில்லை.

"பின்ன பெரிய ஜமீனூட்ல பொறந்துட்ட. படுத்துக்கிட்டே திம்ப புடி."

"பணங் குடு. நாஞ் சோடாக்கடை வெக்கறன்."

"குடிச்சுப்புட்டுத் தலையில நடக்கறவனுக்கு எத நம்பீடா குடுக்கறது?"

அப்பனின் குரல் நடுங்கியது. காற்றில் அசைந்து பிசிறு தட்டியதோ என்னவோ?

"நாங்குடிப்பன். என்னமோ பண்ணுவன். உங்கிட்டக் காசு கேக்கறனா? நாஞ் சம்பாரிக்கறன். ஊட்டுக்கு ஒழுங்காக் காசு குடுக்கறனா இல்லயா?"

கல்லின் மேல் உட்கார்ந்துகொண்டான். தலையை நட்டுக் கொண்டான்.

"சம்பாரிச்சா உங்கள ஒன்னுங் கேக்கக் கூடாதுங்களோ?"

"எனக்குக் கட வெக்கக் காசு குடு. அப்பறம் குடிச்சனாக் கேளு. உன்னாட்டவே என்னயும் இந்த வரக்காடச் சுத்திக் கிட்டுக் கெடன்னா கெடப்பனா?"

"கட வெச்சு நடத்திப்புடுவியோ?"

"ஏன் நடத்தமாட்டனா? நீ குடுத்துப் பாரு."

அம்மா பொறுக்க முடியாமல் இடையில் நுழைந்தது.

"அவந்தான் சொல்றானில்ல. காசுதாங் குடுக்கறது. கட வெச்சா அழிச்சாபுடுவான். அவன் கைலதான் தொழிலு இருக்குது. நம்மளாட்டம் காடே கெதின்னா கெடக்கறான்?"

"நீ மூடிக்கிட்டுக் கெடி. அவனாச்சு. நானாச்சு. நிய்யென்ன தானாவதி. குடிச்சுப்புட்டு வற்ற எச்சக்கலயனுக்குச் சப்போட்டு."

"நீ மட்டுங் குடிக்காத மணக்கறியா?"

சாமி வந்தவர்போல் 'ங்ங்' என்று பல்லைக் கடித்துக்கொண்டு எழுந்தார். கையில் சிக்கிய கொட்டத் தடியை எடுத்து அம்மாவைச் சாத்தினார். இருட்டை உடைத்துக்கொண்டு, "பாவி பாவி கொல்லுறா" என்றது அம்மா.

காய்ந்த தடி ஒடிய ஒடிய வெளுத்தார்.

"அம்மாள எதுக்கு அடிக்கற, உடு அத."

அண்ணன் அப்பனை நெட்டித் தள்ளினான். அப்பன் வாசலில் குப்புற விழுந்தார். இவன் ஓடி அவரைத் தூக்கினான். சத்தம் கேட்டு இருட்டைத் துழாவிக்கொண்டு கவனித்தார்கள் தாத்தாவும் பாட்டியும். அப்பன் காலில் கல்வெட்டி இவன் கையில் பிசுபிசுப்பாய் ரத்தம் வடிந்தது. "அய்யோ அப்பா" கதறலோடு துணியைத் தேடி எடுத்துக் கட்டினான். அண்ணன் மறுபடியும் கல்லின் மேல் தலை நட்டு உட்கார்ந்துகொண்டான்.

"அடேய்... அப்பன அடிக்கிற அளவுக்கு ஊத்தம் ஏறிப் போச்சாடா? குடிகார நாயி."

அண்ணனின் முடியைக் குவியலாய்ப் பற்றி இழுத்து முதுகில் குத்தினான். அவன் வெறியில் 'வவ்'வென்று, இவன் கையைப் பிடித்துக் கடித்தான். இரண்டு பேரும் மண் வாசலில் உருண்டார்கள். அப்பனும் அம்மாவும் "டேய்... டேய்..." என்று இரண்டு பேரையும் விலக்க முயன்றார்கள்.

"ஏன்டா இப்பிடிப் பண்றீங்க? ஆளாளுக்குக் குடும்பத்தக் கொலைக்கறதுக்கன்னே இருக்கறீங்களே. பொறுப்பாப் பொழங்கடா தாயோலிவளா."

திண்ணையிலிருந்து தாத்தா அழுதார். அவர் குரல் தனியாய்க் காற்றோடு கரைந்துபோய்க்கொண்டிருந்தது.

○ ○ ○

வீட்டுக்குள் அம்மா தலைகுப்புறக் கிடந்தது. சுற்றிலும் சாணிப்புழுதி கரை கட்டிய மாதிரி வட்டமிட்டிருந்தது. அவிழ்ந்து சடைபிடித்துக் கிடந்த முடியைக் கையால் அள்ளி முடியவும் நேரமற்றுப் போனது. வயிற்றுக்கு ஏதாவது போடவும் கவன மில்லை. யார் என்ன சொன்னாலும் எழ மறுத்தது. அப்பன் போட்ட அடியைவிட மனப்பாரம் அதிகமிருக்கும். எப்படி யெல்லாம் கஷ்டப்பட்ட பணம். எல்லாவற்றையும் ஆசை அடித்துக்கொண்டுபோய்விட்டது. அம்மாவின் அந்த உப்பிய மூஞ்சியைப் பார்க்கவே இவனுக்கு அருவருப்பாய் இருந்தது. அண்ணன்தான் எழுப்பி எழுப்பிப் பார்த்தான். "போடா" என்று ஒற்றைக் கையால் ஒதுக்கிவிட்டுப் படுத்துக்கொண்டது.

பால் பீய்ச்சக்கூட எழவில்லை. காலையில் அப்பன் கன்றுக் குட்டியை அவிழ்த்துவிட்டார். சாயங்காலம் இவன் பீச்சினான். இதுநாள்வரை பழக்கமில்லை. இந்த எருமை யார் பீய்ச்சினாலும் பொடுவாட்டம் நிற்கும். மடிகூடப் பூ முலைதான். தொட்டால் பால் சிதறும். வைமுலையாக இருந்தால் இரண்டு கையையும் வைத்துக் குஞ்சிக் குஞ்சி இழுத்தாலும் வராது. இவன் மெல்ல மண்டியிட்டு, குந்துகால் வைத்துக்கொண்டு பீச்சினான். அப்பன், முன்னால் நின்றுகொண்டு முகத்தைத் தடவிக் கொடுத்தார். அவரே பீய்ச்சிவிடுவார். ஆனால் அவருக்குக் கால் மடியாது. மடித்து உட்கார்ந்தால் உயிரே போய்விடுகிற மாதிரி வலிக்கும்.

அப்பன் எதற்கெடுத்தாலும் கைநீட்டிவிடுவார். இப்போ தெல்லாம் அவருடைய இயலாமை அடிதடியாய்த்தான் வெளிப் பட்டது. வரும் வார்த்தைகளும் கெட்ட கெட்ட வார்த்தைகள்தாம். வாயைத் திறந்தால் புழுக்களாய் நெளிந்தன. அப்பனின் வெறி தாங்க முடியாமல், தாத்தா ஒருமுறை சண்டை போட்டார்.

அதற்கு "கெழவனுக்கு மூடிக்கிட்டுக் கெடக்க முடியலியா?" என்று அப்பன் கத்தினார்.

அதற்கப்புறம் தாத்தா வாய் திறந்து எதையும் கேட்பதில்லை. 'அடிச்சு வச்ச கல்லு மாதிரி' எதற்கும் பேசுவதில்லை. பாட்டியை மட்டும் அதட்டுகிற அதட்டு ராத்திரிக்கு வெகுநேரம்வரை கேட்கும்.

அம்மாவுக்கும் வர வர எதன்மேலோ ஆசை. காலனிச் சிறுக்கிகளுக்குத்தான் வேலை கிடையாது. சினிமாவுக்கும் ட்ராமாவுக்கும் போகப் பொழுதிருக்கும். அம்மாவும் எருமையைக் கட்டிப் போட்டுவிட்டு நாயம் பேசவும் சினிமா பார்க்கவும் அவர்களோடு போய்விடும். அப்பன் காட்டு வேலையைப் பார்ப்பாரா? மாடுகளைப் பார்ப்பாரா? ஆடு மேய்ப்பாரா? எல்லா வேலையும் அவர் தலையில்தான். முன்போல ஆள்காரப் பையன்களும் பண்ணையத்துக்கு வருவதில்லை. வந்தாலும் கேட்கிற சம்பளம் ஆட்டை விற்றுத்தான் கொடுக்க முடியும் என்றிருக்க, அம்மாவுக்கு அதிலெல்லாம் கவனமில்லை. சீவிச் சிங்காரித்து, கனகாம்பரத்தைக் கொண்டையைச் சுற்றி வட்டமிட்டு வைத்துக்கொள்ளும். நாலு முடி இருக்கிற தலைக்கு இடுப்பு நீளச் சவுரி. எல்லாவற்றையும் பார்த்துக்கொண்டு அப்பன் பேசாமல்தானிருந்தார். இவனுக்குத்தான் வாந்தி வருகிற மாதிரி இருந்தது. எப்போதாவது – அண்ணன் பிரச்சினை வெடித்த மாதிரி – சந்தர்ப்பம் கிடைக்கையில் எல்லாக் கோபமும் திரண்டுவரப் போட்டுப் பென்ட்டு கழற்றிவிடுவார். அப்பன் பேசவும் தொடங்கிவிட்டார்.

"காலனிக்காரன் கதவத் தொறந்து வெச்சிக்கிட்டு நிக்கறான் அங்க."

"அங்க எவண்டி வரச்சொன்னான்? ஒரு நாளக்கி ஏழு நடை" அத்தனைக்கும் அம்மாவும் பதில் கொடுக்கும்.

"பொறத்தாண்டயே வா. மடியில இருக்கிறவன அவுத்துக் காட்டறன். ஏழுருத் தேவிடியாகிட்டப் போனவன் நீ. என்னயச் சொன்னா நாக்கு அழுவிப்போயிரும் ஆமா."

இரண்டு பேரும் பேசிக்கொண்ட பேச்சைக் கேக்க உட்கார்ந்துகொண்டு மனசுக்குள் விசும்பத்தான் முடிந்தது. யாரை அடக்குவது? அவரவர் மன அவசங்களை நெருப்பாய்க் கொட்டிக்கொள்கிறபோது, அதில் மற்றவர் கரிந்து நிற்பதைப் பார்த்து ஆனந்திக்கிறபோது, என்ன பேசுவது? வார்த்தை களிலேயே இப்படிக் கடித்துக் குதறிக்கொள்ள முடிகிறதே? ஆள் இருக்கும் நினைவே இல்லை. பெற்ற பையன், தலைக்கு மேல் வளர்ந்துவிட்டவன் அவனை வைத்துக்கொண்டு எத்தனை அசிங்கங்களை அவிழ்த்துக் கொட்டுகிறார்கள். நாற்பது வந்தால் நாய்க் குணமாமே? அதுதானா? வருவதை எதிர்க்கிற துணிவற்றுப் போய் அப்படிப் பிறாண்டிக்கொண்டார்கள். வீட்டில் இருப்பதை விட்டுவிட்டு எங்காவது கட்டிய துணியோடு ஓடிவிட்டால் என்ன என்றெல்லாம் இவனுக்குத் தோன்றியது.

காட்டில் இருந்த வேலைகளைச் செய்துகொண்டு அங்கேயே கிடக்கவும் அம்மாவால் முடியவில்லை. எருமைக்கு நீத்தண்ணி இரண்டு மூன்று குடம் எடுத்துவரும். நீத்தண்ணி எடுக்கிற வீடுகளுக்குச் சாணி கொண்டு போகும். இரண்டு நேரமும் பால் கொண்டுபோகிற வேலை. கொட்டமாரோ விறகோ தினமும் இரண்டு நடை. கையில் எப்போதும் காசு புரண்டது. அப்பனிடம் இரண்டைக் கொடுத்தால், அம்மாவின் சுருக்குப்பைக்கு இரண்டு போய்விடும். சிறுவாட்டுப் பணம் மறுபடியும் காலனிக்கே போனது கடனாய். நூற்றுக்கு மூனு வட்டி, நாலு வட்டி. சில சமயம் வீட்டுக்கே வந்துவிடுவார்கள்.

"எநூறு குடுங்க. நாலு வட்டியானாலும் செரி. ரண்டு மாசத்தில் குடுத்தர்றோம்."

மாதாமாதம் சம்பளம் வாங்குகிறவன்கள். இவன்களுக்கு எதற்கு இப்படிக் கடன் வாங்குகிற மொடை வருகிறது? வருகிறதை எல்லாம் தின்று தீர்த்துவிட வேண்டியது. அப்புறம் வட்டிக்கு வாங்குவது. மில்லுக்குப் போகிறவர்கள், ஆபீஸ் வேலைக்காரர்கள், தறி ஓட்டுகிறவர்கள் யாராக இருந்தாலும் வட்டிக்கு வாங்குகிறான்கள். ரொம்பவும் தெரிந்த, பாலூற்றுகிற வீடுகளுக்கு மட்டும் அம்மா வட்டிக்குக் கொடுக்கும்.

அப்படி எச்சரிக்கையாக இருந்தும் வில்லங்கம் வந்துசேர்ந்து விட்டது. நேற்றுச் சாயங்காலம் பள்ளத்து மோரிக்கருகில் நின்றுகொண்டு பாலூற்றும் பெண்கள் குசுகுசுத்துக் கொண்டிருந்தார்கள். கரையில் எருமை மேய்த்துக்கொண்டிருந்த அப்பன், ஆவல் பொறுக்காமல் "என்ன அது?" என்றார். கொஞ்ச நேரம் அடைந்துவிட்ட காக்கைகளின் சத்தம் கப்பென்று ஓய்ந்த மாதிரி இருந்தது. அதை உடைத்துக்கொண்டு வேலக்கா தான் அப்பன் பக்கம் திரும்பியது. முந்தானைச் சேலையை நொடித்துக்கொண்டு சொன்னது, "ஒன்னுமில்ல. காலனியில ஒருட்டுக்காரி சொல்லாத கொள்ளாத ராத்திரியோட ராத்திரியா சாமாஞ்சட்டையெல்லாம் அள்ளிப் போட்டுக்கிட்டு ஓடிப் போயிட்டா, அதான்."

"அப்பறம்?"

"நேத்துப் பாக்கரன் தம்பி. கெழங்காட்டம் வெளியில நின்னுக்கிட்டு இருக்கிறா. பாலு மிச்சமிருக்குதான்னு கேக்கறா. நானில்லயின்னு சொல்லிப்புட்டு வாரன். வெடிங்காட்டி ஓடிப்போயிட்டா."

"எதுனாலயாமா?"

"கடன் தாங்க முடியாதயாட்டம் இருக்குது. கண்ட பக்க மெல்லாம் அஞ்சுக்கும் பத்துக்கும் வாங்குனாக் கட்ட வேண்டாம்? ஊடு வாசலாயிருமே?"

பாவக்கா வாயை மூடிக்கொண்டிருக்காமல் குட்டை உடைத்துவிட்டது.

"உன்னூட்டுக்காரிதான் அவளுக்குப் பாலூத்தறா. எவ்வளவு குடுத்தாளோ? தெரீல."

"அஞ்சாயரங்கறாங்க. ரண்டாயரங்கறாங்க. ஊரு பல விதமாப் பேசும். ஒன்னுந் தெரீல. உனக்கெதுந் தெரீமா தம்பி?"

"அட கருமத்த. மொனனச்சி எவ்வளவு குடுத்தாளோ? நானெனத்தக் கண்டன்."

"ஆனா நீ எதும் கேட்டுக்கறதில்லயா? பொம்பள பன்னாட்டு அப்பறம் இப்பிடித்தாம் போ."

வேலக்கா எரிகிற இடத்தில் சுக்கை வைத்து ஊதிவிட்டது. அப்பன் எருமையைப் பிடித்துக்கொண்டு வீட்டுக்கு வரவும் அம்மா அழுத கண்ணும் சிந்திய மூக்குமாய்க் காலனியிலிருந்து வரவும் சரியாயிருந்தது.

ஏறுவெயில்

"நெஞ்செலும்பு வெளீல தெரியப் பாடுபடறவன் நான். கண்டவனுக்குக் கொண்டோயி ஒத்தடம் குடுத்துட்டு வர்றயாடி நீ?

"எவ்வளவுட போச்சு?

"அவன் இப்ப எங்க இருக்கறான்னு தெரீமா?

"சொந்த ஊரு எதாமா?

"அவஞ் சொந்தக்காரங்க எவனாச்சும் இங்க இருக்கறானாமா?"

அத்தனைக்கும் அழுகைதான் பதில். வெறும் அழுகையில் வெறிகொண்ட அப்பன் கண்மண் தெரியாமல் அடித்துவிட்டார். அம்மாவின் முகம், உடம்பு எங்கும் கன்றிப்போய்த் தடிப்புத் தடிப்பாய் இருந்தது. தடத்தில் போன நாச்சக்கா "என்ன மாமா இது?" என்று ஓடிவந்து பிடித்து விலக்கவில்லையென்றால், கொன்றுபோட்டிருந்தாலும் போட்டிருப்பார். அம்மாவின் பூஞ்சை உடம்பைச் சிதைத்துவிட்டார். ஆனால் யாருக்கு நியாயம் சொல்வது? பணத்தைக் கொண்டுபோனவன் போயே விட்டான். ஊரா பேரா ஒன்றும் கிடையாது. எந்தப் பக்கம் இருந்து வந்தவர்கள் என்பதும் தெரியாது. பக்கத்து வீட்டுக்காரனைக் கேட்டால், "யார் அவுங்க?" என்று திருப்பிக் கேட்கிறான்.

"எங்ககிட்டயெல்லாம் நல்லாப் பேசமாட்டாங்க. நாங்களும் கண்டுக்கறதில்ல. அவுங்களே அப்பிடி இருக்கையில நாமளும் நாம உண்டு நம்ப வேலயுண்டுனுதான் இருக்கோணும்?"

பக்கத்து வீட்டுக்காரனை இவன்தான் போய் விசாரித்துவிட்டு வந்தான். அவன் சொல்லிய பதிலைக் கேட்கக் கோபம் கோபமாய் வந்தது. ரொம்பத்தான் நியாயம். பக்கத்து வீட்டை உடைத்தால்கூட காது கேட்காது. அப்போது மட்டும் செவிடாகி விடும். காலையில் யாராவது சொன்னால், "ஏதோ கனவில் சத்தம் கேட்ட மாதிரி இருந்தது" என்பான். மனசுக்குள் திட்டி, எச்சிலைக் காறி உமிழ்ந்துவிட்டுச் சைக்கிளை எடுத்துக்கொண்டு வந்தான்.

போனது போய்விட்டது. எவ்வளவென்று இன்னமும் தெரியவில்லை. "அதையே பேசிக்கொண்டிருந்து என்ன செய்ய. இனி ஆக வேண்டியதைப் பார்க்கலாம்" என்று எல்லாரும் ஏதோ துக்கம் விசாரிக்கிற பாணியில் கேட்டுக் கேட்டுத் திரும்பவும் நினைவுபடுத்தினார்கள். பால்காரிகளுக்கு மனசுக்குள் ரொம்பவும் சந்தோசம். எப்போது பக்கத்திலிருப்பவள் சாய்வாள் என்று தருணம் பார்க்கிற மனசுகள். முகத்தில் மட்டும் பால் வடியும்.

பெருமாள்முருகன்

அம்மா அப்படியேதான் கிடந்தது. இவன் திண்ணையில் உட்கார்ந்து எழுதிக்கொண்டிருந்தான். என்ன சொல்லியும் அம்மா கேட்பதாயில்லை. சோற்றை வட்டலில் போட்டுக்கொண்டு போய் ஊட்டும் அளவுக்குக்கூடப் பார்த்துவிட்டான். ம்கும். இந்தச் சமயம் பார்த்து தீனாம்பாள் தன் பிள்ளையைக் கூட்டிக்கொண்டு வந்தாள். புருஷன் செத்து ஒரு வருச மிருக்கும். மூன்று சிறுசுகளையும் அவள்தான் காப்பாற்றினாள்.

"அந்தக்கா இல்லீங்களா?"

சாணி எடுத்துக்கொண்டிருந்த அப்பன், தலையை நிமிர்த்தி "உள்ள படுத்திருக்கறா பாரு. கூப்புடு" என்றார். "அக்கா அக்கா" என்ற சத்தம் கேட்டும் அம்மா ஒன்றும் பேசவில்லை. பணம் போன துக்கத்தை விசாரிக்கத்தான் தீனம்பாள் வந்திருக் கிறாள் என்ற நினைப்பு.

"தீனாம்பாக்கா எதுக்கோ வந்திருக்குது. உன்னயக் கூப்புடுது. எத்திரிச்சு வாவே."

எழுதுவதை நிறுத்திவிட்டு இவன் கத்திச் சொன்னான்.

சுருட்டிக் கிடத்திய உடம்பை நெகிழ்த்தி, நீட்டிக்கொண்டு அம்மா எழுந்து வந்தது. வீங்கிய கண்களைச் சேலையில் துடைத்துக்கொண்டு வெளியில் வந்து வாசற்படியில் உட்கார்ந்து கொண்டது. வெளிச்சம் கண்ணைக் கூசியது.

"என்ன தீனாம்பா?"

"நீங்க சொன்னீங்கனுதான இந்தப் பிள்ளைய அவ ஊட்டுக்கு ஊட்டுவேலக்கி உட்டன். பத்து வெருசத்த பிள்ள என்னென்ன வேலை செய்யுமுன்னு அவளுக்குத் தெரியாது... ம்... அவுளும் பிள்ளதான் பெத்திருக்கறா. சண்டாளி. மூளி அலங்காரி."

அம்மா இருந்த நிலை எதையும் அவள் கண்டுகொள்ள வில்லை. இறைகிற சத்தம் ரோட்டுக்குக் கேட்டது.

"என்னன்னு சொல்லு?"

"இங்க பாருக்கா. முதுவுல தடுப்பு தடுப்பா. அநியாயம். பிள்ளயக் காம்பாலயே அடிச்சிருக்கறா. அவ வவுத்துல புழுவு புழுக்க. இத்தினியுண்டு பிள்ள ஒரு கொடத்துத் தண்ணியத் தூக்கோணுமின்னா முடியுமா?"

"..."

"பிள்ளக்கி நஞ்ச சோத்தப் போடறாளாமா. நாய்கூட திங்காது அத. அதத் தின்னூட்டு எம்பிள்ள துணி தொவைக்

கோணுமாம். அவளுக்குத் தான் அறுவு வேண்டாம். கழுத முண்டை. அவளச் சொல்லி என்ன பண்ண? அந்தச் சண்டா எனச் சொல்லோணும். மூனையும் அனாதையா உட்டுட்டுப் போனானே ?"

புருசனைத் திட்டத் தொடங்கிவிட்டாள். அம்மா அவள் ஒப்பாரிக்கு இடையில் கேட்டது.

"இப்ப என்ன செய்யோணுங்கற?"

"ம் ... நீங்க சொல்லித்தான் உட்டன். ரண்டு வார்த்த நீங்க கேக்க வேண்டாம்?"

"நாஞ் செல்லித்தான் உட்ட. ஆரில்லைங்கறா? எதாச்சும் சின்ன பிள்ளையா இருந்தா சொல்லுங்க ஊட்டு வேலைக்கின்னு அவ கேட்டா. நீயுங் கஷ்டப்படறயேன்னு சொன்னன். இப்ப இப்பிடினா நிறுத்திக்கோ."

"இல்ல. ஒரு நாயம் வேண்டாம்? சிங்காரமூட்டுப் பிள்ளை யுந்தான் ஒரூட்டுக்கு வேலக்கிப் போவுது. அவ அப்பிடியே தம்பிள்யாட்டம் வெச்சிருக்கறாளாம். அட அப்பிடி வெச்சிருக்க வேண்டாம். ஒரு அனுசரன வேண்டாம்? சோத்துக்கில்லாத போனாலும் இந்த மாதிரி ராக்காசி கிட்ட அடி வாங்கறதுக்கா உடுவன் ?"

"நிறுத்திக்க தினாம்பா. வேற எதாச்சும் நல்ல ஊடா இருந்தாச் சொல்றன். நானும் அவ நல்லா வெச்சிருப்பான்னு தான் நெனச்சன். இப்பிடினா அப்பறம் எதுக்கு?"

அம்மா மெல்லக் கண்களைத் திறந்து பேசியது. இரண்டு மூன்று நாட்களாகச் சோறே இல்லாத உடல். ரொம்பவும் பிரயாசைப்பட்டது. தினம்பாள் யார் யாரையோ சபித்துக் கொண்டு திட்டியபடியே பிள்ளையைக் கூட்டிக்கொண்டு போய்விட்டாள். பாவம் அந்தப் பிள்ளை. முகம் இறுகிச் செழுசெழுப்பே இல்லாமல் எண்ணெய்க்குக் காயவைத்த தேங்காய் மாதிரிப் போனது. அப்பனுக்கு இன்னொரு காரணம் கிடைத்துவிட்டது.

"உனக்கெதுக்குடி இந்தப் பன்னாட்டு? காலனிக்காரீவ கஷ்டப்பட்டா உனக்குப் பொத்துக்குதா? ஆளு புடுச்சோயி உடறாளாம் ஆளு. இருக்கற கருமாந்தரம் போதாதுன்னு இது வேறயா ?"

மறுபடியும் தொடங்கியது. இது எங்கேபோய் நிற்குமோ? எத்தனை பேச்சுகள் வருமோ? நோட்டை மூடிவைத்துவிட்டு எழுந்து நடந்தான். இருள் சூழ்ந்துகொண்டிருந்தது. ஏரிக்கரைப்

பக்கம் போனான். நடந்தான். நடந்துகொண்டே இருந்தான். இப்படியே நடந்துகொண்டேயிருந்தால் என்ன? திரும்பவும் வீட்டுக்கு வரவே கூடாது எனத் தோன்றியது. குளிப்பது, சாப்பிடுவது, சட்டை மாற்றுவது எல்லாம் எங்கே? இதெல்லாம் முக்கியம்தானா? இதை எல்லாம் விட்டுவிட்டுப் பரதேசி மாதிரி எங்காவது சுற்ற முடியாதா? எங்கே போனாலும் என்ன நடந்தாலும் வீட்டுக்குத்தானே திரும்ப வேண்டும். ஆறுதலுக்குக்கூட ஒரு கை இல்லை. படுத்து அழுவதற்கு ஒரு மடி இல்லை. என்ன செய்வது? எங்கே போவது? ச்சே... பாறை அழைத்தது. அதன் மடியில் கை விரித்துப் படுத்தான். பாறையின் வெதுவெதுப்பு ஆறுதலாய் இருந்தது. அப்படியே கிடக்க வேண்டும் போலிருந்தது. இருட்டுப் பூச்சிகள் சத்த மெழுப்பத் தொடங்கின. இவன் எதையும் அறியாமல் மயங்கியவன்போல் கிடந்தான். நேரம் போவதும் தெரியாமல்.

✺

8

குப்பனைப் பார்க்கப் பாவமாயிருந்தது. ஆள் உருத்தெரியவில்லை. தடியை ஊன்றிக்கொண்டு காலை நிலத்தில் உரசினாற்போல் எடுத்துவைத்து வந்தான். சாணியில் நனைத்த மாதிரியான இடுப்பு வேட்டியை உடலிலிருந்து வேறுபடுத்த முடியவில்லை. பாறையாய் இறுகிக் கிடந்த மேனி வற்றி உலர்ந்திருந்தது. பற்கள் உதிர்ந்து பொக்கை வாயில் 'பொஸ் பொஸ்' என்று மூச்சு வந்தது. கண் மங்கலுக்கு இலவசக் கண் சிகிச்சை முகாமுக்குப் போய்க் கண்ணாடி போட்டுக்கொண்டு வந்திருந்தான். அப்படியும் ஒன்றும் தெரியவில்லை. ஏதோ பழக்க தோசத்தில் கைத்துழாவலில் போய்க்கொண் டிருந்தான். கையில் கயிறு கட்டித் தூக்குப் போசியாகச் செய்த குண்டா. காலனி வீடுகளின் கலப்படச் சோறு அதில் அப்படியே நொதித்துப்போய் பொங்கியது. நுரை கட்டித் ததும்பியது. இருட்டின் வெளிச்சத்தில் தடுமாறி நடந்த அவனைக் கோபால் கைதட்டிக் கூப்பிட்டான்.

"ஏ ... குப்பா ... இன்னிக்கி எதும் உண்டா?"

நின்று, கைகளைக் கண்ணின் மேல் வைத்துக்கொண்டு மத்தியான வெயிலில் பார்க்கிற தோரணையில், "ஆரு சாமி?" என்றான்.

"சிந்து கள்ளன்டா இவன்" என்று முணு முணுத்தான் முரளி.

"வசந்த மாளிகை இன்னக்கி ஃபுல்லா?"

அவன் காது கேட்காதவன் மாதிரி மறுபடியும் "என்ன சாமி?" என்று குரல் வந்த திக்கை நோக்கி

வந்தான். சின்னதாய் டெண்ட் மாதிரி போட்டு அவன் செருப்புத் தைக்கிற கடைக்கு 'வசந்த மாளிகை' என்று பெயராகிவிட்டிருந்தது. எந்நேரமும் நாலைந்து பேர்களாவது அங்கே உட்கார்ந்திருந்தார்கள்.

"மாமோய், ஏமி சங்கதி?"

"ஒர இட்டநேது வேலி வேசேனிக்கிப் பிலித்திரியா?"

"பெத்தையா, ஆ இட்ட காத்தி ரூகல் இச்சனா?"

எல்லாருக்கும் தகவல் கொடுக்கிற பொறுப்பு குப்பனுக்கு. காலனிக்காரர்களும் வேலைக்கு ஆள் தேவை என்றால் அவனிடம் சொல்லிவிடுவார்கள். பெண்கள் செம்பட்டை பாய்ந்த பரட்டைத் தலைகளைச் சீவி முடித்துக்கொண்டு அங்கே வந்து உட்கார்ந்துகொள்வார்கள். அவர்கள் வாய் எந்த நேரமும் வெற்றிலை போட்ட வண்ணமாக இருக்கும். தலையை ஆட்டிக்கொண்டு நாக்கைச் சுழற்றி மென்றபடி சிரிப்பும் கும்மாளமுமாய்ப் பேசுகிற பேச்சு பஸ்ஸுக்கு நிற்கிற எல்லாரையும் அந்தப் பக்கம் இழுத்துவிடும். பெண்களைச் சப்ளை செய்கிற வேலையும் குப்பனுக்கு. காட்டுவேலைகளில் புழுதி படிந்து கிடந்தவர்கள் வெறும் மேனியானார்கள். ஆண்களுக்காவது விறகுடைக்க, வேலியடைக்க, சைசிங், தறி என்று எப்படியோ வேலை இருந்தது. பொம்பளைகள் என்ன செய்வது? இரண்டு பேரும் சம்பாதிக்கவில்லையென்றால் அரைவயிறு நிரம்பாது. குழந்தை குட்டிகள் வேறு வதவதவென்று. சம்பாதிக்கிற காசிலும் பாதிக்கு மேல் சாராயக்கடை வழியாகச் செவத்தானுக்குப் போய்விடும். குப்பன் கடை அப்படியாகத்தான் வசந்த மாளிகை ஆனது.

குப்பனுக்கு இவனை அடையாளம் தெரியவில்லை. குரலை வெளிக்காட்டிக்கொள்ளாமல் நாவடங்கினான்.

"என்ன பத்து மணிக்கு மேல வரட்டுமா?"

"இல்ல சாமி, அந்த வேல."

"சும்மா டகல் உடாத. அன்னிக்குத்தான் வந்தம். அதுக்குள்ள மாத்தற பாத்தியா. புது ஆளுன்னு நெனச்சியா?"

"சின்னப் பசங்கெல்லாம் வேண்டாஞ் சாமி."

முரளியின் சாம்பல் பூத்த உதடு இருட்டிலும் துடிக்கிறது.

"யோவ்... இப்பத்தாம் பாலு குடிக்குற கொழந்தைங்க நாங்க. கண்டுட்டான். செய்யறது யோக்கியம். இதுல எங்களுக்குப் புத்தி சொல்லு. இப்பிடி வாய்யா."

புளியமரத்து மறைவுக்குக் கூட்டிப் போனான். தூரத்தி லிருந்து இடைவிடாத ஹாரன் சத்தம். 'சோ விலாஸ்'தான் இத்தனை வேகமாக வரும். ஓடையூரில் வண்டி எடுக்கும்போது ஹாரனைக் கையில் அழுத்தினால், கரட்டூர் போய்த்தான் டிரைவர் கையை எடுப்பான். பறப்பதுதான். திடீரெனக் கண்ணைக் கூசுகிற வெளிச்சத்தோடு கடந்து போனான். குப்பனை அனுப்பிவிட்டு முரளி வந்தான்.

"கெழவன் பெரிய ஆளுடா. எங்கிட்டவே இந்த வேல காமிக்கிறான் பாருடா."

கோபால் அவசரத்தோடு கேட்டான்.

"காயா பழமா?"

"பழந்தான்."

"இவனயுங் கூட்டிக்கலாமாடா?"

கதிர் இவனைக் காட்டிக் கேட்டான். இவனுக்குக் கை தந்தியடித்தது. வெடவெடப்பாக வந்தது. அந்த ஈரக்காற்றிலும் வியர்த்தது. விரல்களை லுங்கியில் துடைக்கத் துடைக்க வேர்த்து வழிந்தது. போய்த்தான் பார்க்கலாமா? அவர்கள் இரண்டு மூன்றுமுறை போயிருந்தார்கள். முரளியின் மாமாதான் தொடங்கி வைத்தார். அவர் கொடுத்த பாஷைதான் 'பேனா எழுதுதல்.'

"இவனெதுக்குடா... ஒன்னுக்குடவா?"

இருளுக்குள் அவர்களது சிரிப்பு இவன் காதை ஆபாசமாக நாறடித்தது. கெக்கலி கொட்டிய மாதிரி காதுக்குள் சிரிப்பு அலைமோதியது. கோபம் கோபமாய் வந்தது. 'என்னமோ இவன்கள்தான் பெரிய புடுங்கிகள் மாதிரி. இவனுங்களுக்குத் தான் எல்லாம் இருக்கிற மாதிரி.'

"எங்காச்சும் எசகுபிசகா மாட்டிக்கிட்டா ஓடியாரக்கூடத் தெரியாதுடா."

"அப்பறம்... ஒத்தவன் ஓடிட்டான், ஒன்னுக்குட்டவன் மாட்டிக் கிட்டாங்கற கதைதான்."

மறுபடியும் கைகொட்டிச் சிரித்தான்கள். வயிறு வலிக்க முரளி கீழே இறங்கி நின்றுகொண்டு சிரித்தான்.

கோபாலுக்குக் கண்ணீர் வந்தது. இவனை நோண்டுவதில் அப்படி ஆனந்தம். கதிர் "எங்க எங்க அத இன்னொருக்காச் சொல்லு" என்று மறுபடியும் கேட்டுச் சிரித்தான். அம்மணமாய் நிறுத்திவைத்து எச்சில் துப்புவது போல அவமானமாய் இருந்தது இவனுக்கு. 'பொறுக்கி ராஸ்கல்ஸ். என்னால முடியாதா என்ன?

பெருமாள்முருகன்

துணிச்சல் கிடையாது என்கிறான்கள். காட்டுகிறேன் இவன்களுக்கு.' அவன்களுக்கு எதிரே நின்றுகொண்டு காட்டமாய்ச் சொன்னான்.

"வாங்கடா, இப்பவே போலாம். நா ரெடி."

"ரோசந்தான வருது? இருக்குதானு பாப்பம்."

சிரிப்பை அடக்க முடியாமல் அடக்கிக்கொண்டு "நெசமா வாரியாடா?" என்றான்.

"எதுக்கும் இன்னம் யோசிச்சுக்கடா."

இவன் அழுதுவிடுபவன் போல ஆகிவிட்டான். முகத்தில் சீற்றத்தைக் காட்டி, "ஏன்டா நம்பிக்கையில்லயா? கௌம்புடா இப்பவே" என்றான்.

பத்து மணி ஆவதற்கு இன்னும் நேரம் இருந்தது. மெல்ல ஒரு சுற்றுச் சுற்றி வந்தால் நேரம் ஓடிவிடும். இறங்கி நடந்தார்கள். இவனுக்கு மனசுக்குள் இனம்புரியாத உறுத்தல். வீராப்புக்குச் சொல்லிவிட்டான். சரிதானா? வீட்டுக்குத் தெரிந்தால்? என்றாலும் ஆசை இருந்தது. என்னதான் என்று பார்த்துவிட வேண்டும் போலக் குறுகுறுப்பு. உள் நமைச்சல். இருந்தாலும் சரிதானா? மனசு சமாதானம் சொல்லிக்கொண்டது. 'இவன்கள் மாதிரி இது நமக்கென்ன வாடிக்கையா? ஒருமுறை. இந்தமுறை மட்டும்தான். அப்புறம் கிடையாது. அது மட்டுமல்ல. இவன்கள் சேர்க்கையே வேண்டாம்.'

வீதிகளில் வெளிச்சம் இறைந்து கிடந்தது. எந்த இடம் என்கிற அடையாளமெல்லாம் எப்பவோ மறைந்துவிட்டிருந்தது. துணி தேய்க்கும் முத்துவின் தள்ளுவண்டி நின்றது. அவன் வீடுகளுக்குத் துணி எடுப்பதை எப்போதோ நிறுத்திக்கொண்டு விட்டான். தள்ளுவண்டித் தேய்ப்புத்தான். இவன் போனால், "சின்னச் சாமிய என்ன அடிக்கடி காணாம்?" என்று கேட்டுவிட்டுத் தேய்த்துக் கொடுப்பான். அவன் பெண்டாட்டி மட்டும் வீடுகளை விடாமல் இன்னும் வந்து துணி எடுத்துக் கொண்டிருந்தாள்.

"ஏன்டா எக்ஸாமுக்கு டேட்டெல்லாம் போட்டுட்டாங்க. எப்படா படிக்கறது?"

கதிர் குரலில் விசனம்.

"இந்த நேரத்துல எதுக்குடா அதெல்லாம்? நான் அப்பிடியே ரத்தமெல்லாஞ் சூடேறி வெதுவெதுன்னு இருக்கறன். எல்லாங் கெடுத்துராதடா."

அந்த வீதியில் நுழைந்தபின்தான் இவனுக்கு நினைவு வந்தது. பெரியப்பன் வீடு இருக்கும் வீதி இதுதானே. "டேய் இதுல வேண்டாண்டா" என்றான். அடுத்த வீதி வழியாகப் போனார்கள். பெரியப்பன் காலனியிலேயே வீடு வாங்கிக் குடிவந்திருந்தார். இரண்டு வீடு. ஒன்றில் அவர்கள் இருந்து கொண்டு, மற்றொன்றை வாடகைக்கு விட்டிருந்தார்கள். இவன் அந்தப் பக்கம் போவதைப் பார்த்தால், "காலனிப் பசங்களோட உனக்கென்னடா சேர்க்கை?" என்பார்.

"பெரீப்பனுக்கெல்லாம் பயந்துக்கறான்டா."

"சும்மா பெரிய பீத்துப் பீத்தாத. நீ பயப்படறதெல்லாம் எனக்குத் தெரியும். அப்பச் சொல்றன்."

தெருக்கள் வெறிச்சிட்டுக் கிடந்தன. சீமை வாதனாராம் மரங்கள் குடைபோல் விரிந்து நிழலைப் பரப்பின. விளக்கு வெளிச்சத்தில் அவை மெல்ல அசைவதைப் பார்க்க ரம்மியமா யிருந்தது. அந்த ரம்மியத்தோடு நின்றுவிட்டால் என்ன எனத் தோன்றியது. இவர்களோடு போகத்தான் வேண்டுமா? வீடு களுக்குள் அடைந்துகிடக்கிறவர்களைத் தாண்டிக்கொண்டு போனார்கள். எதைப் பற்றியோ கோபால் கண் விரியச் சொல்லிக்கொண்டு வந்தான். 'போகிற திசை எது? மாறித்தான் போகிறோமா?'

"எங்கடா போறம்?"

"இப்பக் கதிர் வீட்டுக்குப் போறம். இப்ப அங்க யாருமில்ல. தோசை மாவிருக்குது. ரண்டு முட்ட வாங்கறம். சாப்படறம். பத்து மணியாயிரும். ஏரிப் பக்கம் போயர்ரோம்."

கண்ணைச் சிமிட்டிக்கொண்டு முரளி விவரித்தான். "எல்லாம் இவனால் வந்தது. இவனைச் சேர்த்தியே இருக்கக் கூடாது."

'அவனுக்கு எல்லாரையும்விடப் பெரியவன் என்கிற மமதை. எதையும் தன்னால் செய்ய முடியும் என்கிற திமிர். தூண்டி விட்டு வேடிக்கை பார்த்து, தன் வலைக்குள் அழுக்கிக்கொள்ளும் ஏமாற்று. அவனைச் சொல்லியும் குறையில்லை. நம் பலவீனம். பலவீனமென்ன? எப்படித்தான் இருக்கும் பார்ப்போமே. ஆவல். ஒருமுறை கண்டுவிடுகிற துடிப்பு. இந்த வயதில் படிப்பை மறந்து இப்படி அலைவது சரிதானா? எதற்காக அலைகிறோம்? வீட்டில் இருந்தால் மட்டும் என்ன படித்துக் கிழிக்கவா முடிகிறது? எப்பவும் சண்டை, தகராறு. அங்கிருந்து பைத்தியம் பிடித்துக் கதறுவதைவிட இது தேவலாம். அப்பன் குடிக்கிறார். அண்ணன் குடிக்கிறான். நான் குடித்துவிட்டு எங்கும் புரள

வில்லையே? யாருக்கும் தெரியாதுதானே ... தெரியாதென்றால் தப்பில்லையா?'

என்னென்னவோ தோன்றியது இவனுக்கு. நினைவு சுழித்துச் சுழித்து வந்தது. அவன்கள் என்ன பேசினான்கள் என்பதும் கேட்கவில்லை.

"என்னடா பேசாம வர்ற? பயமா இருக்கா?"

அவன் இழுப்பில் இருக்கும் பரிகாசம். உதட்டுக்குள் மறைந்து நெளியும் புன்னகை. நீ இவ்வளவுதானா என்கிற ஏளனம். இவன் சட்டென்று மறுத்தான்.

"இல்லயே ... பேசறதக் கேட்டுக்கிட்டு வந்தன்."

"இல்ல பயம்னா நின்னுக்கோ. அப்பறம் அது இதுன்னு எங்களச் சொல்லக் கூடாது. ஆமா."

"ம்."

கதிர் வீட்டில் ஒருத்தரும் இல்லை. அறைகள் முழுக்கப் படங்கள், மான்கொம்புகள், செயற்கைப் புலிகள். வாத்தியாராக இருந்தாலும் அவன் அப்பாவுக்கு வேட்டையில் நல்ல ஆர்வம். கதிரும் கோபாலும் தோசையும் ஆம்லெட்டும் போடப் போனார்கள். இவன் கட்டிலில் படுத்துக்கொண்டான். தலையணையில் முகம் புதைத்துக்கொண்டு அவனைக் கேட்டான்.

"முரளி ... நீ இளவரசன் நடிச்ச 'உணர்ச்சிகள்' பாத்திருக்கயா?"

முரளி இவனை ஒரு மாதிரி முறைத்துப் பார்த்துவிட்டு அறிவுரை வழங்குகிற பாணியில் சொன்னான், "எல்லார்த்துக்கும் அப்படியெல்லாம் ஆவாதுடா. சும்மா பயமுறுத்தறது. அதயும் இதயும் நெனைச்சிக்கிட்டு எதுக்குடா அலட்டிக்கற? உங்கண்ணு முன்னால நானில்ல? சும்மா ஒரு ஜாலிக்குத்தான்டா இதெல் லாம். இந்த வயசிலிருந்து எத்தன நாளைக்கிடா ஏங்கிக்கிட்டே கெடக்க முடியும்? சொல்லு. போய்ட்டு வந்துட்டா, ச்சீ ... இவ்வளவு தானான்னு ஆயிரும். அப்பறம் உன்னோட வேலையில நீ கான்ஸ்ட்ரன்டேசன் பண்ண முடியும். இல்லைனா எப்பப் பாரு ஒரே ஏக்கமாவே இருக்கும். செக்ஸ்ங்கறது ஒடம்புக்கு ரொம்ப அவசியண்டா. அது முக்கியமா உன்னோட டென்சனக் கொறைக்கும் டோய்."

" ..."

"எத்தன நாளக்கிடா ரோட்டுல போறவளுங்களப் பாத்து இளிச்சிக்கிட்டு 'மாமிங்கனாவே இடுப்பவே பாத்துக்கிட்டு

இருக்கலாண்டா'ன்னு பேசிக்கிட்டேயிருக்க முடியும்? வாய்ப்பில்லாதவனுங்க அப்பிடிப் பேசுவாங்க. நமக்கென்னடா? இந்த வயசுல இதெல்லாம் ஒரு ஜாலிதாண்டா."

" . . ."

"அடுத்தவம் பொண்டாட்டியக் கையப் புடுச்சு இழுக்கப்போறமா? ரோட்டுல போறவளத் தூக்கிக்கிட்டுப் போவப்போறமா? அதுன்னாத் தப்பு. பணங் குடுத்துப் போறம். இதுல யாரத் தப்புச் சொல்லுவம்? எதையும் ஈஸியா எடுத்துக்கடா. மனசப் போட்டு ஒழப்பாத. இது மாதிரி விசயங்கள்ல மேற்கொண்டு யோசிக்கவே கூடாது. இப்பன்னா இப்பத்தான். இப்ப மட்டுந்தான் நெஜம்னு நெனச்சுக்கணும். ஒழுக்கக்கேடுன்னு நெனக்கறயா? அதவிடத் தமாஷ் வேற எதுவுமில்ல."

" . . ."

"கதிர்கூட மொதல்ல இப்படித்தாம் பயந்தான். இப்ப என்னயே கூப்புடற அளவுக்குத் தேறிட்டான். அவனவன் செய்யாத எதையும் நாம புதுசாச் செஞ்சறப் போறதில்ல. எவன் யோக்யஞ் சொல்லு? சந்தர்ப்பம் கெடச்சா எவனும் யோக்யனில்ல. அதுவெரைக்கும் யோக்யனாட்டம் பேசுவாங்க."

அவன் விரிவாகப் பேசப் பேச இவன் குழம்பினான். என்னென்னவோ பின்னி பின்னிச் சொல்கிற மாதிரி இருந்தது. முன்னுக்குப் பின் முரணாய்ச் சொல்கிற மாதிரியும் இருந்தது. தப்புத் தப்பாய்ச் சொன்னதாகவும் தெரிந்தது. ஒரு பக்கம் பார்த்தால் சரியாகவும் பட்டது. அதற்கப்புறம் மனசின் பயங்களைக் கழற்றிவைத்துவிட்டு அவர்களோடு நடந்தான்.

காலனிக்குப் பின்புறம் ஏரி. தண்ணீர் தேங்கிக் குழிக் குழியாய் நகர்ந்தது. மணலுக்காகவும் மண்ணுக்காகவும் வெட்டிய இடங்களில் பார்த்துப் பார்த்து நடந்தார்கள். முரளி முன்னாலும் கதிரும் கோபாலும் நடுவிலும் நடக்க, இவன் பின்தொடர்ந்தான். ஏரியைத் தாண்டியபின் கரடு, புதை மண்டிக் கிடந்தது. ஊஞ்ச மரங்கள் அடர்ந்து இருட்டில் சோகமாய் நின்றன. எங்கும் குன்று குன்றாய்த் தெரிந்தது.

"எங்கடா காணாம்?"

கதிர் வெளிறிய முகத்தோடு கேட்டான்.

"இருடா பாக்கலாம்."

குரல் கேட்டு மறைவிலிருந்து ஓர் உருவம் வெளிப்பட்டது. இருட்டை விட்டுத் தனித்துப் பிரித்துப் பார்க்கக் கொஞ்ச நேரம் பிடித்தது.

"அட ஆபீசர் பையனா? ஏன்யா மொளச்சு மூனு எல உடல. உங்களுக்கு வாரத்திக்கொருக்கா பொம்பள கேக்குதா? வாய்யா வந்து உழுவு. உம் பாவமுஞ் சேந்து எனக்கு வரட்டும்."

"ஆமா... இந்தத் தொணதொணப்ப இன்னும் உடலியா நீ?"

இவனுக்கு நெஞ்சைப் பிளக்கிற மாதிரி வலி. எந்தக் குரல் இது? கணீரென்று அறைந்த மாதிரி. அன்பாய் ஆதரவாய் வருடிக் கவிந்த குரல். பாசத்தில் நொதித்துத் தழுவிய குரல். பின்னடி வைத்துச் சரிந்து நடந்தான். அந்தக் குரலின் தழுவலிலிருந்து விடுபட்டு... அவர்களை விட்டு.

O O O

உடலெங்கும் பிராண்டிப் பிராண்டிப் பூரான் ஊர்ந்தது. முகத்தில், கைகளில், முதுகில், இடுப்பில்... வாரி எறிந்துவிட வேண்டும் என்கிற வெறியுடன் கைகளை நீட்டி நீட்டிப் பிடித்தான். எவ்வளவு பெரிய பூரான். எங்கே ஊர்ந்தது? பிடிபடவில்லை. ஒவ்வொரு உறுப்பையும் வெட்டி அக்கக்காக எறிந்துவிட வேண்டும் எனத் தோன்றியது. இந்தப் பூரானை மட்டுமல்ல, எல்லாவற்றையும் தொலைத்துவிட வேண்டும். எந்த நினைவும் உள்ளுக்குள் இருக்கக் கூடாது. வெறுமையாய் நீண்ட தார்ச்சாலையில், நிலா வெளிச்சத்தினூடே நடந்து கொண்டேயிருக்க வேண்டும்.

நிலா மௌனமாய் எரிந்தது. 'என்ன ஆனேன்? என்ன செய்யத் துணிந்தேன்? உடல் இச்சைக்கு முன் எதுவும் பொருட்டில்லையா? பிசாசு பிடித்தவனைப் போல ஆட்டுகிற தன்மை காமத்திற்கா? இதை மீறிக்கொண்டு என்னால் இருக்க முடியாதா? இந்த இரவின் கணத்தில் அவர்கள் இந்நேரம் ராமாயைச் சிதைத்துக்கொண்டிருப்பார்கள். அவர்களோடு எப்படி உடன்பட்டேன்? அவளாக இல்லாமல் இருந்திருந்தால் நானும் திரும்பி வந்திருக்கமாட்டேனோ? எப்படி இருந்தவள், இன்றைக்குத் திருட்டுத்தனமாய் உடலை விற்றுப் பிழைக்கிற நிலைக்கு வந்துவிட்டாளே. யார் காரணம்? காட்டை எடுத்த கவர்ன்மென்ட்டா? இவர்களை உதறிவிட்டு ஓடிய நாங்களா? வேறு வேலை தேடிக்கொள்ள முடியாமல்போன அவளேவா? அத்தனையையும் மௌனமாய் ஏற்றுக்கொண்டு, காரணமாயும் அமைகின்ற குப்பனா? அவளை விட்டுவிட்ட புருஷனின் கையாலாகாத்தனமா? பிள்ளையின் வயிற்றுத் தேவையா? ஏன் இப்படி ஆனாள்?'

தூரத்தில் கரடு இருட்டில் மினுங்கித் தெரிந்தது. பின்பக்கம் நிலா உதிக்கும் வெளிச்சம். விளக்குகள் சாரைப்

பாம்பு மாதிரி வளைந்து கோடாய்த் தெரிந்தன. மொட்டைக்கல் ஒளி வட்டம்போல் பிரகாசித்தது. இங்கிருந்தே கையெடுத்துக் கும்பிட வேண்டும் போலிருந்தது. முகத்தை அந்தப் பக்கம் திருப்பக் கூச்சமாகவும் இருந்தது. மெல்ல நிலா உயர்வதை அதிக வெளிச்சம் படர்வதைக் கொண்டே உணர முடிந்தது. உள்ளுக்குள் படிந்துவிட்ட இருட்டைப் போக்க உதிக்கும் நிலா. இது முன்னாடியே உதித்திருந்தால் ஆகாதா?

கிணற்றுமேட்டில் உட்கார்ந்தான். நிலா வெளிச்சத்தில் கிணறு சோம்பித் தெரிந்தது. காற்றில் மெல்ல அலைந்த நீர் கை நீட்டி வா வாவென்று அழைத்தது. ஒரு ஓரத்தில் பட்டென்று எகிறிக் குதித்துவிட்டு மீன் ஒன்று துள்ளியோடியது. எங்கோ தூரத்தில் ஒற்றை நாய் குரைக்கும் ஒலி. கிணற்றோர வேம்பு தலையசைத்துக் கூப்பிட்டது. இறங்கிவிடலாமா எனத் தோன்றியது. நெஞ்சின் ரணத்தை, உடலின் வெம்மையை, ஊரும் பூரானை இறக்குவதற்கு இந்தக் குளிர் நீராலாவது முடியுமா?

சிற்றலை நிலைகொள்ளாமல் ஓரங்களில் மோதிச் சிதைந்தது. சலனமற்றதுபோல் தோன்றியது. 'இந்த இரவில் கிணற்று நீருக்குள் ஏன் இத்தனை சலனம்? எல்லாரும் எங்கோ அமைதியாய்த் தூங்கிக்கொண்டிருக்க, இங்கே மட்டும் ஏன் இத்தனை ஆரவாரம்? காதுக்குள் மட்டும் கேட்கிற கூச்சல். நெஞ்சுக்குள் மட்டும் மோதுகிற அலைகள். இறங்கிவிட வேண்டும்.'

சட்டை, லுங்கியைக் கழற்றிக் கல்லின் மேல் எறிந்தான். ஜட்டியும்கூட உறுத்தியது. உறுத்திய, படர்ந்த பூரான்கள் இந்த உடைகள்தானோ? எதுவுமற்று நீருக்குள் தவழ வேண்டும். அதற்குள் மூச்சை இழுத்துக்கொண்டு மெல்ல மெல்ல மூழ்கிவிட வேண்டும். சுற்றித் திரியும் மீன்களோடு மீன்களாய். ஜட்டியையும் கழற்றி எறிந்தான். ஏதோ இனம் புரியாத நிம்மதி சூழ்ந்து கொண்ட மாதிரி இருந்தது. எல்லாம் அகன்று மனமே வெறுமையில் மிதந்தது.

மேட்டின் மேலிருந்து குதித்தான். நீர் விலகிக் கூடிய சத்தம் காதுகளில் ஒலித்தது. நிலவின் பிம்பம் நிலையின்றிச் சிதறியது. இரவின் கொடூரக் கரங்கள் அத்தனையிலிருந்தும் அந்த நீரின் குளிர்ச்சி இவனை விடுவித்தது. கைகளை மெல்ல அளைந்து கிணற்றை வட்டமிட்டு நீந்தினான். இப்படித்தான் ராமாயைச் சுற்றி வட்டமிட்ட நினைவுகள் குமிழியிட்டன. அவள் பாவாடையைப் பற்றிக்கொண்டு காடு மேடெல்லாம் திரிந்தது, ஆடுகளின் பின்னால் சுற்றியது, அஞ்சாங்கல் ஆடியது,

பாண்டி ஆடியது, அவளில்லாமல் எதுவும் நடக்காது என்றிருந்தது ...

அவள் மட்டுமென்ன, இவனை என்னவோ தன் வயிற்றி லேயே சுமந்தெடுத்துப் பெற்றவள் மாதிரி உள்ளங்கைக்குள் வைத்திருந்தாள். இரட்டைச் சடை பின்னிக்கொண்டு முகத்தில் எண்ணெய் வழிய அவள் வந்ததும், முதல் வேலையாய் இவனை எடுத்து இக்கத்தில் இடுக்கிக்கொள்வாள். அவள் மாரின் மேல் தலைசாய்த்துத் தூங்கியிருக்கிறான். மடிக்குள் சுருண்டு புதைந்து கிடந்திருக்கிறான். ஒருமுறை மேலெல்லாம் அம்மை போட்டுக் கொப்பளித்துக் கிடந்தது. "அம்மா பாத்திருக்குது" என்று வெளியே விடவில்லை. உள்ளேயே கட்டிலில் கிடந்தான். வேப்பந்தழையை அரைத்துச் சாந்து பண்ணி, கோழி இறகை எடுத்துப் பூசியது அம்மா. எரிசலுக்குக் குளிர்ச்சியாய்ப் பரவியது. ராமாயி ஆள்குடி. அவள் பார்க்கக் கூடாது. அவளுக்குச் சோறோ தண்ணியோ ஊற்றக் கூடாது. தீட்டு. அம்மைக்கு ஆகாது.

"சின்னச் சாமிக்கு நல்லாயி வரட்டும். அம்மா எறங்கட்டும். அடி உழுந்து கும்படறமுன்னு அந்தச் சாமிக்கே வேண்டிக்கறேன். எனக்கென்னங்க பச்சத்தண்ணியக் குடிச்சுக் கிட்டுக்கூடக் கெடந்திருவன். ஊட்டுலருந்து கொஞ்சம் நீத்தண்ணி ஊத்தியாந்து குடிச்சுக்கரன். சாமி எந்திரிச்சு வரட்டும்."

அம்மை பொடிந்து நீர் ஊற்றுகிறவரை தப்பித் தவறிக்கூட ராமாயி இவன் வீட்டுப் பக்கம் வரவில்லை. காலையில் நேராகக் காட்டில் கிடக்கும் பட்டிக்குப் போய் ஆட்டை அவிழ்த்துவிட்டு, மேய்த்து உள்ளோட்டிவிட்டு அப்படியே போய் விடுவாள். குணமான பின் இவன் மேனியில் படிந்திருந்த அம்மைத் தழும்புகளைத் தொட்டுத் தொட்டு முத்தம் கொடுத்தாள். அந்த அன்பை நினைக்கையில், பாசம் படிந்த அவளது உதடு களை காமத்தால் குதறிக் கிழிக்கப் போனதை நினைக்கையில், புழுவிலும் இழிபிறவி ...

தண்ணீரே வெதுவெதுப்பாகிவிடும் போலிருந்தது. இவனுக்கு வெம்மை தகித்தது. மூலையில் அவுரி மீனொன்று வாலால் ஓங்கி அடித்துத் தண்ணீரைச் சிதறடித்துவிட்டு ஓடியது. நீரில் மல்லாக்கப் படுத்துக்கொண்டு வானத்தைப் பார்த்தான். மினுங்கும் நட்சத்திரங்களில் ராமாயின் கண்ணீர்த்திரை படிந்த இமைகள் தெரிந்தன.

'ராமாயீ... நீ எனக்கு என்னவாக இருந்தாய்? அந்த இருட்டினூடே என்னைக் கவனித்திருந்தால் என்ன நினைப்பாய்?

மகனுக்கு மடிவிரிக்க வந்துவிட்ட விதி என்றா? இல்லை, சின்னச் சாமிக்கு உடல் கொடுக்கும் பாக்கியம் கிடைத்ததே என்று சந்தோசப்பட்டிருப்பாயா? இன்னும் கொஞ்சம் அதிகப் பணம் வேண்டும் என்று நச்சரித்திருப்பாயா? அடிக்கடி வா என்றிருப்பாயா? உன் வறுமை உன்னை எப்படியும் நினைக்கத் தூண்டும்தான். எனக்கு உடல் கொழுப்பு.'

அப்போது இவனுக்குப் பத்து வயதிருக்கும். காய்ச்சல் சொல்லி மாளவில்லை. எள் போட்டால் அது பொரியும் சூடு. அம்மா மாமன் வீட்டுக்குப் போயிருந்தது. தென்னூரில் யாரோ திருநீறு போட்டார்கள். காத்துக் கருப்பு, பேய் பிசாசு எல்லாம் திருநீறு போட்டால் சரியாகிவிடும் என்று யாரோ சொன்னார்கள். இவனைக் கூட்டிக்கொண்டு போனாள் ராமாயி. இவனால் நடக்க முடியவில்லை. தலை கிறுகிறுத்தது. காலில் வலுவில்லை. உடலில் பலமில்லை. பஸ்ஸில் போனால் எக்கி எக்கி வாந்தி எடுக்க வேண்டும். பஸ்ஸில் வரமாட்டேன் என்று அடம் பிடித்தான். ராமாயி கடுமிஞ்சம் கட்டி இவனைத் தூக்கிக்கொண்டு நடந்தாள். போக நாலு மைல். வர நாலு மைல். உப்பு மூட்டைக் கணக்காய் இவனைச் சுமந்து வந்தாள். பத்து வயதுப் பையனைத் தூக்கி வந்த அந்த முதுகு, கல்லிலும் மண்ணிலும் புரண்டு இப்போது யார் யாரையோ தாங்குகிறது.

'கழிசடைகள் நக்கும் எச்சில் இலையா நீ? அத்தனை வறுமையா உனக்கு? எனக்குத் தெரியும். இந்தக் குளிர்ந்த நீரைப் பழிக்கலாம். உன்னைப் பழிக்க முடியாது.' கால் புண்ணை நோண்டும் மீன்களின் கிச்சுக்கிச்சு மூட்டலில் அவளது பனங் கிழங்கு விரல்கள் கிச்சுக்கிச்சு மூட்டிய நினைவுகள் குமிழி யிட்டன. 'எங்காவது வீட்டு வேலைக்குப் போயிருக்கலாமே நீ? உன்னை யார் வீட்டு வேலைக்கு வைத்துக்கொள்வார்கள்? உனக்கென்று வேலையே இல்லாமல் போனதா? உன்னை ஆதரிக்கும் சக்தி எனக்கு இல்லாமல் போனதே. இங்கேயும் நீ கீழ்தான். ஆளுக்காரிச்சிதான். பண்ணயத்தில் கிடந்த அடிமைதான். அம்மா வெளாரில் அடிக்க அடிக்க மௌனமாய்த் தாங்க வேண்டியிருந்ததுதான். உனக்கு எது பிடித்திருக்கிறது? அடிமை வாழ்க்கையென்றாலும் அன்பும் பாசமும் தழைத்த அந்த வாழ்க்கையா? உடலைக் கொடுத்து விட்டுப் பணத்தை வாங்கிக்கொண்டால் நீ யாரோ, நான் யாரோ என்று பிரிந்தோடி இஷ்டப்படி இருக்கும் இப்போதைய வாழ்க்கையா? எதுவும் பிடிக்கவில்லையா உனக்கு? உன் விருப்பங்கள் என்ன? அதைப் பற்றியெல்லாம் யோசிப்பதே இல்லையா?'

தண்ணீர் அளவுக்கதிகமாய்க் குளிர்ந்தது. உடல் வெட வெடத்தது. ஜன்னி வந்துவிடும்போலிருந்தது. இருந்தும் அப்படியே கிடந்தான். அது பைத்தியக்காரத்தனமோ எனவும் தோன்றியது.

நிலா மெல்ல மேகச் சுருளுக்குள் மூடிக்கொண்டது. கிணறு முழுக்க இருளடைந்தது. இருள் மிகவும் பாதுகாப்பாக இருந்தது. எதற்கும் பயப்பட வேண்டியதில்லை. யாருக்கும் தெரியாது. கம்பீரமாய்த் தூரத்தே நின்ற கரட்டுக்கும் மறைந்து மறைந்து வெளிவரும் அந்த நிலாவுக்கும்தான் தெரியும். மனிதர்களிடமிருந்து தப்பித்தாயிற்று.

ஓங்கி ஓங்கித் தண்ணீரைக் குத்தினான். கை வலித்தது. மேட்டில் உட்கார்ந்து பொங்கிப் பொங்கி அழுதான். தேற்ற வாய்களில்லை. துடைக்கக் கைகளில்லை. விருப்பம்போல் அழுதான். நிலா மறுபடியும் வெளியே வந்தது. சட்டென்று கரடு பொன்னிறத்தில் பளிச்சிட்டுத் தெரிந்தது.

❊

9

அது படிப்பதற்கு உகந்த நேரம். காக்கைகளின் கூச்சலில் பிய்ந்து பரவிய மௌனம் வெளிச்சத்தை விரித்திருந்தது. சூரியன் இன்னும் வரவில்லை. கரட்டுச்சியைத் தாண்டவே அதற்குக் கொஞ்சம் நேரம் பிடிக்கும். அந்த நேரத்தில் பரபரப்புகள் அற்று, அலைச்சல் இன்றி மனம் மொட்டையாய் இருக்கும். தெளிந்த கிணற்று நீராய். படிப்பதெல்லாம் மனசுக்குள் இடம் பிடிக்க எனக்கு உனக்கு என அடித்துக்கொண்டோடும்.

கிணற்று மேட்டுப் பூவரசின் அடியில் உட்கார்ந்திருந்தான். புத்தகம் விரிந்திருக்க மனசு மட்டும் நிலைக்க மறுத்தது. அப்பனும் அம்மாவும் எதிர்க்காட்டில் குப்பை உதறிக்கொண்டிருந்தார்கள். அப்பன் ஒட்டுக்கூடையில் குப்பையை அள்ளிப்போட்டுக்கொண்டிருந்தார். கூடையைத் தூக்கி, ஒரு பந்தைப் போல் உயர்த்தி, கை வளைவு படாமலே முக்கால் சுற்று சுற்றியது அம்மா. கூடைக் குப்பை வட்டமாய் நிலம் முழுக்கச் சிறிதும் இடைவெளியின்றிச் சீராய்ப் பரவியது. தூரத்திலிருந்து பார்த்தால், உழுதுபோட்டிருந்த காடுகள் செக்கக்செவேல் என்று தீப்பிடித்து எரிகிற மாதிரி தெரிந்தன. இப்போது குப்பை பரவி நிலம் முழுக்கக் கரும் போர்வையைப் போர்த்திவிட்டிருந்தது. கோவணம் அசைய அப்பன் குனிந்து குப்பை வாருகிற தோரணை தன்னை மறந்த லயத்திலிருந்தது. புத்தகத்தை வைத்துவிட்டு இவன் அவரையே பார்த்துக்கொண்டிருந்தான்.

கட்டி கட்டியாய்ச் சாணிக்குப்பையிலிருந்து வெள்ளைப் புழுக்கள் அந்நியச் சூழலைத் தாங்காது பிதுமாறு கெட்டு நெளிந்து நெளிந்து ஓடின. குப்பைப்

புழுக்களுக்காக வந்து சேர்ந்த காக்கைக் கூட்டம் வாயில் துள்ளிய புழுவோடு எம்பி எம்பி உட்கார்ந்தது. வெள்ளை வெளேரென்று மாவுப் புழுக்கை மாதிரிப் புழுக்கள் காக்கைகளின் அலகுகளில் நெளிந்தன. ஒரே காக்கைச் சத்தம். இரண்டு மூன்று காக்கைகளைத் துரத்திவிட்டு, 'வவ்'வென்று குரைத்த நாய், ஓரிடத்தில் குழிபறித்து உடலைச் சுருட்டிக்கொண்டது. "காலங்காத்தால படுக்க கேக்குதா?" என்று ஓட்டுக்கூடையை நாயின் தலையில் தட்டியது அம்மா.

பாவம். மணியால் இன்னும் நிலைகொள்ள முடியவில்லை. வளவிலிருந்தபோது கஷ்டம் இல்லை. என்றாலும் பூர்வீக இடத்தை மறக்க முடியவில்லை. பகலெல்லாம் காலனியில்தான் இருந்தது. மாகாட்டு கிணற்றுக்குப் பக்கத்திலேயே இருக்கும் இரண்டு வீடுகளைப் பிடித்துவிட்டது. மிச்சம் மீதி, பழையது என்று போட்டுவிடுகிறார்கள். பகல் முழுக்கச் செம்பருத்திச் செடிகளுக்கு அடியில் படுத்துத் தூங்கிவிட்டு, சாயங்காலம் அம்மா பால் கொண்டுபோகிற நேரத்தில் திரும்பிவிடும். இரவெல்லாம் இங்கே காவல். முந்தி மாதிரி செழுசெழுப்பாய் இல்லை. கொஞ்சம் வயதும் ஆகிவிட்டிருந்தது. என்றாலும் "மணி" என்று குரல் கேட்டுவிட்டால் வாலை ஆட்டிக் கொண்டு பக்கத்தில் வந்து தொத்துக்கால் போட்டுக்கொண்டு, அடித்து முடுக்குகிறவரை விடுவதில்லை. அம்மாவின் அடியால் எழுந்து தூர வந்துவிட்டது. இவன் "மணி" என்றான். இவனை நோக்கி ஓடிவந்தது. "படிக்கற உட்டுட்டு நாயக் கூப்புட்டுக் கொஞ்சிக்கிட்டு இரு. செரக்கற உட்டுட்டு எவனோ செனை யாட்டுக்கு மயிர் புடுங்குன கதயா..." அம்மா சத்தமாய்ப் பேசிக்கொண்டே குப்பையை உதறியது. நாயின் தலையில் படிந்து கிடந்த குப்பைத் தூசுகளை இவன் தட்டிவிட்டான். அதைப் பார்த்துவிட்டு அம்மா இவனைக் கூப்பிட்டது.

"படிக்காத நாயோட கொஞ்சிக்கிட்டு இருக்கறயே? இங்க வாவேண்டா. வந்து நாலு கூட ஒதறு. இரவது இரவத்தஞ்சு குட்டான் ஒதறிப்புட்டு எந்நேரம் போயி நாஞ் சோறாக்குவேன்? பழைய சோறுகூட இல்ல."

அம்மாவின் பேச்சுக்கு எந்தப் பதிலும் சொல்லாமல், நாயை விட்டுவிட்டுச் சட்டென்று புத்தகத்துக்குள் கவிழ்ந்து கொண்டான்.

"அது செரி. இன்னாந்தின்னிக் குத்துக்கல்லாட்டம் உக் காந்துக்கிட்டு வெடிக்க பாத்தான். குப்ப ஒதறக் கூப்பட்டதியும் தல நிமிருதான்னு பாரேன். பசவளுக்கு வேல சொன்னாத் தாம் பேல வருமாம்."

கோபத்தோடு அம்மா கூடையை அப்பனின் காலடியில் வீசியது. குதிங்காலில் பட்டு நின்ற அதை முன்னால் தள்ளிக் கொண்டவர், எச்சிலைக் காறிக் குப்பைக்குள் துப்பினார்.

"படிக்கறவன எதுக்குத் தொந்தரவு பண்ற? உனக்குக் கயலாவுல. அவனக் கூப்படற. ஓடம்ப வளைச்சு வேல செய்யிடி. இல்லைனா அப்பிடியே வெள்ளரிப்பழமாட்டம் பொளந்து போயிரும். போ, போயி... கட்டலப் போட்டு நீட்டி உட்டுப் படுத்துக்க. சீவிச் சிங்காரிச்சுக்கிட்டுக் காலனிக்குப் போ. கருமடா. பெருந்தலக் காக்கா பீ தின்னப் போச்சாம். எற கெல்லாம் பீயாச்சாம்."

அப்பன் குரலோடு வந்த கூடையைத் தலைக்குத் தூக்கிக் கொண்ட அம்மாவின் முகம் கருக்கல் நிறத்திற்கு மங்கியது. குப்பையை விசிறிவிட்டுச் சும்மாட்டை அவிழ்த்துக் கட்டிக் கொண்டு புலம்பியது.

"குந்த நெவுலும் கூத்தியா ஊடும் இருந்துட்டா, மயரான சம்பளம் வந்தா என்ன போனா என்னன்னு நாந்தான் இருக்கறனா இப்ப?"

"ஆரைடி பாத்துக் கூத்தியோட்டுக்குப் போறவன்னு சொல்ற? உங்கொப்பழுட்டு வைரான்னு நெனச்சயா? நாக்க இழுத்து வெச்சுத் தெச்சுப்புடுவனாமா."

அத்தனையும் குப்பையாய் உதிர்ந்துபோயிற்று. கீரியும் பூனையும் மாதிரி எப்படியானார்கள்? முந்தியெல்லாம் இப்படி இருந்த மாதிரி தெரியவில்லை. வாய் திறந்தாலே இரண்டு பேருக்கும் சண்டைதான். அவர்கள் பேச்சைக் கேட்க அருவருப்பு மூண்டது. இவனால் இந்த மாற்றத்தை ஏற்றுக்கொள்ளவே முடியவில்லை. இந்த இடத்தைவிட்டு எழுந்து ஓடிவிடலாம் போலத் தோன்றியது. இவன் எழுவதற்குள் நல்லவேளையாக அண்ணன் வந்தான். இந்நேரத்திலேயே எழுந்திருக்கிறான் அதிசயமாய்.

"அப்போய்... ஊட்டுக்கு வா. தலைவரு கூப்படறாரு."

மண்வெட்டியை ஊன்றிக்கொண்டு தலையை நிமிர்த்திப் பார்த்தார்.

"ம்... என்னடா?"

"தலைவரு கூப்படறாருப்பா."

"எவன்டா அவன்... தலைவரு?"

"நம்ம செவத்தான் மாமந்தாப்பா."

"ஓகோ அவன் இன்னக்கித் தலைவனாயிட்டானோ? பொறுக்கிப் பசவளுக்காடா?"

"அதும் இதும் பேசாத ஆமா. உனக்கென்ன தெரியும்? காலனிக்காரனுவளே அவுருகிட்டக் கைகட்டி நிக்கறானுவ."

அவன் முகம் சிவந்தது. என்னவோ அவனையே அவமானப் படுத்திவிட்ட கோபம். கரைமேல் நின்றுகொண்டிருந்தவன் கீழே இறங்கினான். அப்பன் தலைத்துண்டை உதறிக்கொண்டு வந்தார். என்ன நினைத்தாரோ, சொன்னார்.

"போயி அவனையே இங்க வரச்சொல்லுடா போ..."

மறுபடியும் குப்பை உதறுவதில் மும்முரமானார். அம்மா ஒன்றும் பேசாமல் உதறிக்கொண்டிருந்தது. இவனுக்கு ஏதோ நடக்கப்போகிற பயம் தொற்றிக்கொண்டது. கொஞ்சம் ஆசுவாசப்படுத்திக்கொண்டு, நாயின் முதுகைத் தடவிக் கொடுத்தான். நிலத்தில் சிதறி விழுந்த குப்பையின் மீது பார்வையை ஒட்டினான்.

சாணிக்குப்பைப் புழுக்கள் வெயில் தாங்காமல் மல்லாந்து கிடந்தன. வெங்கச்சங்கல் மாதிரி மின்னின. சலித்துப்போன காக்கைகள் கீழே குனியவும் மனமின்றிப் போயின. காலை வெயில் எரிக்கும் அக்கினியாக அடித்தது. இவனுக்குக் காந்தல் தாங்க முடியவில்லை. அப்போதே கிணற்றில் குதிக்கலாம் போலிருந்தது.

செவத்தான் முன்னே வர, அண்ணன் அல்லையில் ஒண்டிக் கொண்டு வந்தான். சலவை செய்யப்பட்ட வெள்ளை வேட்டியும் வெள்ளைச் சட்டையும் வெயிலில் பளீரிட்டன. படிய வெட்டிய தலை. போலிஸ்காரன் மாதிரி கிராப். முன்னைவிட இப்போது ஆள் நன்றாகத் தாட்ரிக்கம் ஆகிவிட்டிருந்தான். வேட்டியின் நுனியைக் கையில் பிடித்துக்கொண்டு லேசான தொந்தி முன்னே வர, அவன் நடந்து வந்தான். முகம் சதைபோட்டுக் கனுகனுவென மின்னியது.

"என்ன மாமோய், குப்ப ஒதர்நீங்களா?"

அப்பன் மண்வெட்டியைப் போட்டுவிட்டு வந்தார். பாதி அள்ளப்பட்ட குட்டான் சின்னப் பாறைக் குகை மாதிரி வாய் பிளந்திருந்தது. அப்பன் குப்பை வாருவதை நிறுத்தியதும், காட்டுக்குள்ளேயே ஒட்டுக்கூடையைப் போட்டு அதன்மேல் அம்மா உட்கார்ந்துகொண்டது. தடத்தில் கட்டுக்காட்டான் போனான். அவனைப் பார்த்ததும் "என்னடா பயா?" என்றான் செவத்தான். கட்டுக்காட்டான் சைக்கிளைத் தடத்திலேயே நிறுத்திவிட்டு வந்தான்.

"நீங்க எப்பச் சொல்றீங்களோ, அப்ப வர்றங்க."

"இந்த வாரத்துல முடியாது. அடுத்த வாரம் திங்கக்கெழம வந்துருங்க. முடிச்சரலாம். வயசான காலத்துல உங்கொப்பனோட எதுக்கு வேச்சியம்? எதோ ஒரு கணக்குப் பண்ணி முடிச்சிரலாம். வந்துருங்க. என்ன?"

"வந்தர்ரங்க. சரி வர்ட்டுங்களா? காலனிவெரைக்கும் போவோணும்."

அவன் போனான். செவத்தான் அப்பனைப் பார்த்து "என்ன மாமா?" என்றான். அப்பன் அவனை மேலும் கீழும் பார்த்து ஒரு மெலிந்த புன்னகையை விட்டார். கொஞ்ச நாளாக இரண்டும் பேரும் அவ்வளவாகப் பார்த்துக் கொள்வதில்லை. அவன் நிறைய வேலைகளோடு இருந்தான். பெரிய மனுசனும் ஆகிவிட்டிருந்தான். அப்பனுக்கு அவனிடம் சோலியும் இல்லை. வியப்போடு அவனைப் பார்த்துச் சொன்னார்.

"தலைவுரு என்னயத் தேடிக்கிட்டு வந்திருக்கறிங்க. என்ன விசேசமுங்க?"

பணிந்து கேட்பவரைப் போலக் குரலைத் தழைய விட்டார். அவன் கொஞ்சம் வெட்கம் போல முகத்தைச் சுளித்துக்கொண்டான்.

"என்ன மாமா நீங்களும்? இந்த அறியாப் பசவ அஞ்சாறு சேந்துக்கிட்டு தலைவரு தலைவருங்கிதுவ. நீங்களுமா?"

"அப்பறம் நாங் கூப்படிலின்னா கோவிச்சுக்கமாட்டீங்க?"

அப்பனின் அப்படிப்பட்ட பேச்சைத் தவிர்க்க விரும்புகிறவன்போல் அவன் பேசினான்.

"அது கெடக்கட்டுங்க கழுத. உங்ககிட்ட வேறொரு முக்கிய விசியமா வந்தங்க. காடு கொறை ஒழுவு ஓட்டிட்டீங்களா?"

"ம். குப்பைய ஓதறிப் புழுதி ஒழவு ஓட்டோணும்."

கிணற்று மேட்டில் செக்கிலிருந்து பிளந்துபோட்ட மாதிரி அந்துசாய், உட்கார வசதியாய்க் கற்கள் கிடந்தன. அவற்றில் உட்கார்ந்துகொண்டார்கள். புத்தகமும் கையுமாய் இருந்த இவனைப் பார்த்து "எப்படா மாப்ள பரிச்ச?" என்று விசாரித்து விட்டுப் பேச்சை ஆரம்பித்தான்.

"காடு நாலேக்கரா இருக்குதுல்ல. ரண்டக் குடுத்துருங்க. வெல லம்பா வாங்கித் தர்றன்."

அவன் எந்தத் தயக்கமும் இல்லாமல் நேராக விசயத்தைத் தொட்டான். தாத்தா தடியை ஊன்றிக்கொண்டு வந்து வாரியில் உட்கார்ந்தார். கால்களை நீட்டி வைத்துக்கொண்டார். அகலம் கல்லில் அகட்டின மாதிரி. அவரைக் கண்டு பேச்சை நிறுத்திய அவன், "மாமா... பெரீவங்க நீங்க. நாஞ் சொல்றதுக்குக் குறுக்க சொல்லப்படாது" என்றான்.

தாத்தா தலைத்துண்டை அவிழ்த்துத் தோளில் போட்டுக்கொண்டு, மெல்ல அவன் பக்கம் திரும்பினார். முகம் கனுகனுவென்று இருந்தது. உடல் வற்றிப்போய் விட்டிருந்தது. கால்கள் மெதுமெதுவென வீங்கியிருந்தன. மூச்சைத் தடுமாறி இழுத்துக்கொண்டு பேசினார்.

"மாப்ள... காடு நீதாம் புடுச்சுக் குடுத்த. இல்லீங்கல. அதுக்காவ நீ சொன்னதியும் குடுத்தரோனுமின்னில்ல. எதோ பவுனாட்டம் நெலத்தக் காலனிக்கு உட்டுட்டு வந்தம். கடவுளு கண்ணப் புடுங்கிக்கிட்டாலும், தடுமாறியாச்சும் நடந்துக்கிட்டுப் போன்னு சொல்லி இந்தத் தடியக் குடுத்திருக்கறாரு. அதயும் புடுங்கிக்காதடா... மாப்ள."

அவர் குரல் தழுதழுத்தது. உடைந்து சிதறிவிடுகிற நிலையி லிருந்தது அழுகை. மிகவும் நிதானத்தோடு கட்டுப்படுத்திக் கொண்டார். அண்ணன் அவருக்குப் பக்கத்தில் வந்து நின்று கொண்டு ஆவேசமாகப் பேசினான்.

"உனக்கென்ன தெரியும்? இங்க வந்துட்ட. கெழ்ட்டு. கட்டலக் காத்துக்கிட்டுக் கெடக்க வேண்டீடுதுதான். ஏன் இங்க வந்து எங்குசுர வாங்கற?"

"நான் இப்ப என்னடா சொல்லீட்டன்?"

"மயரச் சொன்ன, மூடிக்கிட்டுப் போ. ஆமா."

தாத்தா ஒன்றும் பேசவில்லை. செவத்தான் முகத்தைக் கோணிக்கொண்டான். அம்மா பூவரச மரத்தைக் கட்டிக் கொண்டு தாத்தாவைக் கடுப்போடு பார்த்தது. அப்பன் தலை குனிந்துகொண்டிருந்தார். இவனுக்கென்றால் அவனை எட்டி உதைத்துத் தள்ளிவிட வேண்டும்போல வெறி. 'சினிமாக் கொட்டாயில் எச்சக்கலை பொறுக்குகிற பயல். குடிகார ராஸ்கல். தாத்தாவைப் பார்த்து என்னப் பேச்சுப் பேசுகிறான்.'

"செரீடாப்பா. நா மூடிக்கறன். நீங்க நடத்துங்க."

கையை ஊன்றி எழுந்து, தடியைப் பற்றிக்கொண்டு தாத்தா அசைந்து போனார். எங்கே விழுந்துவிடுவாரோ என்றிருந்தது. ஒரு சின்னக்கல் தட்டினால் போதும். தடியின் பலத்தில்

எல்லாவற்றையும் புதைத்துச் சிதைத்தவர் போல அழுந்தவைத்தார். கிணற்றைத் தாண்டித் தடத்திற்குப் போகும்வரை பேச்சு வரவில்லை.

"சின்னப் பசவளுக்குப் பன்னாட்டுக் குடுத்தா இப்பிடித் தான்டா. பெரிய மனுசங்கிட்டயெல்லாம் எப்பிடிப் பேசறதுன்னு வேண்டாம்? ஒரு மொழ நாய்க்கு ஒன்னர மொழம் வாலெதுக்கு?"

செவத்தான் அண்ணனைக் கடிந்துகொள்கிற தோரணையில் பேசினான். அம்மா அவனை முந்திக்கொண்டு சொன்னது.

"கெழ்டுவெளுக்கெல்லாம் அப்பிடித்தாம் பேசோணும். இல்லைனா பொழைக்கறதுக்கும் உடாதுவ, சாவறதுக்கும் உடாதுவ. நீ பேசு பயா."

வெயில் சுளீரிட்டது. பட்டியில் ஆடுகள் 'பே' என்று கத்தின. வெளிவிடுகிற நேரமாகிவிட்டிருந்தது. நன்றாக வெயில் வரும்முன் வெளிவிட்டால் கொஞ்சம் வயிறு நிரம்பிவிடும். ஆட்டைப் பார்த்துக்கொண்டே அப்பன் கேட்டார்.

"காட்ட விக்கறதுக்கு இப்ப என்ன பயா அப்படி எங்களுக்கு மொடை வந்திருச்சு?"

"நாமளும் ஊரு நெலவரத்த அனுசரிக்கோணுங்க மாமா. நேத்துப் பொறந்த பையனுவெல்லாம் ரிக்குங்குதுவ. லாரீங்குதுவ. பைனான்சிங்குதுவ. அங்கயும் இங்கயும் ஓடி நாலு காசப் பாக்குதுவ. பையனுக்கும் இரவத்தஞ்சுக்குப் பக்கமா ஆவுது. எதாச்சும் ஒரு கடை கண்ணி வெச்சாத்தான் நாளக்கிப் பொண்ணு குடுக்கறவனுக்கும் ஒரு மதிப்பா இருக்கும். நாலு பேரு நாங் குடுக்கறன், நீ குடுக்கறன்னு வருவாங்க. பிள்ளய ஒரு வழியாக் கட்டிக்குடுத்தம். ஒரு தேவை முடிஞ்சா அடுத்து இருக்குதில்ல? பையந்தானன்னு உட்ர முடியுமா என்ன? என்ன மாமா நாஞ் சொல்றது?"

அவன் கொஞ்சம் நிறுத்தினான். நோட்டம் பார்க்கிற வனைப் போல. அப்பன் குனிந்துகொண்டு எதையோ குச்சி யால் நோண்டிக்கொண்டிருந்தார். இவன் புத்தகத்தைத் தூர மாக வைத்துவிட்டு, நகத்தைக் கடித்துக்கொண்டான். அப்பன் என்ன சொல்லப்போகிறாரோ என்றிருந்தது. அம்மாவும் அண்ணனும் 'வச்ச கண் வாங்காமல்' அப்பனையே பார்த் தார்கள். இவர்கள் தூண்டித்தான் செவத்தான் வந்திருப்பான் போல.

"சோடாக் கடையில பையனுக்கு நாலுந் தெரியும். வெய்யக் காலத்துல கூல்டிரிங்க்ஸ் கடை போடலாங்கறான். எனக்குஞ்

சொரீன்னுதாம் படுது. ஒழுவு ஓட்டி என்னத்த வருது? கடசீல ஒழக்கோலுக்கூட மிஞ்சாதுன்னு செலவாந்தரஞ் சொல்றது உங்களுக்குத் தெரியாதா? இன்னைக்கெல்லாம் நெலத்துக்கு நல்ல வெலதான். இப்ப உங்களுதே நாப்பதுக்குக் கேப்பாங்க. நான் அம்பதா வாங்கித் தர்றன். ரண்டேக்கராக் குடுத்தா ஒரு லட்சமாச்சு. என்னங்க மாமா?"

அப்பன் தலையை மேலும் கீழும் அசைத்துக்கொண்டார். கண்களை மேலே தூக்க அவருக்குப் பயமாக இருந்தது. பொல பொலவென்று கொட்டிவிடுவோமோ என்றிருந்தது. தொண்டையை எச்சிலால் நனைத்துக்கொண்டு கேட்டார்.

"கட வெக்கறதுக்குக் காட்ட வித்தாத்தான் முடியுமா?"

"பின்ன சம்பாரிச்சு மூட்ட மூட்டயாக் கட்டியா வெச்சிருக்கற? இந்தக் காட்டப் புடிக்கற நேரம் எங்க அண்ணனோட தறியில கூட்டுச் சேந்திருந்தாலாச்சும் இன்னக்கிப் பரவால்ல. அப்பிடியும் இப்பிடியும் சேத்தி அவுங்க இன்னக்கி ஒரு நெலக்கி வந்துட்டாங்க. அதான் அவுங்க சோடையே ஆவாதுன்னுட்டானே?"

அம்மாவின் பேச்சு கரையான் புற்று மாதிரிச் சரிந்து விழுந்துகொண்டே இருந்தது. அப்பன் தலையை உயர்த்தி ஒரு பார்வை பார்த்தார். கண்கள் கற்றாழைப் பழம் போலச் சிவந்து துருத்தி நின்றன.

"போடி... போயி ஆட்ட வெளியுடு."

அம்மா காதுக்குக் கேக்காத வண்ணம் முணுமுணுத்துக் கொண்டு நின்றது. சேலை முந்தானையைச் சுருட்டிப் பந்து மாதிரி வாயில் வைத்துக்கொண்டது. இழவு வீட்டுக்குப் போகிற தோற்றத்துடன். செவத்தான் மறுபடியும் தொடங்கினான்.

"மாமா காலத்துக்கேத்த மாதிரி பொழைக்கோணும். சும்மா காடு காடுன்னு உங்கொப்பனாட்டவே நீங்களும் பேசாதீங்க. ஒரு லட்சம் வருதா. பையனுக்கு இரவதக் குடுங்க. கட வெக்கட்டும். இரவதச் சின்னவம் பேருக்குப் போட்ருங்க. படிச்சானா அதுக்காவுட்டும். இல்லைனா என்னமோ செய்யிட்டும். அவனிஷ்டம். நாம யாருக்கும் பாதகம் நெனைக்கக் கூடாதில்ல. அப்பறம் பத்தக் கடங்கிடங் கட்டுருங்க. பிள்ளக்கி எதாச்சும் ஒன்னு ரண்டு குடுங்க. இப்ப வேற ஈசுருக்காரியா இருக்கறா. அவனும் இல்லாதவன். வேறொருத்தனா இருந்தா இவ பண்ணுன காரியத்துக்கு வெச்சுப் பொழைக்கவே மாட்டான். மிச்சம் அம்பதப் பைனான்சில போட்டுக் கூட்டுச்

சேருங்க. இன்னக்கிப் பைனான்சுதான் ஓகோன்னு ஓடுதே? மாசத்துக்கு ஆயரம் ரண்டாயரமுன்னு வட்டி போவ மிச்சமே வரும். காடு இன்னம் ரண்டேக்கரா இருக்குந்தான்? வெள்ளாம பண்ணி என்னத்த மாமா எடுக்கப் போறீங்க?"

"காடு கெடந்திச்சினா எங்க போயிருது? எப்பிடியும் நாலு காசப் பாத்தரலாம். இவங் கடைக்கும் போவ வேண்டிதில்ல. ஒன்னும் வேண்டிதில்ல. ரண்டு ஆட்டுக்குட்டி மேச்சுக்கிட்டு, காலனியில ரண்டீட்டுக்கு நல்ல தண்ணி கொண்டாந்து குடுத்தாப் போதும். நல்ல தண்ணி சிக்காத, ஆலாப் பறக்கறாங்க. சைக்கிள்ள தூரனூரு போனா ஒரே மணி நேரம். மாசம் நூறு நூத்தம்பது வரும். கடைகிடைன்னு போட்டுப் போயிருச்சுனா அப்புறம் என்னய நீ பாரு, உன்னய நாம் பாருன்னு போவ வேண்டிதுதான்."

செவத்தான் அவ்வளவு சொல்லியும் அப்பன் பெயரவில்லை. மண்ணை அள்ளிக் கொடுத்துவிட்டுப் போவதில் அவருக்கு விருப்பமில்லை. அவன் கரைத்தாலும் நிதானமாகவே யோசித்துப் பேசினார். அவருடைய யோசனை அண்ணனின் பொறுமையைச் சோதித்தது.

"ஆமா, காலனி ஊட்டுக்காரனுவளுக்குக் கால்கழுவி உட நான் போறன். காலத்திக்கும் இப்பிடியே யோசன சொல்லிக் கிட்டு இரு. எனக்கு வர்ற பங்கப் பிரிச்சுக் குடுத்துரு. நா என்னமோ பண்ணிக்கறன்."

அவன் பேச்சு அப்பனை உசுப்பியது. பற்களை நரநர வெனக் கடித்துக்கொண்டார். கண்ணீர் தேங்கியது. அவரைப் பார்க்கவே பரிதாபமாயிருந்தது. ஓடிக் கட்டிக்கொண்டு ஆறுதல் சொல்ல வேண்டும் போலிருந்தது இவனுக்கு.

"எஞ் சுண்ணிக்குப் பொறந்த பையன் எனக்கே புத்தி சொல்றயா? போடா போ. போயி... சமுத்திருந்தா கோர்ட்டுல போட்டு எடுத்துக்க. நானிருக்கறவரைக்கும் ஒரு பைசா பேராதுடா."

"அப்பன்னு பாத்தா என்னமோ குதிக்கறயே? உன்னய இப்பிடியே உட்ருவனா? கால முறிச்சுக் கட்டல்ல போட்டுக் கஞ்சி ஊத்தறன் வா."

"டேய் டேய்" என்று செவத்தான் பிடிக்கப் பிடிக்கக் கல்லை எடுத்து வீசினான். கூர்ங்கல். வாச்சி போல வாய். அப்பனின் காலைச் சொய்யெனப் பிடித்தது. "அய்யோ..." அவர் கால்களில் ரத்தத்தாரை. "டேய்..." என்று எழுந்தோடி அவன் தலைமயிரைக் குத்தாகப் பிடித்துக்கொண்டு முதுகில்

குத்தினார். அவன் குனிந்து வெவ்வாலம் எடுத்தவன் மாதிரி அவரைக் கடித்தான். இவன் ஓடி அவனைத் தூர இழுத்தான். அம்மாவும் ஓடிவந்து அவன் கைகளைப் பிடித்து இழுத்தது. செவத்தான் அப்பனைப் பிடித்துக்கொண்டான். இரண்டு பேரையும் விலக்கிவிடுவதற்குள் மேல்மூச்சு கீழ்மூச்சு வாங்கியது. இரண்டு நாய்கள் கட்டிப் புரண்ட மாதிரிப் புழுதிக் காடெங்கும் கால் தாரைகள். குரோதமாகப் பார்த்தபடி மூச்சு வாங்கினார்கள்.

அம்மா, "என்னூட்டக் கூடப் போட்டுட்டுப் போறதுக்குனே ரண்டுங் கங்கணங் கட்டிக்கிட்டு இருக்குதுவளே? நா எங்க போயி எங்கொறையச் சொல்லி அழுவன்?" என்றது.

அதற்கப்புறம் ஒரு மாதத்தில் காடு கிரையத்துக்குக் கையெழுத்துப் போட எல்லாரும் போனார்கள்.

○ ○ ○

தேர் கூளி கோயில் முக்கில் நின்றது. வடம் பிடித்த கூட்டம். சுற்றிலும் தேரோடு நகர்ந்த ஜனங்கள். மாத் தேர் இழுக்கும் நாளில்தான் இப்படிக் கூட்டம். சாயம்போய் வெளுத்த அலங்காரத் துணிகள் குடையாய் உப்பிச் சுருங்கின. ஒரு கிழவன் தடுமாறி நகர்வதுபோல் மெல்ல அசைந்தது தேர். மூட்டை தூக்குபவனின் முதுகாய்ச் சக்கரம் உருண்டது. கருத்த தேர்க்கால்கள்மேல் உட்கார்ந்திருந்த பூசாரியின் மேனி, வேர்வையில் அமிழ்ந்துபோயிற்று. ரதத்தில் உட்கார்ந்திருந்த உற்சவருக்கு நிகராக அவர்கள் உட்கார்ந்துகொண்டு சூடம் கொளுத்திக் கொளுத்திக் குளிர்காய்ந்தர்கள். "அரகரோ" என்ற துள்ளல் ஒலியுடன் வடம் பிடித்த ஜனங்கள் எம்பி இழுக்கச் சன்னக்கட்டை போட்டவர்கள் சக்கரத்தோடு ஓடினார்கள். கன்னத்தில் அடித்துக்கொள்ளவும் மேலுயர்த்திக் கும்பிடு போடவுமே கைகள் இருக்கிற பாவனைகள். கூட்டத்தில் நசுங்கிய குழந்தைகள் மிரண்டு பயந்து அழவும் திராணியற்றுச் சேலைகளுக்குள் ஒளிந்துகொண்டன.

வாலிபப் பையன்கள் பெண்களுக்கிடையே புகுந்து புகுந்து முன்னேற அவர்களின் இளமையும் துடிப்பும் பொறுக்க முடியாத தொப்பை கட்டிய போலீஸ்காரன்கள் தடிகளோடு அதிகாரம் காட்டினான்கள். எங்கும் மல்லிகை மணம். கிழவிகள்கூடச் சின்னத் துண்டளவு செருகிக்கொண் டிருந்தார்கள். செம்பட்டை பாய்ந்த கிராமத்துத் தலைமயிர் களுக்குள் மல்லிகை துருத்திக்கொண்டு நின்றது. பலரங்களைப் பற்றிக்கொண்ட சிறுவர்கள் குஷியில் குதிக்க இடமற்றுச் சோர்ந்தார்கள். தேரின் அசைவைவிட அவர்களைப் பார்க்கவே ஆவலாயிருந்தது.

எப்போதும் மொட்டையாய் நிறுத்திக் கிடந்த தேர்தான். வருடத்திற்கு ஒருமுறை மட்டும் புதிதாய்ப் பொலிவு வந்துவிடும். அதற்கு முன் தினந்தோறும் அந்தப் பக்கம் போய், அதைப் பார்த்துக்கொண்டிருந்தால்கூட என்னமோ ஜீவன் நிற்கிற மாதிரிதான் தெரியும். நோம்பி என்று வந்துவிட்டால், அதன் கௌரவமே தனிதான். மக்களுக்குக் கூட்டமாய்ப் பார்ப்பதில் ஒரு இன்பம். கூட்டம் கூடிவிட்டால் சாதாரணம் கூட அதிசயமாகிவிடும். கோயிலுள் சீண்டுவாரற்று ஓரமாய்ப் பித்தளையில் அடித்துவைத்துக் கிடந்த அந்த உற்சவருக்கு இன்றைக்குப் புதுப்பொலிவு. அமைச்சர் கந்தசாமியே வந்து தன்னை வணங்கி, வடத்தைத் தொட்டுக் கொடுத்துவிட்டுப் போயிருக்கும் அகங்காரம். அசாதாரணங்கள் வெள்ளையும் சொள்ளையுமாய் அதிகாரம் செலுத்த, சாதாரணங்கள் சங்கிலியைப் பற்றிச் சக்தியெல்லாம் திரட்டி இழுக்கக் கைகள் கெட்டித்தன.

கீழூர் ரோட்டு முக்கில் இருக்கிற தண்ணீர்ப் பந்தலில் ஈக்களாய் மொய்ப்பு. ஏதோ ஒரு இளைஞர் அமைப்புக்குத் தாகம் தீர்க்கிற நல்லெண்ணம் இருந்தது. முன்பெல்லாம் ஊர் ஊருக்குத் தண்ணீர் பந்தல் இருக்கும். பல மைல் தூரம் நடந்து தேர் பார்க்க வருகிற மக்கள் ஒவ்வொரு இடமாய்ப் பருகிப் போவார்கள். மாட்டு வண்டிகள் ரோடு முழுக்கச் சத்தமெழுப்பிக்கொண்டேயிருக்கும். இப்போது வண்டிகள் குறைந்துவிட்டன. பஸ்களின் படிகளில் தொற்றிக்கொண்டு வந்து, கொஞ்ச நேரம் கூட்டத்தைப் பார்த்துவிட்டு, மறுபடி யும் தொற்றிக்கொண்டே திரும்பிப் போய்விடுகிறார்கள். தண்ணீர்ப் பந்தல்கள் குடிக்க ஆட்களற்று எடுக்கப்பட்டு விட்டன.

தேரைச் சன்னக்கோல் போட்டு நிறுத்தினார்கள். அவ்வளவு தூரம் தேரில் உட்கார்ந்துவந்த உற்சவரின் முகத்தில் ஏகப்பட்ட களைப்பு. கொஞ்ச நேரமாச்சும் ஓய்வெடுத்தாக வேண்டும். மட்ட மத்தியான வெயில் நெருப்பாக எரிந்தது. காலையில் வெயில் பார்க்கச் சாதாரணமாக இருந்தது. வர வர அதிகமாகிவிட்டது. ஏறுவெயில் காலம். மக்கள் தேர்க் கடைகளை நோக்கியும் ராட்டினத் தூரிகளை நோக்கியும் நடந்தார்கள். இனிமேல் சாயந்திரம்தான் வடம்பிடித்தல். வெயில் தாழும் நேரமாக வேண்டும்.

இவனும் வாசுவும் கூல்டிரிங்ஸ் கடையை நோக்கி நடந்தார்கள். அண்ணன் கடையைத் தொடங்கி இருபது நாள்களுக்கு மேலாயிற்று. இவன் ஒருமுறையோ இரண்டு முறையோதான் போயிருந்தான். தேர்வு என்பதால் சமயம்

வாய்க்கவில்லை. தேர்வு முடிந்ததற்கு அப்புறம் முரளி, கோபால், கதிர் மூன்று பேரிடமிருந்தும் முழுசுமாய் அறுத்துக் கொண்டான். அவர்கள் செய்யப்போகிற கேலிக்குப் பயந்தே, அவர்களைக் கண்டால் ஓட ஆரம்பித்தான். அப்படியும் சமயங்களில் பிடித்து வாங்கு வாங்கென்று வாங்கி ஆளை ஒருவழியாக்கிவிடுவார்கள். காளை நிலையத்தில் வேலை செய்த வாசுவோடும் துரையோடும் பழகியதில், அவர்கள் இல்லாதது பெரிய குறையாகத் தெரியவில்லை. அவர்களிட மிருந்து கழன்றுகொள்ள அது ஒரு நல்ல வழியும் ஆகிவிட்டது.

ரோட்டோரத்தில் அறுபதுகளில் காமராசர் நாட்டிய அடிக்கல் மட்டுமே நிற்க, ஆட்டுப்பண்ணை என்ற பெயரோடு சீமைக் கருவேல முட்கள் அடர்ந்து கிடந்த இடத்தின் மீது அவுசிங் போர்டின் கண் விழுந்தது. உடனே கால்நடைத் துறை விழித்துக்கொண்டது. சும்மா கிடக்கிற இடத்தில் ஒரு காளை நிலையத்தைத் தொடங்கலாம் என்று பத்துக் காளை களைக் கொண்டுவந்து நிறுத்தி அதைச் செயல்படுத்த ஆரம் பித்துவிட்டார்கள். அதில் வேலை செய்தவர்கள்தாம் வாசுவும் துரையும். அவர்களோடு சினிமா, தாயக்கரம், பேச்சு என்று விடுமுறை ஓடிக்கொண்டிருந்தது.

ரிசல்ட் வந்து தொலைத்துவிட்டால் எங்காவது ஓடி விடலாம். அதுவரை நாள்களோடு பெரிய போராட்டம். நெடும் பகல்கள். நீண்ட இரவுகள். சோம்பலினூடே மனசெங்கும் புற்றுகள் வேறு வளர்ந்தன. தனிமை என்னென்னவோ நினைக்க வைத்தது. மனசெங்கும் வெற்றுக் கற்பனைகளாய் மிதந்தன. எந்த நேரமும் கனவுப் பின்னல்களில் கரைந்தது. ஏதாவது சின்ன நிகழ்ச்சிகூட இவன் நினைவுகளின் சாகசத்தில் பிரம்மாண்டமானது. சின்ன ஓலை அசைவில் ஒரு சாம் ராஜ்யமே உருவாகும். கற்பனை எல்லா வெற்றிகளையும் இவன் மடிக்கு வாரி வழங்கியது. அடங்கி ஒடுங்கிப் புதை குழிக்குள் கிடந்த ஆசைகள் தூர்த்து எழுந்து வெறியாட்டம் போட்டன. தன்னைத்தானே இழந்தான். தனிமை இவனைப் பிட்டு, கைமாற்றி மாற்றியேனும் சுடச்சுடத் தின்றுவிடும் போலிருந்தது.

எல்லாவற்றிலும் ஆறுதல், "தேர்வு முடிவு வரட்டும், எங்காவது ஓடி விடலாம்" என்பதுதான். கூட்டத்திற்குள். நாலைந்து பேர்களுக்குள் அல்ல. ஆயிரம் பேருக்குள் ஒருவனாய். உருத்தெரியாமல். என்னென்னவோ சமாதானங்களைச் சொல்லிக்கொண்டான்.

"இதுதான் உங்கொண்ணாரு கடையா?"

"ம். வா வாசு. எதாச்சும் குடிச்சிட்டுப் போலாம்."

வாசல் முழுக்கச் சைக்கிள்கள். தேர் பார்க்க வந்தவர்கள் நிறுத்தியிருந்தார்கள். அப்பனின் 'சுவேகா' நின்றது. கடைக் குள் நிறையக் கூட்டம். அப்பன்தான் கல்லாவில் உட்கார்ந் திருந்தார். அண்ணன் உள்ளே இருந்தான் போல. ஒரு சின்னப் பையன் எல்லாருக்கும் எடுத்துக் கொண்டுவந்து தந்தான். இவர்கள் முன் பெஞ்சில் உட்கார்ந்தார்கள். அப்பன் இவர்களைப் பார்த்துவிட்டு, "ரோஸ் மில்க் குடிக்கிறியா?" என்றார்.

இவன் ஒன்றும் பேசவில்லை. அப்பனின் கண்கள் செம்மண் நிறத்தில். முகம் இளகிக் குழைந்தது. வேர்வை முகம் முழுக்க அப்பி வடிந்தது. வாய் கோணியும் விரிந்தும் சிரிப்பு. மெல்ல ஆடியது தலை. கைகள் பணத்தை வாங்கி உள்ளே போட்டுச் சில்லரை எடுத்துக் கொடுப்பதற்குள் தடுமாறித் தவித்தன. நாலைந்துமுறை உள்ளே போய்ப் போய் வந்தார். பையனை அதட்டுகிற குரல் வார்த்தைகளைச் சிதைத்தது.

அவரைப் பார்க்கவே இவனுக்கு அருவருப்பாய் இருந்தது. ரோட்டைப் பார்த்தான். பெஞ்சைப் பார்த்தான். யார் யாரையோ பார்த்தான். மனசு எரிந்தது. இங்கே வந்தும் குடி. வர வரக் குட்டிச்சுவராகிக் கொண்டுவந்தார். அன்றைக்கு மிகவும் கூட்டமாக இருக்கும் என்று அவரையும் கடைக்கு வரச்சொல்லி அண்ணன் கூப்பிட்டிருந்தான். பெட்டியில் இருந்த வேட்டி யையும் சட்டையையும் போட்டுக்கொண்டு 'சுவேகா'வில் கிளம்பி வந்திருந்தார்.

சுவேகாவில் கிளம்புவது அவரை அப்படியே உச்சியில் தூக்கிவைத்த மாதிரி. ஒரு பெரிய நாட்டையே ஆள்கிற தகுதி வந்துவிட்டார் போல. போகிற வேகம் தாள முடியாது. முறுக்குகிற முறுக்கில் வண்டி அக்கக்காகக் கழன்று ஓடிவிடும் போலிருக்கும். இரண்டுமுறை போட்டு விழுந்திருந்தார். அண்ணன் ஒருமுறை. கடைவாயில் அடிபட்டு இரண்டு பல் பிடுங்க வேண்டியதாகிவிட்டது. கன்னம் உப்பிப் பலூ னாய் பெருத்துவிட்டது. இவன்தான் சைக்கிளில் வைத்து ஆஸ்பத்திரிக்குக் கூட்டிப்போனான். முகத்தை மூடிக்கொண்டு சைக்கிளில் உட்கார்ந்து வந்தான். நாலைந்து நாட்கள் கடையே திறக்கவில்லை. போதையில் ஓட்டுவது. இரண்டு பேரையும் திருத்த முடியாது என்கிற முடிவு இவனுக்கு அவ்வப்போது சாந்தம் கொடுக்க வந்துவிடுகிறது.

அப்பனுக்குப் பெரிய கிரீடம் தன் தலையில் வந்து உட்கார்ந்துகொண்ட மாதிரிதான் எண்ணம். பைனான்சில் கூட்டுச் சேர்ந்தபின் முதல் மாசம் வட்டிப்பணம், கூட்டுச்

சேர்ந்தவர்கள் பிரித்த லாபப்பணம் எல்லாம் சேர்ந்து மூனாயிரத் துக்கும் மேல் வந்தது. சாராயக்கடையில் சுவேகாவை நிறுத்தி விட்டுக் குடித்தார். தலைகால் தெரியவில்லை.

"எவனும் எம் மயரக்கூடப் புடுங்க முடியாதுடா. எவனா இருந்தாலும் ஒரே குத்துத்தான். அது லட்சஞ் செலவானாலும் மசராச்சு."

இடைவிடாமல் இதே பேச்சு. சாராயக்கடைக்கு வந்த மன்னாதன் வாய் கொடுத்தான். அவன் தறி ஒட்டுகிறவன். எப்போதாவது குடிப்பான். குடித்தால் அதிலேயே நீந்துகிற மாதிரிதான்.

"என்ன மாமா பேசிக்கிட்டே இருக்கற? ஒரு பத்து ரூவா உஞ்சோப்புல இப்ப இருக்காது. வெறுங்கைல மொழும் போடறப்பவே இந்தப் பீத்துப் பீத்தறயா?"

"டேய் என்னடா? குத்திருவன். ஆரப் பாத்துக் கேக்கற? உங்கொப்பன் ஒரு பிச்சக்காரன். நீ ஒரு பிச்சக்காரன். என்னயும் அப்படி நெனைச்சுட்டயா?"

"சும்மா பேசாத. நானுந்தான் பேசுவன்."

"இப்ப உனக்கு எவ்வளவு வேணும்? நீ குடிடா. நா வாங்கித் தர்றன்."

வாங்கித் தரத் தரக் குடித்தான். அவனுக்கும் போதை நன்றாக ஏறிவிட்டது.

"உங்க சாலாக்கமெல்லாம் அவ்வளவுதானா மாமா?"

"இன்னம் என்னடா வேணும்?"

"என்னமோ கேட்டத வாங்கிக் குடுத்தரதுக்கு ஆயரம் ஆயரமாக் காசு வெச்சிருக்கறாப்பல பேசற?"

"டேய் பிச்சக்கார நாயி, இங்க பாருடா."

சோப்பிலிருந்து பணக்கட்டை எடுத்து வீசினார். ஐம்பதும் நூறுமாய் நோட்டுகள் சாராயக்கடை வாசலெங்கும் பறந்து பரவின. அப்பனுக்குச் சிரிப்பு ஓயவில்லை. "பாருடா பாருடா" என்று பணத்தைக் காட்டிக் காட்டிச் சிரித்தார். அவனும் அவரோடு சேர்ந்து சிரித்தான். சாராயக்கடையே நோட்டுகளால் விரிக்கப்பட்டதைப் போலிருந்தது. கட்டுக் காட்டான் பணத்தைப் பொறுக்கிச் சேர்த்து, சோப்பில் போட்டு அனுப்பிவைத்தான். அங்கே இருந்தவர்களுக்கெல்லாம் பணம் எடுத்துக்கொண்டான் குடிக்க. எவ்வளவு எடுத்தானோ யாருக்குத் தெரியும்? காலையில் ஊர் முழுக்க இதே பேச்சுத்

தான். "புதுப்பணக்காரன் தன் பவிசக் காட்டிட்டான். பணத்த மாலையாக்கூடக் கோத்துப் போட்டுக்குவான். பணத்த வெச்சுக்கிட்டு ஆட்ற ஆட்டுல சாராயக்கடையே ஆடுது."

பொடிப்பையன் இவர்களுக்கு ரோஸ்மில்க் கொடுத்தான். ஒரு கூட்டம் லெமன் குடித்தது. பையன் நல்ல சுறுசுறுப்பு. எல்லாருக்கும் கேட்டுக் கேட்டுக் கொடுத்தான். சரியாய்க் கணக்குச் சொன்னான்.

உள்ளே நிறைய இளவட்டங்கள். அண்ணனும் அங்கே தான் இருந்தான். வண்டி ஸ்டேண்ட் பக்கத்திலேயே கடை இருப்பதால் ரவுடிகளுடன் அவனுக்கு நிறையப் பழக்கம். அவனவன் பாட்டில்கள் வாங்கிக் கொண்டுவந்து உள்ளே உட்கார்ந்து குடிப்பது வழக்கமாகிவிட்டிருந்தது. அண்ணனும் அவர்களுக்குக் கம்பெனி. அவர்களோடு சேர்ந்துகொண்டு சுற்றுலாப் போனான். பத்துக் கோழிகள், பாட்டில்களோடு மெட்டோடாரில் போய் அங்கே டேரா போட்டுக் குடித்து விட்டு வந்தார்கள். இப்பவும் கூல்டிரிங்ஸ் தயாரிக்கிற வேலைச் சாக்கோடு அவ்வப்போது உள்ளே போய் அடித்துக்கொண்டான்.

உள்ளே போய் அவனைப் பார்க்கவே இவனுக்குப் பிடிக்க வில்லை. வர வர அவனோடு பேசுகிற ஒன்றிரண்டு வார்த்தைகளும் குறைந்துவிட்டன. இப்படியே போய்விடலாம் என்றிருந்தது. வாசுவும் காத்திருந்தான். மெல்ல அப்பனிடம் மட்டும் சொல்லிவிட்டுக் கிளம்பினார்கள்.

ராட்டினத் தூரி ஆடுகிற பக்கமாய்ப் போனார்கள். நிறைய வகைத் தூரிகள். ரயில் மாதிரி. ஹெலிகாப்டர் மாதிரி வட்டத்தில் தூரி. கண்ணைச் சுழற்றியது. தலை கிறுகிறுத்தது. தன்னையே மறந்த மாதிரி தோன்றியது. வட்டச் சுற்றோடு சேர்ந்து காற்றில் கலந்துவிட வேண்டும்போலிருந்தது.

வெளியே தலைகாட்ட முடியவில்லை. முதுகில் குத்திக் குத்தி ஊர் பேசிய பேச்சைக் கேட்கக் காது ரணமாகிவிடும் போலிருந்தது. அண்ணன் குடிப்பதை எத்தனை மறைவாய் வைத்திருந்தும் அம்மாவால் காப்பாற்ற முடியவில்லை. 'தண்ணிக் குள்ள உட்ட குசுவு மேல வராதயா போயிரும்?' அம்மாகூட இப்போது பரவாயில்லை. முந்தைய ஆட்டங்கள் குறைந்து வேலையில் கவனம் கொண்டது. இரண்டு பேரையும் இப்படி இழந்துவிட்டோமே என்கிற தவிப்பு. அண்ணனுக்கு எங்கே பெண் கட்டுவது? யார் கொடுப்பார்கள்? குடிகாரனுக்குக் கட்டிக்கொடுக்க யாருக்குத் தலையெழுத்து?

தலையை இந்தப் பொறியிலிருந்து எப்படியாவது பிய்த்துக் கொண்டு ஓடிவிட்டால் தேவலை. இவர்களோடு மாரடிக்க

முடியவில்லை. சண்டைகளும் பேச்சுகளும். குறைவாகப் பணம் வந்தாலும் கோபால் வீடு மாதிரி, கதிர் வீடு மாதிரி அமைதியாய்ச் சுகமாய் வாழ வேண்டும். இங்கே பணம் வர வர வீடு அலங்கோலமானது.

தூரியை விட்டு, நான்கு தெருக்களிலும் ஒரு சுற்றுச் சுற்றிவிட்டுப் புறப்பட்டார்கள். அப்படியே காலாரா நடந்து கொண்டே இருந்தால் தேவலாம். எல்லாக் கவலைகளும் புதைந்துபோகும். எந்த நினைவும் அற்று எங்கு வேண்டு மானாலும் நடக்கலாம். இவர்களை விட்டுவிட்டுப் போய் விட்டால் போதும். மனசைக் கொத்திய தேள் கொடுக்குகளி லிருந்து விடுதலை. காதுக்குள் நுழைந்து நெளிந்த புழுக்களி லிருந்து விடுதலை. சுற்றிலும் மலமாய் உறுத்திய நெடியிலிருந்து விடுதலை. விடுதலை.

சாயங்கால நேர வடம் பிடிக்கக் கூட்டம் தேரைச் சூழ்ந்து கொண்டிருந்தது.

❋

10

விடியப்போகும் நேரம். ஆட்டுப்பண்ணைக் காக்கைகள் இடைவிடாது கத்தின. மரங்களினூடே போனால் மேலிருந்து சொத்தென்று வந்து விழும். காலங் காத்தாலை தலை முழுக்க அசிங்கத்தைச் சுமக்க வேண்டும். மனிதர்கள் அடியில் போகும்போதுதான் இந்தக் காக்கைகளுக்கு அவசரமாய் வரும். இவன் அதைச் சுற்றிக்கொண்டு ஊருக்குள் போனான். ஊர் இன்னும் முழுதாய் எழவில்லை. பால் கொண்டுபோகும் பெண்கள் மாத்திரம் அங்கங்கே பூச்சிகளாய் ஊர்ந்தார்கள். கையில் ஒயர் பை. அதற்குள், ரக வாரியாகப் பால். மூன்று ரூபாய், நான்கு ரூபாய், நாலரை ரூபாய் என்று. காலனியில் விடிந்தும்கூடத் தூங்கும் வீடுகளின் கதவுகளைத் தட்டித் தட்டியே இவர்களின் கைகள் காப்புக் காய்த்துப்போயிருந்தன. வயசுப்பெண்கள் வீதியைக் கூட்டிச் சாணியைத் தெளித்தார்கள். தூக்கக் கலக்கம் முகத்தில் வண்டி வண்டியாய் அப்பிக்கிடந்தது.

அங்கிருந்து பார்க்கக் கரட்டு விளக்குகள் மட்டும் தாறுமாறாய் வீசி எறிந்த கயிற்றைப் போலத் தெரிந்தன. மலை முற்றிலுமாய் இருட்டுக்குள் மறைந்து கிடந்தது.

இவன் வீரனின் வீட்டுக்குப் போனான். சுற்றிலும் மலங்கிழுவைகள் பெருமாள் கோயில் விளக்குத் தூண்கள் மாதிரிக் கீழே சூம்பி மேலே அகன்று நின்றன. சின்னக் கொட்டகை. ஓலை வேய்ந்து அதற்கு மேல் கம்மந்தட்டுப் போட்டிருந்தது. நாள்பட்ட தட்டு. மழையில் நனைந்து நனைந்து நிறம் கெட்டுக் கழிசலாய்க் கிடந்தது. வீட்டுக்கு முன்னால் நாலைந்து மிளகுத்தக்காளிச் செடிகள்

கழுத்தறுபட்ட கோழிகளாய் நின்றன. இவன் போனபோது வீட்டில் அவன் அம்மா மட்டும்தான் இருந்தது. திண்ணையில் உட்காரச் சொன்னது. பற்கள் அத்தனையும் போய்ப் பொக்கை வாய். வெள்ளைச் சேலை. சாணி படிந்து அழுக்கு நிறத்தில். பன்னாடை மாதிரி பரவிக் கிடந்த மயிரை அள்ளி முடிந்து கொண்டு சொன்னது.

"வீரன்... இப்பத்தானே காலனிக்குப் போனான். ஆரோ ஒரு பையன இன்னிக்கிக் காலேசுக்குக் கூட்டிக்கிட்டுப் போவோனுமின்னான்."

"அப்ப வர நேரமாவுங்களா?"

"இல்ல பொன்னு... சொன்னொடனே வர்றமின்னுதாம் போனான். நீ இரு."

வீரனுக்கு இந்தச் சமயத்தில் கிராக்கிதான். நாலு எழுத்துப் படித்தவன். நாலு பேரிடம் செல்வாக்கு உள்ளவன். அதனால் பையன்கள் தேடி வந்தார்கள். அவனுக்கும் முப்பத்தஞ்சு வயதுக்கு மேலிருக்கும். தம்பிகளுக்கெல்லாம் கல்யாணமாகி விட்டது. அவன் கல்யாணம் செய்துகொள்ளவில்லை. அவன் விருப்பப்பட்டும் யாரும் பெண் கொடுக்கவில்லையோ என்னவோ?

முழு நேரமும் கட்சி கட்சி என்று அலைவான். ஒற்றைத் தடியை ஊன்றிக்கொண்டு கம்பீரமாய் நடப்பான். சைக்கிளை ஒரு காலால் அழுத்திக்கொண்டு போகும்போது லேசாகக் குனிந்திருக்கும் உடலும் முறுக்கிய மீசையும் வயதான கழுகு இறக்கையை விரித்துக்கொண்டு போவது போலத் தோன்றும். எதற்கும் பயப்படமாட்டான். எவனாக இருந்தாலும் செவட்டில் ஓங்கி ஒன்று கொடுத்துவிடுவான். ஊர்க் காரியங்களில் அடி தடிக்கு மட்டும் முன்னால் நிற்பான். இந்திப் போராட்டத்தில் அடிபட்ட வீரத்தை அப்படியே உருக்குலையாமல் காப்பாற்றி வந்தான். குடித்துவிட்டுக் குளறிக்கொண்டு திமிறுவான். வார்த்தைகள் கண்டபடி வரும். எங்காவது ரோட்டில், சாராய்க்கடையில்கூடச் சில சமயம் கிடப்பான். ஆனாலும் அவனை நினைக்கையில் எல்லாருக்கும் ஒரு பெருமிதம்தான். நம்மூருக்கும் இந்திப் போராட்டத்தில் பங்கிருக்கிறது. நம்மூர்க்காரன் ஒருவன் இந்திப் போராட்ட வீரன். இந்த எண்ணங்களே ஒரு கம்பீரத்தைத் தரத்தான் செய்தன.

அவன் பெரும்பாலும் இங்கிருப்பதில்லை. கட்சி வேலை அது இது என்று எங்காவது போய்விடுவான். இவன் எப்போதாவது பார்க்க நேர்ந்தால் "வாங்க மாமா" என்பான். அத்தோடு பேச்சு முடிந்தது. அவனும் "மாப்ள..." என்பான்.

அத்தோடு சரி. அவன் காரியங்கள் பற்றி ஒன்றும் தெரியாது. செவத்தான்தான் எப்போதாவது அவனைக் கரித்துக் கொட்டுவான். ஆட்சியிலிருக்கும் மமதை. வீரன் மாதிரி ஏதாவது போராட்டத்தில் கலந்துகொண்டிருந்தால் தெரியும். பணம் அவனைத் தலைவனாக்கிவிட்டது. இந்திப் போராட்டம் பற்றிப் பலரும் பேசுவார்கள். அதை உணர்ச்சி ததும்பப் போதையில் அவனே சில சமயம் விவரிப்பான்.

வீரன் அப்போது கரட்டூர் ஹைஸ்கூலில் எஸ்எஸ்எல்சி படித்துக்கொண்டிருந்தான். பள்ளிக்கூடத்தில் அப்போதெல்லாம் மாணவர் தலைவன் கிடையாது. தமிழகம் எங்கும் வெடித்துக் கொண்டிருந்த எழுச்சியில் இங்கும் போராடி எலெக்ஷன் நடந்து மாணவர் தலைவனைத் தேர்ந்தெடுத்தார்கள். வீரன் அதிலெல்லாம் முன்நிற்பான். பள்ளிக்கூடத்துக் கட்டிடங்க ளெல்லாம் இவற்றைப் புதைத்துக்கொண்டு எப்பவும் ஒருவிதச் சோகத்தோடு நிற்பதைப் போலிருக்கும். அவன் படித்தது எந்தக் கட்டிடத்தில் என்று கேட்டு, அதைப் பார்க்க வேண்டும் என்று இவனுக்கு ஆவலாயிருந்தது. அவன் படித்த வகுப்பறையில் தான் இருந்தோமோ என்றுகூடத் தோன்றும். அது அவனைக் கேட்காமலே விட்டுப்போயிற்று.

1965இல் எல்லாக் கல்லூரிகளிலும் பள்ளிகளிலும் 'போராட்டத் தீ பரவட்டும்' என்ற கட்டளைக்கேற்ப எழுச்சி உருவாயிற்று. பள்ளிக்கூட மாணவர்கள் எல்லாம் திரண்டு நின்றார்கள். மாணவர் கூட்டத்தின் முன்னணி வீரர்களில் வீரனும் ஒருவன். ஹைஸ்கூல் மேட்டிலிருந்து ஊர்வலம் தொடங்கியது. காக்கியும் வெள்ளையும் போட்ட விடலைப் பருவம். உதடுகளில் உறுத்தும் அரும்பு மீசை. முகங்களெங்கும் ரத்தச்சிவப்பு. வேர்வையில் உருண்டு திரண்ட திடம். ஹைஸ்கூல் மேட்டிலிருந்து கீழூர் ரோடு முழுக்கப் பரவியிருந்த அந்தக் கூட்டத்தைக் கீழே பஸ் ஸ்டேண்டிலிருந்து பார்த்த ஒருவனுக்கு நுங்கும் நுரையுமாய் ஒரு வெள்ளக் கூட்டம் ஆவென்ற இரைச்சலோடு ஓடிவருகிற பயத்தைக் கொடுத்திருக்கும்.

"இந்தி..."

"ஒழிக."

"ரத்து செய், ரத்து செய்..."

"17ஆவது அரசியல் சட்டப் பிரிவை ரத்து செய்."

"ஆட்சி மொழியாக்கு, ஆட்சி மொழியாக்கு..."

"அனைத்து மொழிகளையும்..."

"ஆட்சி மொழியாக்கு."

"பல்லிளிக்கும் கொரங்கு ..."

"பதவியவிட்டு எறங்கு."

முன்னணியர் இட்ட முழக்கம் நெடுகிலும் பற்றிப் படர்ந்தது. ஒழுங்கமைக்கப்பட்ட சீரான கதியில் முழக்கம் எழுந்தது. ஒவ்வொரு சொல்லிலும் வெறுப்பும் ஆத்திரமும். தலைக்கு மேல் உட்கார்ந்து கொண்டு பிடரி பிடித்து உலுக்கிய கண்ணுக்குத் தெரியாத அரூபத்தின் மீதான கோபம். நிர்ப்பந்தமாய்க் கைப்பிடித்து இழுத்து மலத்தைத் திணிக்கின்ற கொடூரத்தைக் கொன்றுவிடப்போகும் ஆவேசம். அத்தனை குரல்களிலும் உறுதியின் ஒலி. அத்தனை முகங்களிலும் நம்பிக்கையின் சுடர். அத்தனை கால்களிலும் சத்தியத்தின் வலு. ஊர்வலம் நகர்ந்தது. தலைக்கு மேல் அரண்களாய் முழக்க அட்டைகள் மிதந்தன. தலைவர்களின் பேச்சுகள் தாரக மந்திரமாய் உள்ளமெங்கும் ஒலித்தன. ஊர்வலம் போனது.

ஆயிரத்துக்கு மேல் மாணவர்களைக் கொண்ட பள்ளிக் கூடம். இன்னும் எங்கிருந்தோ வந்துசேர்ந்த ஜனத்திரள் முடிவற்று நீண்டது. தேரூர் ரோட்டு முக்குக்கு வந்துகூட ஊர்வலத்தின் முடிவு கண்ணுக்குத் தெரியவில்லை. ஆயுதம் தாங்கிய போலீஸ் தடுக்கப்போகிற செய்தி வந்தது. கூட்டத்தைச் சிதறடிக்காமல் காப்பாற்றுகிற பொறுப்பில் தலைவர்கள் முன்னுக்கு வந்தார்கள். எதையும் எதிர்கொள்கிற வேகம் கண்களில் ஜொலித்தது. கனவின் மிதப்பு உயிரையும் லட்சியம் செய்யவில்லை. கரட்டு முனை தாண்டி நடந்தது தார்மீகம். பஸ் ஸ்டெண்ட் தாண்டியதும் போலீசின் உறுமல். மேற்கு வீதியும் வடக்கு வீதியும் சந்திக்கும் முனை. இப்போது அந்த இடத்தில் அறிஞர் சிலை வடக்கு வீதிக்கு வழி சொல்லிக் கொண்டு நிற்கிறது. அதற்கு மேல் ஒரு அடி வைத்தாலும் சுடப்படும் என்ற எச்சரிக்கை.

பிஞ்சு நெஞ்சுகள் பாறையாய் இறுகின. குண்டுகள் பட்டுத் தெறிக்கும் திடத்தோடு கடினப்பட்டன. அடி எடுத்து வைத்தார்கள். முதல் அடி. இரண்டாம் அடி, மூன்றாம் அடி ...

கண்மூடித்தனமான துப்பாக்கிச்சூட்டில் இரண்டு உயிர்கள் அந்த இடத்திலேயே பிரிந்தன. கால் அடிபட்டு, கை அடிபட்டு, காயங்களோடும் ரணங்களோடும் குருதியில் மிதந்த மாணவர் கூட்டம். பாய்ந்து பறந்து – என்ன நடந்தது. யாருக்கு என்ன ஆயிற்று – என்று தெரியாத ஆக்ரோசம். கூச்சலும் சத்தமும் நகரையே நடுங்கவைத்தன. அடிபட்டவர்களை ஆஸ்பத்திரிக்குக் கொண்டுபோனார்கள். வீரனின் வலது கால் தொடையில்

குண்டு சிக்கி, வெளியே வரத் தவித்தது. அவன் மயங்கிக் கிடந்தான். கவர்ன்மென்ட் ஆஸ்பத்திரிக்குக் கட்டளை வந்தது. "அடிபட்டவர்களை உடனடியாகக் கவனிக்க வேண்டாம். இரண்டு மூன்று நாட்கள் போகட்டும்."

அவனுக்கு உணர்வு வருவதும் போவதுமாய் இருந்தது. வலியின் தகிப்பில் அவன் துடிக்கிற துடிப்பு. காயம் நைந்து ரணப்பட்டது. நாடெங்கும் போராட்டங்கள். உயிர்த் தியாகங்கள். எல்லாம் ஓய்ந்து அடிபட்ட காலை எடுத்து வீசினார்கள். உடனடியாகக் கவனித்திருந்தால் கால் குணப் பட்டிருக்கும். நாள்பட்டுப் போக, கால் புண்ணில் உரமேறிக் காய்ந்தது. மரத்துப்போனது.

பொழுது விடிந்துவிட்டது. வீரனின் அம்மா காப்பிக்கு அடுப்புப் பற்றவைத்துக்கொண்டிருந்தது. பெண்கள் ஊர் நுழைவில் இருக்கும் உறைகிணற்றுக்குத் தண்ணீர் சேந்த வேகமாகப் போய்க்கொண்டிருந்தார்கள். அவன் இன்னும் வரவில்லை. கரட்டூர் போகும்போது, அறிஞர் சிலையின் அடியில் உறைந்து கிடக்கும் ரத்தத் துளிகளைத் தேடி இவன் கண்கள் அலையும். அந்தச் சிலையின் அடியில் ரத்தம் வழிந்து பரவிக் கிடப்பது போலிருக்கும். ஏதோ ஒரு இடத்தில்தான் வீரனும் இருந்திருக்க வேண்டும். ரத்தத்திற்குள் அமிழ்ந்து. அந்தப் போராட்டத்தில் உயிர் நீத்த மாணவன் ஒருவனின் தந்தை இன்றைக்குத் தலைவர் கட்சியின் ஒன்றியச் செயலாளர். ஒரே பையன் போராட்டத்தில் செத்ததும் மீண்டும் முயன்று இன்னொரு குழந்தை பெற்றுக்கொண்டார்கள். அந்தப் பையன் இவனோடு படித்தான். அவனை 'ஒன்றி' 'ஒன்றி' என்றுதான் கூப்பிடுவார்கள்.

"என்னங்காயா இன்னம் மாமனக் காணாம்?"

வீட்டுக்குள்ளிருந்து காப்பித்தூளை எடுத்துவந்து அடுப் போரம் வைத்துவிட்டு அவன் அம்மா இவனிடம் சொன்னது.

"என்னமோ இங்கதாம் போயிட்டு வர்மின்னான். ஆளக் காணாமே? நாம அவனக் கேக்க முடியுதா ஒன்னா? எதாச்சும் கேட்டுப்புட்டமுனா 'வெட்டிப்புடுவன்' அப்டீங்கறான். அப்ப அவனுக்கு வர்ற ஆங்காரத்தப் பாக்கோணுமே? நான் பேசாத வாய மூடிக்கறது."

குரலை அழுக்கிக்கொண்டு சொன்னது.

"கட்சி கட்சினு போயி என்னத்துக்காவுது? நாலு காசு சம்பாதிக்க துப்பில்ல. இன்னிக்குக் கட்சிக்கு வந்தவன்லாம் எப்படியிருக்கறான் பாத்தயா? இவனென்னமோ பொழுது

பொழுதுன்னு குதிக்கறான். அவந்தான் இங்க சோத்துக்கு வாரிக் குடுத்தர்றாப்பல. இதெல்லாம் அவங்கிட்டக் கீது சொல்லீராத. வெட்டிப்புடறமுன்னு வருவான்."

"சும்மா மெரட்டறதுக்கா இருக்கும்?"

"நீ என்னத்தக் கண்ட? மயிரக் குத்தாப் புடுச்சு என்னய முதுவுலயே குத்திக் கீழ தள்ளீருக்கறான். நானென்ன தாட்ரிக்க மாவா இருக்கறன்? சத்துக்கெட்டு இப்படீனு தள்ளுனா உளுந்தர்ற மாதிரி கெடக்கறன். என்னயப் புடிச்சு அடிக்கறாங் கண்ணு."

மெல்ல விசும்பியது. குரல் தாழ்ந்து முணுமுணுப்பது போல் வந்தது. அதற்கு என்ன சொல்லித் தேற்றுவதென்று இவனுக்குத் தெரியவில்லை. அதுபாட்டுக்குச் சொல்லிக் கொண்டிருந்தது. காப்பி ஆறியது.

"சின்னவனுட்டுக்குப் போயறமின்னாலும் இவனப் பாத்தாப் பாவமா இருக்குது. ஒருவா சோறாக்கிப் போடக்கூட ஆளில்ல. அதான் பெத்துத் தொலைச்சுட்டேன்னு பல்லக் கடிச்சுக்கிட்டு இருக்கறன்."

காப்பியை இவனிடம் நீட்டியது. வரக் காப்பி. லேசாகக் கசந்துகொண்டு உள்ளிறங்கியது. ஜில்லிட்டுப்போன உடல் வெதுவெதுப்பாயிற்று. அவன் அம்மா இடுங்கிய கண்கள் மூடி மூடித் திறக்க, பற்களற்ற வாயைக் குவித்துக் காப்பியை உறிஞ்சியது. சைக்கிள் வேகமாய் வந்து வாசற்படியில் மோதிவிடுவதுபோல் நின்றது. கேரியரில் வைத்திருந்த உருட்டுத் தடியை எடுத்து ஊன்றிக்கொண்டு சைக்கிளை ஸ்டேண்ட் போட்டான் அவன். ஒரே எகிறில் திண்ணைக்கு வந்தான்.

"எப்ப மாப்ள வந்த? நேரமாச்சா?"

"கொஞ்ச முன்னாடி வந்தன். எங்க போனீங்க மாமா?"

மீசையை விரலால் நீவிக்கொண்டு அம்மா கொடுத்த காப்பியை வாங்கிக்கொண்டான்.

"காலனியில ஒரு பையன பால்டெக்னிக்குல சேத்தோணும். ப்ளஸ் டூ படிச்சுட்டு இதுல சேர்றங்கறான். அதுக்கு நம்ம வட்டச் செயலாளரப் பாக்கப் போனேன். அவன் ஒரு எச்சக் கலயன். தேரூராருக்கு வேண்டிய ஆளுன்னு பதவி குடுத்துட் டாங்க. ஒரெழவும் தெரியாது. அவனுக்குத் தெரிஞ்சவன் இருக்கறானு போனேன். மூஞ்சி குடுத்துப் பேசல."

"உங்குகிட்டயேவா மாமா?"

"ஆமாண்டா மாப்ள. என்னப் பத்தி இவனுவளுக்கு என்ன தெரியும்? இன்னக்கி வந்தவனுவ. பணமிருந்துட்டாப் போதுமா? கெடக்கறானுவ அல்பப் பசங்க. இவனுவ என்ன எனக்குக் காரியஞ் சாதிச்சுக் குடுக்கறது? தலைவர்கிட்டப் போயே நான் பேசிக்குவன்."

"..."

"நீ ஒன்னும் என்னால முடியாதுன்னு நெனச்சராத. பேராசிரியரோடவே எனக்கு நேரடிப் பழக்கமுண்டு. நாஞ் சொன்னா எதுஞ் செய்வாரு. இங்க பாரு அவரு எழுதின லட்டரயே கொண்டாரன்."

இவனிடம் முதலில் பேசியதற்கு வருத்தப்படுபவன் போலவும் அதை மாற்றித் தன்னை நிரூபித்துக்கொள்ள வேண்டியவனாகவும் தோன்றினான். உள்ளே போய் ஒரு பழைய டைரியை எடுத்துவந்தான். நாலைந்தாக மடித்து உள்ளே செருகப்பட்டிருந்த ஒரு தாளை எடுத்து நீட்டினான். தூசு படிந்த மடிப்பு முனைகள் அழுக்கடைந்து கிடந்தன. ஒட்டியிருந்த தாள்களை மெல்லப் பிரித்தான். பேராசிரியரின் லட்டர் பேடில் அவரே கையெழுத்திட்டு எழுதிய கடிதம்தான். உடனே வாங்கி உள்ளே வைத்துக் கொண்டான்.

"இந்தப் பிஸ்கோத்துப் பசவள நம்புவன்னு நெனச்சயா? அங்கங்க நமக்கு ஆளுக இருக்குது. உனக்கு இண்டர்வியூ கார்டு வந்திருக்கா?"

"இன்னம் இல்லீங்க மாமா?"

"சொ. மு. காலேஜ்ல ரண்டு பேரு நமக்குத் தெரிஞ்சவனுவ இருக்கராங்க. சொல்லி முடிச்சிரலாம். இன்னக்கி அங்கதாம் போறன். ஒரு நூறு ரூவா குடு. அவனுங்களுக்குத் திணிச்சாத்தான் காரியம் நடக்கும்."

"நான் இப்பக் கொண்டாருல மாமா. ஊட்டுக்குப் போயி எடுத்தாரன். இண்டர்வியூ கார்டு வந்திருச்சுனா அப்பறம் எப்படியும் சேந்தரலாமில்ல?"

"நீ கவலயே படாத, நானிருக்கறன்."

சொல்லிவிட்டுச் சைக்கிளை எடுத்துக்கொண்டு கிளம்பினான். ரிசல்ட் வந்து இருபது நாட்களுக்கு மேலாகி விட்டது. சொ. மு. காலேஜில் சேர்ந்துவிட்டால் போதும். அதற்கும் இன்னும் வாய்க்கவில்லை. வெயில் சுள்ளென்று அடிக்க ஆரம்பித்துவிட்டது. அவசர அவசரமாகப் போய் அப்பனிடம் பணம் வாங்கிவந்து கொடுத்தான். பிஸ்ஸி

கெமிஸ்டரி என்பதையும் அப்ளிகேசன் நம்பரையும் குறித்துக் கொடுத்தான். குளித்துப் புறப்படத் தயாராக இருந்த வீரன், வாங்கிவைத்துக்கொண்டான். கரைபோட்ட வேட்டியும் துண்டும் புரள, "நான் பாத்துக்கறன் உடு" என்றான்.

எப்படியாவது இங்கே கிடைத்துச் சேர்ந்துவிட்டால் போதும். வீட்டுத் தொல்லைகளிலிருந்து விடுபட்டுவிடலாம் என்றிருந்தது இவனுக்கு. ஓடையூர்தான். தினமும் பஸ்ஸில் போய் வரலாம். ஆனாலும் ஹாஸ்டலில் சேர்ந்துவிடுவதாய் முடிவுசெய்திருந்தான். அப்போதுதான் ஏதாவது படிப்பில் கவனம் செலுத்த முடியும். போகும்போது வீட்டுக் கவலைகளை அங்கே சுமந்துகொண்டு போவதும் வருகையில் வீடு என்ன நிலையிலிருக்கிறதோ என்று அடித்துக்கொண்டு ஓடி வருவதும் எனச் சிரமமே இருக்காது. எப்படியும் வாங்கிக் கொடுத்து விடுவான் என்ற நம்பிக்கை இருந்தது. அங்கே இங்கே அவனுக்குச் செல்வாக்கு இருக்கத்தான் செய்தது. பேராசிரியர் தனிப்பட்ட முறையில் கடிதம் எழுதும் அளவுக்கு இருக்கிறவன்தான். அதனால் எங்கேயும் நாலு பேரைத் தெரிந்துவைத்திருப்பான். எத்தனை வருஷ அனுபவம் இருக்கிறது? அவனைப் பற்றிய எண்ணங்களும் இவனுக்குச் சாதகமாக இருந்தன.

யோசனைகளோடு அன்றாடம் தபால்காரரை எதிர் பார்த்துக் கிடந்தான். காலனி வருமுன் எல்லாருக்கும் தபால் ஒழுங்காக வந்து கொண்டிருந்தது. பத்துக் கிராமங்களுக்கு ஒரு தபால்காரர் மட்டுமே. காலனி வந்ததும் அங்கே தபால் கொடுக்கவே அவருக்கு நேரம் சரியாக இருந்தது. பதினோரு மணிக்குத் தபால்கட்டு வரும். பிரித்துப் பட்டுவாடா செய்து விட்டு, இரண்டு மணிக்குள் பெட்டித் தபால்களை எடுத்துக் கொண்டு போய்விட வேண்டும். அவற்றை வாங்கிப் போக வண்டி வந்துவிடும். தபாலாபீஸ் இருந்தது செப்பூரில். அதற்கும் ஊருக்கும் மூன்று மைல் தூரம். இந்த நேரக் கிடுக்கில் தபால்காரர் என்ன செய்வார்? பத்துக் கிராமங்களுக்கும் போகமாட்டார். அந்தந்த ஊர்க்காரர்கள் யாரையாவது பார்த்தால் மொத்தமாகக் கையில் கொடுத்துவிடுவார். சில சமயம் ஒரு மாதம் கழித்தும்கூடத் தபால் வரும்.

அதனால் தினமும் அவர் வருகிற வழியில் போய் நின்று கொண்டான். இருக்கிறதோ இல்லையோ கேட்டுவிடுவான். ஒரு வாரத்தில் இண்டர்வியூ கார்டு வந்துவிடும் என்று வீரன் சொல்லியிருந்தான்.

இரண்டு நாள் கழித்துக் கார்டு வந்தது. அடுத்த வாரத்தில் வரச் சொல்லித் தகவல். கார்டை எடுத்துக்கொண்டு அவனைப் பார்க்கப் போனான். இவன் போனபோது அவன் சாப்பிட்டுக்

கொண்டிருந்தான். திண்ணையில் உட்கார்ந்து, அங்கே கிடந்த புத்தகம் ஒன்றை எடுத்துப் புரட்டினான். தலைவர் முன்னுரை எழுதிய கவிதைத் தொகுப்பு. முன்னட்டை, முகப்பு எல்லாம் கிழிந்திருந்தன. சாப்பிட்டு வெளியே வந்தவன், இவன் புத்தகம் படிப்பதைப் பார்த்தான். சட்டென்று பக்கத்தில் உட்கார்ந்து கொண்டான். மீசையை விரலால் ஒதுக்கினான். திரண்டு நின்ற நீர்த்துளிகள் சிதறின.

"இப்படித்தான் மாப்ள படிக்கோணும். முன்னுரை அணிந்துரை இதையெல்லாம் உட்டுட்டு அவனவன் எடுத் தொடன உள்ள போயிருவான். உனக்குப் படிகிறதுல இன்ட்ரஸ்ட் இருக்குது. எப்பிடிப் படிக்கோணுமின்னு தெரிஞ்சிருக்குது."

அவனது புகழ்ச்சியில் இவனை வெட்கம் கவிந்து கொண்டது. சிரித்து மழுப்பி அங்கீகரித்தான். அதைப் பார்த்ததும் அவன் முகத்தில் மகிழ்ச்சி விரிந்தது. தலையை ஆட்டிக் கொண்டே சொன்னான்.

"வந்திருச்சா. அதான பாத்தன். சொன்னா அதெல்லாம் சொன்னபடி இருப்பானுங்க. கைகூசாம வாங்கறானுங்கல்ல? அப்பறமென்ன போய்ச் சேந்தரலாம் மாப்ள."

"ஹாஸ்டல்ல சேந்துக்கறன் மாமா."

"ஆஸ்டல் கெடைக்கிறது கஷ்டமாச்சே மாப்ள. கரட்டூர் தான டே ஸ்காலராவே வரலாம்பானுங்க. ம் . . ."

"எப்பிடியாச்சும் ஹாஸ்டல்ல சேந்துக்கறன் மாமா. அப்பத்தான் படிக்க முடியும். இங்கிருந்து போய்ட்டு வந்தா அவ்வளவு முடியாது."

"செரி. நீ பீஸ் கட்டறதுக்கு ரெடி பண்ணிக்க. அவனு வளுக்கு எப்படியும் எரநூறு முந்நூறு தள்ளுனாத்தான் ஆஸ்டல் கெடைக்கும். பாப்பம்."

ஹாஸ்டல் கிடைப்பதற்காக முந்நூறு வாங்கிக் கொண் டான். அதற்கென்று ஒருமுறை வீரன் போய்வந்தான். அடுத்த வாரம் போய்ப் பணம் கட்டிச் சேர்ந்தார்கள். அப்பனும் அவர்களோடு போனார். பெட்டி படுக்கை எல்லாம் ஓடையூரில் வாங்கி ஹாஸ்டலில் இவனை விட்டுவிட்டு வந்தார்கள்.

O O O

இரண்டு கையால் தூக்கினாலும் பெட்டி கனத்தது. எல்லாவற்றையும் போட்டுத் திணித்துப் பூட்டியிருந்தான். ஆட்டூரில் மெல்லத்தான் இறங்க வேண்டும். நிறுத்தியும்

நிறுத்தாமலும் இருக்கும்போதே பஸ்காரன் பறப்பான். முன்கூட்டியே சொல்லித்தான் ஏறியிருந்தான். பஸ்ஸுக்குள் காற்று விசுவிசுத்தது. தலைமுடி கலைந்து சிதறி முகத்தில் வந்து விழுந்தது. ஊருக்குப் போனதும் முதல் வேலை தலைப் பாரத்தைக் குறைப்பதுதான் என்று நினைத்துக்கொண்டான். ஓடையூரில் முடிவெட்டிக் கொள்ளக்கூடப் பிடிக்கவில்லை. வழக்கமான இடத்தில் வெட்டிக்கொண்டால்தான் திருப்தி. இந்த ஒரு மாதத்தில் எதுதான் திருப்தியாய் அமைந்தது?

ஹாஸ்டலில் விட்டுவிட்டுப் போனதும் எல்லாம் வறண்டு போய்விட்ட மாதிரி உணர்ந்தான். காலேஜ், அதன் குதூகலம், உற்சாகம் அத்தனையும் அரைமணி நேரத்தில் சப்பென்றாயின. உள்ளுக்குள் முளைத்திருந்த கனவுகள் அடிவேரோடு பற்றி எரிந்தன. எங்கிருந்து தப்பி வந்தானோ, அங்கிருந்ததைவிடக் கொடுமையாக அடிபட்டான். காலேஜ் எலக்சன் பிரச்சாரம். அந்தக் கட்சி ஆதரவு அணி, இந்தக் கட்சி ஆதரவு அணி எனக் கூட்டணிப் போட்டி.

இவனுடைய அறை மாடியில். இருபத்தேழு. எட்டு மணிக்குத் தொடங்கும் ஆரவாரம் பன்னிரண்டு, ஒரு மணி என நீளும். சேர்மனுக்கு நின்ற வெங்கடாசலம் எல்லாருக்கும் ஒரு பேனா கொடுத்தான். ரவிச்சந்திரன், "சேவிங் செட்" கொடுத்தான். செயலாளர்களுக்கு நின்றவர்கள் ஹாஸ்டல் முழுக்கத் 'தண்ணி' ஓடவைத்தார்கள். ஒவ்வொரு அறைக்கும் ஒரு பாட்டில். பத்து மணிக்குப் படுத்துக்கொள்ளும் இவனுக்கு இங்கே ஒரே நடுக்கம். போர்த்திப் படுத்துக்கொண்டால் எழுப்பி உட்காரவைத்துத் தீர்த்தம் புகட்டுவார்கள். குடித்தாக வேண்டும்.

புதிய மாணவர்கள் ஜட்டியோடு அடித்தளத்திலிருந்து மேல்மாடிவரை ரயில் மாதிரி சத்தம் போட்டுக்கொண்டு சுற்றிவர வேண்டும். மறுத்தால் ஜட்டியும் இல்லாமல் ஓடப் பண்ணுவார்கள். யாராவது சீனியர் ஸ்டூடெண்டைப் பார்த்தால் இவனுக்கு மனசு திக்திக்கென்று அடித்துக்கொள்ளும். என்ன செய்யச் சொல்வானோ என்று.

சாதாரண 'ராகிங்'கள் இவனைப் பயமுறுத்திவிடவில்லை. ஒவ்வொருத்தனுடைய மனவக்கிரங்களும் குரூரங்களும் 'ராகிங்' என்ற பெயரில் அரங்கேறுவதைத் தாங்க முடியாமல்தான் பெட்டியைத் தூக்கிக்கொண்டு பின்னங்கால் பிடரியில் பட ஓடி வந்தான். வெங்கடேசன் பிகாம் படிக்கிறவன். கடைசி வருசம். அவன் கண்கள் ரத்தச் சிவப்பில்தான் இருக்கும். அவன் பெயரே 'மப்பன்'. ஜூனியர்களைப் பார்த்து அவன் சிரிக்கிற சிரிப்பில் நாளங்களெல்லாம் ஓடுங்கிப்போய் நாறும்.

ஏறுவெயில்

வெளிப்படையான ராகிங்குகள் ரயில் ஓட்டுவது, சிகரெட் பிடிப்பது எனப் போகும். இதையெல்லாம் தாண்டி அவன் அறையில் நடக்கும் அந்தரங்க ராகிங் ஒன்றுண்டு. இவனும் அந்தப் பொறியில் சிக்கினான்.

அந்த அறை நீலக்கலர் பெயிண்ட் அடித்தது. எப்பவும் 'ஜிவுஜிவெ'ன்று இருக்கும். நைட் லேம்ப் போட்டுவிட்டால் மசமசக்கும். அந்தரங்கச் சூழல் உருவாகும். மிதக்கிற மாதிரி இருக்கும். கட்டிலிலும் சேரிலும் மூன்று பேர். டேபிளில் பாட்டில், மிக்சர் பொட்டலம். இவனைக் "கீழே உட்கார்" என்றான். டம்ளரை வாயில் உறிஞ்சிக்கொண்டே கேட்டான்.

"குடிக்கிறியா?"

"ம்."

"என்னடா ம்..? வாயைத் தொறந்து சொல்லுடா!"

"குடிக்கறன்."

"குடிக்கறியா? ஒரு ஸ்டூடண்ட் குடிக்கலாமாடா? உன்னய இங்க எதுக்கு அனுப்பி வெச்சிருக்கறாங்க? குடிக்கவா? படிக்கவா?"

"படிக்கத்தாங்க."

"அப்பறங் குடிக்கறங்கற?"

மௌனம்தான் அவங்களை அசத்தும் வழி. வெறும் மௌனம் எல்லாச் சமயத்திலும் கைகொடுக்காது. கொஞ்சம் கொஞ்சம் அளந்துவைத்த மாதிரி பேச வேண்டும். மிரண்ட பார்வை இருந்தால் அவன்களுக்குக் குஷி வந்துவிடும். மேலும் மிரட்டத் தொடங்கிவிடுவான்கள். அதையெல்லாம் வெகு சீக்கிரத்தில் உணர்ந்துகொண்டிருந்தான்.

கையை ஓட்டச் சொல்லிப் பிராந்தியை ஊற்றினார்கள். கீழே சிதறிவிட்டதை மண்டிபோட்ட நாய் மாதிரி நக்கிக் குடிக்கச் சொன்னார்கள். ஒவ்வொன்றைச் சொல்லும்போதும் 'ஹோ ஹோ' என்ற எக்காளச் சிரிப்பு. ஒரு எலிக்குஞ்சைப் பிடித்துக்கொண்டு நாலைந்து பூனைகள் விளையாடின. பூனைப் பார்வைகள் தோலையே உரித்துவிட்டன. ரத்த விளாறுகள் படிந்த மேனியோடு எலிக்குஞ்சு தடுமாறியது.

"கையடிச்சிருக்கியா?"

"..."

"ம்..."

"..."

"அடி ..."

"அடிடா ..."

எலிக்குஞ்சை ஓடவைத்துப் பிடித்தன. அசையவைத்து இழுத்தன. கூரிய நகங்களால் கிழித்துப் புரட்டிப்போட்டன. நாறும் ரணப் புண்கள். எலிக்குஞ்சு சிதறி விழுந்தது. கவ்விப் பிடித்துப் பிய்த்துத் தின்றன.

நெருப்புப் பொறி பறக்கும் காய்ச்சல் பற்றிக்கொண்டது. இரண்டு நாட்களாய்ப் படுக்கை. பக்கத்தில் ஒரு டாக்டரிடம் போய் ஊசி போட்டுக்கொண்டு மாத்திரை வாங்கி வந்தான். அதற்கு மேல் அங்கே தங்க முடியவில்லை. விடுதி வாசம் வெகு சீக்கிரம் முடிந்துவிட்ட திருப்தி.

பஸ் நின்றது. பெட்டியை மெல்ல நகர்த்திக் கீழே இறங்கினான். மனசு பளிச்சென்றிருந்தது. மோடம் போட்டு, பெய்த அடைமழைக்கு அப்புறம் வருகிற வெயில் மாதிரி. பெட்டியைத் தூக்கிக்கொண்டு நடந்தபோது, டீக்கடையிலிருந்து வாசு வந்தான்.

"என்ன திடீர்னு பொட்டி படுக்கையோட?"

"அத அப்பறஞ் சொல்றன். பெரிய கத."

"செரி வா. டீ சாப்பிடலாம்."

டீக்கடைக்குப் பின்னால் திரும்பிப் பார்த்தவன் திடுக் கிட்டான். கோயில் பின்புறச் சுவர் இடிந்து, வாய் பிளந்து கொண்டு நின்றது.

"கோயில் என்னாச்சு வாசு?"

"உனக்குத் தெரியாதா? ஒரு லாரிக்காரன் கொண்டாந்து உட்டு இடிஞ்சிருச்சு. ஆளுக்கு அடி இல்ல. இத முழுக்க இடிச்சுட்டுப் புதுசாக் கட்டப்போறாங்களாம்."

"இந்தப் பெட்டியக் காளை நிலையத்துல வெய். நான் போகும்போது எடுத்துக்கறேன். கோயிலப் பாத்துட்டு வர்றன்."

பெட்டியை வாங்கிக்கொண்டு கேட்டான்.

"இன்னமே காலேஜ்க்கு எப்டி?"

"டே ஸ்காலராவே போலான்னு இருக்கறன்."

"ஏன் என்னாச்சு?"

"அப்பறஞ் சொல்றன்."

ஏறுவெயில்   157

கோயில் பின்சுவர் இடிந்து நொறுங்கிவிட்டிருந்தது. இரண்டு மூன்று வருசங்களுக்கு ஒருமுறை அப்படியாகிவிடும். மோட்டார்காரன்கள் கண்ணை மூடிக்கொண்டு வருகிறான்கள். இடித்துவிட்டுப் போனவனிடம் ஊர்க்காரர்கள் பணம் வாங்கியிருப்பார்கள். வாங்கி என்ன செய்ய? இடித்து இடித்து எத்தனை தரம் கட்டுவது? ஊருக்கே சலித்துவிட்டது. இன்னும் கொஞ்சம் உள்ளே தள்ளிப் பெரிய அளவில் கட்டலாம்.

கோயில் முன்வாசல் திண்ணையிலிருந்து குரல்கள் வந்தன. சுற்றிக்கொண்டு முன்பக்கம் போனான். செவத்தான், ஊர்ப் பண்ணயக்காரர், நல்லான் எல்லாரும் ஏதோ பேசிக் கொண்டிருந்தார்கள். இவனைப் பார்த்ததும் செவத்தான், "வா மாப்ள, இரு போலாம். ஒரு விசயம் பேசிட்டு வர்றன்" என்றான்.

இவனும் பக்கத்தில் உட்கார்ந்துகொண்டான். ஊர்ப் பிரச்சினை பற்றிப் பேச்சு.

"தண்ணி சேந்துனது சேந்திப்புட்டாங்க. இன்னமே ஒன்னும் ஊர்க்கட்டுமானம் பண்ணியெல்லாம் அவன் நிறுத்த முடியாது."

"கொடுக்கனுக்குக் கொழுப்பெடுத்தது பாத்தியா?"

"ஊர்ல அவனுக்கு என்ன புடிமானம் இருக்கு? மொறங் கட்டறானா? ஒன்னுமில்ல. வருசக் கூலியுங் குடுக்கறதில்ல. அவன் துணியறான்."

"செரி செரி. அப்பறம் பேசிக்கலாம். எனக்குக் கொஞ்சம் வேல இருக்குது."

ஊர்ப்பொதுக் கிணற்றில் கொடுக்கன் ரங்கன் தண்ணீர் சேந்தி விட்டான். யாராவது சேந்தும்போது குடத்தைக் கொண்டு வந்து வைத்துவிட்டு நிற்பான். சேந்தி ஊற்றினால் எடுத்துக் கொண்டு போவான். இதுவரைக்கும் அப்படித்தான். இப்போது அவனே சேந்திக்கொண்டான். அதுதான் பிரச்சினை. சந்தைக்குச் சந்தை கூடை, முறம், விளக்குமாறு விற்கப்போகிறான். ஊரில் யாரும் வாங்குவதுமில்லை. வருசக் கூலியாகத் தவசம் கொடுப்பது மில்லை. "என்ன இருந்தாலும் அவன் எப்படி ஊர்ப் பொதுக்கிணற்றில் சேந்தலாம்?" நியாயம் வைப்பார்கள்.

தோளில் கையைப் போட்டு அணைத்துக்கொண்டு செவத்தான் இவனைக் கூட்டி வந்தான். சட்டையில் பாச்சைக் குண்டு வாசம் கமகமத்தது. தழையக் கட்டிய வேட்டி இடை விலகி விலகித் தடகடத்தது. புளியமரத்து நிழலுக்குக் கூட்டிவந்து, மெல்லக் கேட்டான். ரோட்டு லாரிச் சத்தம் அவன் குரலுக்கு இன்னும் ரகசியத்தன்மை கூட்டியது.

"வீரனப் பாத்தியா?"

"இல்லீங்க மாமா."

அவன் குரலில் தொனிக்கும் எகத்தாளம் மெல்லிய புன்னகையாய் மாறியது.

"உங்கிட்ட எவ்வளவு புடுங்குனான்?"

"என்னங்க மாமா?"

"பணந்தான்."

அவன் குரலில் விஷமம். இவனுக்கும் புரிந்தது. இவன் ஹாஸ்டலில் சேர்வதற்கு எதுவும் பணம் கொடுத்திருக்க வேண்டியதில்லை. தமிழ்நாட்டின் மூலை முடுக்கிலிருந்தெல்லாம் தேடித் துருவிக்கொண்டுவந்து சேரக்கூடிய அளவுக்குச் சொ.மு. கல்லூரி புகழ் பெற்றதுமல்ல. ஹாஸ்டல் மாணவர்கள் ரொம்பவும் குறைவு. காலியாகக் கிடக்கும் பல அறைகள், தூக்கத்தில் எழுந்து போய் ஒன்றுக்கடிக்க மட்டுமே உதவுபவை. மேல் தளத்திலிருப்பவன் தூக்கத்தைக் கெடுத்துக்கொண்டு கீழே இறங்கி வர முடியாது. சுவர்களில் வழியவிடுவான். அப்படியான பயன்களில் நிறைய அறைகள் இருக்கும்போது தனியாக லஞ்சம் கொடுத்திருக்க வேண்டியதில்லை. பகல் நேரங்களில் டே ஸ்காலர்ஸ் 'கட்டு'ப் போடச் சில அறைகள் உண்டு. அவற்றிற்கும் பூட்டுகள் உண்டு. யாரிடம் சாவி இருக்கிற தென்பது வார்டனுக்கே தெரியாது.

வீரன் இவனிடம் வாங்கிய முந்நூறு அவன் பாக்கெட்டி லேயே தங்கிவிட்டது. காலேஜ் சேர்ந்த சில நாட்களில் அவனிடம் ஏமாந்துபோனது தெரிந்தது. தெரிந்து என்ன செய்ய? கல்லூரி என்பது இதுவரை காணக் கிடைக்காத ஒரு தீவாக இருக்கிறவனுக்கு அதன் நடைமுறைகள் எதுவும் தெரியாதவனுக்கு ஏமாந்து போதல் சகஜம். கூட்டிப் போய்ச் சுற்றிக் காண்பிக்கிறேன் என்றவன் பின்னால் கண்ணை மூடிக் கொண்டு நடந்தாயிற்று. ஆனால் அவன் இப்படிச் செய்வான் என்பதுதான் அதிர்ச்சி. அனுபவப்பட்ட பின்னால்தான் கொஞ்சம் கொஞ்சமாக யாரையும் புரிந்துகொள்ள முடிகிறது.

செவத்தானுக்குப் பதில் சொல்வதற்குள் இவன் முகத்தில் தேங்கும் அசட்டுத்தனம் வழிநதது.

"அவுரு என்னையக் கூட்டிக்கிட்டுப் போயிச் சேத்துனாரு. ஏதோ கொஞ்சம் அவரும் எடுத்திருக்கலாம். அதுக்கென்ன மாமா இப்ப?"

ஏறுவெயில்

இவன் பதில் செவத்தானின் முகத்தில் தீவிரத்தை உண்டாக்கியது. புளிய மரத்தில் ஒரு கையை நன்றாக அழுத்திக் கொண்டான். கால் வழியாக ஏறும் கட்டெறும்புகளின் நினைவு மற்றுச் சொற்களைக் கக்கினான்.

"தாயோலி அவன். ஊர்க் காசத் திங்கறான். இப்ப எங்க இருக்கறானோ ஆருக்குந் தெரியாது. உன்னய மாதிரி ஏமாளிங்க, படிச்ச முட்டாப் பசங்க அவம் பொறத்தாண்ட போறீங்க."

தன் பின்னால் வரவில்லையே என்ற ஆதங்கம்.

"இப்ப எங்க இருக்கறாரு?"

"இருக்கறாரு... காலனியில ரண்டு மூனு பசங்கள ஏமாத்திட்டான். பால்டெக்னிக்குல சீட் வாங்கித் தர்றமின்னு ஒருத்தன். கொட்டூர்ல காலேஜ்ல சேத்தறமின்னு சொல்லி ஒருத்தன். எல்லாம் ஆயரம் ரண்டாயரம். பசவ மூக்கால அழுவுதுங்க. இவன் ஆளயே காணாம். எங்கயோ ஓடிப் போயிட்டான்."

"அப்படியா?"

இவனது ஆச்சரியம் அவனை உசுப்பியது. ரோட்டில் போகும் எவனோ, கையெடுத்தான். தலையை லேசாக அசைத்தவன், இவனுடைய முதுகில் தட்டிச் சொன்னான்.

"எனக்கு ஓடையூர்ல நல்லய்யன் நல்ல பழக்கந்தான். நம்ம ஆளு. நாஞ் சொன்னா எதா இருந்தாலுஞ் செய்வாரு. செலவில்லாதயே உனச் சேத்திருக்கலாம். நீதான் அவசரப் பட்டு அவங்கிட்டப் போயிச் சிக்கிக்கிட்ட. இன்னமேலாச்சும் புத்தியாப் பொழ."

"எப்படி மாமா இவ்வளவு கேவலமாப் போயிட்டாரு?"

இவன் கேள்வி அவனுக்கு ஊட்டம் கொடுத்தது.

"அதாண்டா விதி. அவங்க கட்சியே அப்பிடித்தான். இவன் இந்திப் போராட்டத்துக்குப் போனா என்ன மயரா வந்திருச்சி? ஒரு எரநூறு ரூவா பென்சனும் பஸ் பாசும் கெடச்சாப் போதுமா? அத வெச்சிக்கிட்டுச் செரைக்கவா போறது? அவனவன் ஆட்சியில இல்லாத்தபவே கொள்ளையா சம்பாரிச்சுட்டான். இவனாட்டம் ஏமாளிங்க பல்ல இளிச்சுக் கிட்டுப் போவேண்டீதுதான்."

இவனுக்குத் தொண்டை வறண்டது. எச்சிலைக்கூட விழுங்க முடியவில்லை. எங்கோ உயரத்தில் இருந்து குதித்துத் தற்கொலை செய்துகொண்டது போல இருந்தது. வீரனின் ஜீவனத்திற்குக்

கட்சி பயன்பட்டது. பேராசிரியரின் கடிதம் இருந்தது. இந்திப் போராட்ட வீரன் என்பதற்கான அடையாள அட்டை இருந்தது. அவற்றைக் காண்பித்து நாலு பேரிடம் நாகரிகமாகப் பிச்சை வாங்க முடிந்தது. தலைமறைவான பின்னும் திரும்பி வரலாம். தண்ணியைப் போட்டுவிட்டு மீசையை முறுக்கலாம். "எவன்டா அவன்?" என்று உதைக்கப் போகலாம். எல்லா வற்றுக்கும் கட்டை தாங்கும். அதனுள் பொதிந்த தியாகம் கசியும். அவனை நினைக்க இவன் அழுதுவிடுவான் போலிருந்தது. கரட்டூர் மண்ணில் உதிர்ந்த அவன் ரத்தம் இன்றைக்குப் பெருங் குளச் சாக்கடை நீரில் கிடக்கிறது. எந்த முகம் தெரியாத சக்தி காரணம்?

கண்ணீரை மறைக்கத் தலையைக் குனிந்துகொண்டான். செவத்தான் இளகித் தேற்றினான்.

"சரி மாப்ள போ. உங்க பாட்டன் முடியாத கெடக்கறாராம். இன்னக்கி நாளைக்கி உனக் கூட்டியாரதுக்கு அங்க வர்மின்னாங்க. போ. போய்ப் பாரு. இன்னமே எதா இருந்தாலும் நம்பளையுங் கலந்துக்கிட்டுச் செய்யி. பித்தியாப் பொழ. போ."

தாத்தாவைப் பற்றிச் சொன்னதும் இவனுக்கு எல்லாம் மறந்தது. வேகமாக நடையைப் போட்டான்.

❂

11

சேராததைத் தின்று சொக்கிச் செத்த வெள்ளாட்டைப் போலக் கிடந்தார் தாத்தா. வாடி வதங்கி முகம் தொய்ந்திருந்தது. சோர்வில் வாய் பிளந்து குறட்டை விட்டுக்கொண்டு தூங்குபவர்போல் படுத்திருந்தார் தாத்தா. சாவதற்கு முன் வாய் வழியாகத்தான் மூச்சு வந்துகொண்டிருந்தது. நேற்று இரவிலிருந்து இடைவிடாமல் 'ங்கேர் ங்கேர்' என்ற சத்தம்தான் உயிருக்கு அடையாளம். எதையோ சொல்ல வேண்டும் என்கிற துடிப்பில் மொழி கைகூடாத அயர்வில் பித்துப் பிடித்துக் கத்துகிற ஒலி மாதிரி. மடக்கிக் குந்துகால் வைத்துக் கொண்டார். எடுத்து நீட்டி நீட்டி விட்டும் நிற்கவில்லை. கை மேலே எழுவதும் விழுவதும் என்றிருந்தது. உடல் முழுக்கக் கட்டுவிட்டது. இழுத்து இழுத்துப் பிடிக்கும் உடலை எப்படியாவது உதறிவிட்டு ஓடிவிட வேண்டுமென்கிற உயிரின் துள்ளல். விடிய விடியக் காத்திருந்தும் அடங்காத துள்ளலை அடக்க உபாயங்களை யோசித்தார்கள்.

"எப்பவும் மடியிலயே மடிப்பைய வெச்சிக்கிட்டிருந்தாரில்ல. அந்த ஏக்கந்தான் அப்பனுக்கு. பணத்துமேல இருக்கிற ஆசதான். ஒரு ரூவாக் காசக் கொஞ்சம் ஒரச்சுத் தண்ணி ஊத்திப் பாக்கலாம்."

பெரியப்பனின் பேச்சு எல்லாருக்கும் உகந்ததாகத் தெரிந்தது. காசை உறைத்து ஊற்றிய தண்ணீர் தொண்டைக் குழியில் தேங்கி நின்றது. 'கரகர' என்று கொஞ்சம் நேரம் சத்தம். தண்ணீர் வேகமாய் உள்ளிறங்கிவிட்டது. மீண்டும் 'ங்கேர்.' தலைமாட்டில் உட்கார்ந்துகொண்டு பாட்டி

அழுதது. தாத்தாவின் தலையில் கையை வைத்து அடிக்கடி நீவியது.

"சாராயத்து மேல பாட்டனுக்குப் பிரியம். அதக் கொஞ்சம் ஊத்திப் பாத்தா?"

"அதோட கள்ளு ஊத்தலாம். வெடிங்காட்டிக் கள்ளுக்குத் தான் போவாரு."

சின்னானைக் கூட்டிவந்து அவன் கையாலேயே கள் ஊற்றச் சொன்னார்கள். மோர் மாதிரி உள்ளே இறங்கியது கள்.

"இவருக்கு எதுலதான் ஆசையோ?"

"இந்த வல்லான உயிரு எதுல அடஞ்சு கெடக்குதோ?"

திண்ணையில் தலையைச் சாய்த்துக்கொண்டு உட்கார்ந் திருந்த பெரியம்மா சொன்னது. "அவருக்கு மண்ணுல இருக்கற அப்பாசதான். காலனிக்குக் காடு போவுதுன்னு கொஞ்சமாவா அடிச்சுக்கிட்டாரு? அதுக்கப்பறந்தான் ஆளே எறங்கீட்டாரு. இல்லைனா இப்பத்திக்கிப் போற ஓடம்பா? காட்டுமேல இருக்கற ஆச அவரக் கானக்காடு போறவெரைக்கும் உடல. அந்த மண்ணுல வெளஞ்ச ஓடம்பு. அதக் கொண்ணாந்து கொஞ்சம் கரச்சி ஊத்துங்க."

இரண்டு நாட்களாக ஆள் மாற்றி மாற்றி இரவும் பகலும் தாத்தா பக்கத்திலேயே இருந்தார்கள். அந்த அலுப்பு எல்லார் முகத்திலும் அப்பட்டமாய்த் தெரிந்தது. மண் அள்ளிவர இவனை அனுப்பினார்கள். மண்ணோடு ஊற்றினால் தொண்டைக் குழி அடைக்கும். 'ங்கேர்' நின்றுவிடும்.

காலனி மண்ணில் அவருக்கு இருந்த பிரியம் சொல்லி மாளாது. கிணற்றை மூடிவிட்டார்கள் என்று கேவிக் கேவி அவர் அழுத அழுகையின் ரணம் இன்னும் இவனுக்கு நினை விருந்தது. அந்தக் கிணற்றை மூடிய இடத்தில் பெரிய தண்ணீர் டேங்க் கட்டி, சுற்றிலும் பூங்கா. ஒரே ஒரு தென்னைமரம் மட்டும் நின்றுகொண்டிருந்தது. அந்த மரம் இவன் சித்தப்பா வுக்குச் சொந்தமாக இருந்தது. குள்ள மரம். தேங்காய்ப் பருப்பு மாத்திரம் 'இத்தா மொத்தம்' தடித்திருக்கும். மரத்தின் வேரடி யிலிருந்து மண்ணைக் கொஞ்சம் அள்ளிக்கொண்டான்.

தாத்தாவுக்குள் இறங்கப்போகும் மண். அவரது உடலில் முன்பே ஊறிய மண். தண்ணீரில் கரைத்து அவருக்குப் பிரியமான பேரன், பேத்திகள் கொஞ்சம் கொஞ்சமாய் ஊற்றினார்கள். சித்தப்பா பையன் முத்து ஊற்றியதும் சத்தம்

அடங்கிப்போனது. பாட்டியின் அலறல்தான் முதலில் எழுந்தது. எல்லாரும் வாய்க்குள் விசும்பினார்கள். அப்பனின் கண் தாங்கமாட்டாமல் கசிந்து ஒழுகியது. துண்டை வாயில் பொத்திக் கொண்டு நின்றார்.

பெரியப்பன் ஒவ்வொன்றாய் ஆக வேண்டிய காரியங் களுக்கு உத்தரவிட்டார். வாயை வெள்ளைத் துணியால் கட்டி உடலைப் போர்த்தி, நடுக்கொட்டகையில் கிடத்தினார்கள். இழவு சொல்ல ஊர்களுக்குப் போக வேண்டும். சித்தப்பன் ஆள்குடித் தெருவுக்குப் போனார். இவனை டவுனுக்குப் போய் ரேடியோவுக்கும் பெட்ரோமாக்ஸ் லைட்டுக்கும் சொல்லிவர அனுப்பினார்கள். சைக்கிளை எடுத்துக்கொண்டு இவன் போகையில் எதிரே சித்தப்பன் வந்தார்.

"பையா... ஆளுவ ஒருத்தனும் வரமாட்டீங்கறானுவ. ஆரு சாமி எழவு சொல்ல இந்த வெயில்ல போயிட்டு வர்றதுங் கறானுவ. ரண்டுக்கும் ஒன்னுக்கும் அவனுவ போவானுங்களா. நாங்கூட அஞ்சு ருவா கைல குடுத்து உடறங்கறன். அதுக்கும் ஒருத்தனும் அசையில. வேட்டியுந் துண்டும் பாத்தா ஆளு வளாட்டமா இருக்குது? குடியானவங் கெட்டாம் போ."

"சரி. இப்ப என்ன பண்றது?"

"நீ போயி உங்காயா பொறந்தவமுட்டுல சொல்லிப்புடு. மத்த எடத்துக்கெல்லாம் நம்ம பசவளயே புடுச்சு உடறன்."

"ராக்கூர் மாமன் நெல்லுக் குடோன்லதான இருக்கும். அங்க போன் இருக்குதில்ல. நெம்பர் தெரிஞ்சா பண்ணிச் சொல்லிரலாமே?"

"சரிதாண்டா பயா. உங்கொண்ணனுக்குத் தெரீம். கடைல கேட்டு வாங்கிக்கோ."

நினைவுகளில் சிக்கி இவன் வேகம் அதிகரித்தது. தனக்கென விரித்துவைத்திருந்த ஒரு மடியைச் சுருட்டிக் கட்டிப் பரணில் போட்டுவிட்ட சோகம். அந்த மடி அன்பில் நெய்தது. சந்தைக்குப் போய்விட்டு வருகிற நாள்களில் மிச்சரும் முறுக்கும் மடிக் குள்ளிருந்து எழுந்து வரும். கைநடுங்க அவிழ்த்து, வாய் குழறிக் கொண்டிருக்க நீட்டும். அந்த அசைவுகளே பட்சணங்களில் ருசி கூட்டிவிடும். சாராயக்கடையின் காரம் உறைக்கும் சுண்டல் பொட்டலங்கள் மடியேறி வரும்.

எத்தனை பெரிய பையனானால் என்ன? இவன் அவருக்கு எப்பவும் மடியேறி விளையாடும் சின்னப் பையன்தான். 'பொன்னையன்.' இவனை எல்லாரும் கூப்பிடும் பெயர் அவருக்கு வராது. அவர் அழைப்புக்கென்று தனிப்பெயர்.

தனிப்பிரியம். இருட்டின் போதையில் தடுமாறிக்கொண்டு துரத்தில் வரும்போதே "பொன்னையா..." என்று அழைப்பு வரும். இவன் ஓடிப்போய்க் கையைப் பிடித்துக் கூட்டிவர வேண்டும். அது வரைக்கும் வந்தவருக்கு, அதற்கு மேல் பாதை தெரியாது. இவன் கைப்பிடிதான் வழிகாட்ட வேண்டும்.

எங்காவது தூரத்தில் வெள்ளாட்டுக் குட்டிகள் வாங்குவார். போய்ப் பிடித்துவர இவனைத்தான் தேடுவார். இவன் முன்னால் பிடித்துக்கொண்டு வர, பின்னாலிருந்து முடுக்குவார்.

"பொன்னையங் கைபட்டா 'துருவங்' கெடைக்குமுடோய்."

"பொன்னையன் ராசி இன்னைக்குத் 'தட்டை' கெடச்சுது."

ஆட்டு வியாபாரிகள் பாஷையில் பாராட்டு வரும். அதிகம் லாபம் வந்துவிட்டால் இவனுக்கு இரண்டு ரூபாய் நீட்டுவார். "வாங்கித் தின்னு." அந்த இரண்டு ரூபாய்க்கு அபார மதிப்பு. கடைசியாய்க் கட்டிலில் கிடந்தவரைத் தூக்கிவைத்து, சுடுதண்ணீர் ஊற்றினார்கள். இரண்டு கால்களும் 'பொதுபொது' வென வீங்கிப்போயிருந்தன. முகம் பளிச்சென்றிருந்தது. கைகால்கள் நரம்பு மாதிரி நீட்டிக்கொண்டன. அப்பனும் சித்தப்பனும் தண்ணீரை ஊற்றித் தேய்த்தார்கள். "என்னய ஏண்டா தொந்தரவு பண்றீங்க?" என்றார். தண்ணீர் ஊற்றிய களைப்பு உடல் முழுக்கப் பரவ நினைவு போய்க்கொண் டிருந்தது. ஒவ்வொருத்தரும் பக்கத்தில் போய் நின்று 'நல்ல வாக்கு'க் கேட்டார்கள். பாட்டி கண்கள் நிறைந்திருக்கக் கேட்டது.

"எனக்கு என்ன சொல்ற?"

அவர் பேசவில்லை. உடலை உலுக்கி மறுபடியும் பாட்டி கேட்டது. அத்தனை வலுவையும் திரட்டித் துப்பினார்.

'மசுரு...'

பலருக்கு மௌனம்தான் வாக்கு. பக்கத்தில் போய் இவன் நின்றான். கண்கள் கீழே சரியப் பார்த்தார். கையை நீட்டிப் பற்றினார். அந்தப் பிடி இரும்புச் சக்கரத்தில் மாட்டிக் கொண்டது போல இருந்தது.

"பொன்னையா... பித்தியாப் பொழச்சுக்கோ..."

அவ்வளவுதான் அவர் பேச்சு. அதற்கப்புறம் 'ங்கேர்' சத்தம்தான். இனி அந்தக் குரல் இல்லை. தொண்டைக்குள் தீராத அசுத்தம் படிந்துவிட்ட மாதிரி எப்பவும் காறிக் காறித் துப்பும் அந்தச் சத்தம் இல்லை.

நடு ராத்திரியில் முதுகில் லேசாய்த் தட்டி இவனை எழுப்பும். "ஒன்னுக்குப் போறயா?" என்கும். இனி அந்த

அனுசரனை இல்லை. மேலே போட்டுக்கொண்டு தூங்குகிற கை இனி அந்தரத்தில்தான். அவரைப் பற்றிய நினைவுகளைச் சிமிழுக்குள் அடைத்துப் பாதுகாக்கிற மாதிரிதான் இது.

இவன் வேலைகளை முடித்துவிட்டு வருகையில் வாசலில் பந்தல் போட்டிருந்தது. இரண்டு பெஞ்சுகள் கிடந்தன. மேளத்திற்கு சின்னூர் ஆட்கள் வந்து விட்டிருந்தார்கள். வாசலில் செத்தைகளை அள்ளிப்போட்டுத் தப்பட்டையைக் காய்ச்சிக்கொண்டிருந்தார்கள். இன்னும் கொட்டத் தொடங்க வில்லை.

ஒன்றிரண்டு பேர் வருகையில் எழுந்து "சாமி..." என்று உடல் வளையக் கும்பிடு போட்டார்கள். கூட்டம் கூடக்கூட வாழ்த்திப் பணம் கேட்பார்கள். இழுவுக்கு வருபவர்கள் 'கொட்டுக் காசு' என்று எடுத்து வைத்துக்கொண்டு வருவார்கள்.

பெண்கள் ஒப்பாரி ஆரம்பித்துவிட்டார்கள். தலைமாட்டில் ஊதுவத்தி புகைந்தது. எந்தச் சலனமுமற்ற முகம். வைராக்கி யத்தில் இறுகிய கண்கள். இந்த வைராக்கியம் மட்டும் அவருக்குக் கடைசிவரை போகவே இல்லை. தன்னுடைய கஷ்டம் மற்றவர்களைப் பற்றிக்கொள்ளக் கூடாது என்பதில் அத்தனை அக்கறை. இரண்டு மூன்றுமுறை கட்டிலில் தன்னையறியாமல் வெளிக்குப் போய்விட்டார். மருமகள்கள் வழிக்கத் தயாரில்லை.

அத்தை வந்தால்தானாயிற்று. நாற்றத்துக்குள் அப்படியே கிடக்க வேண்டியதுதான். வருகிற நினைவே அவருக்கு இல்லை. அப்பனும் பெரியப்பனும் ஆளுக்கொரு பக்கம் பிடித்துத் தூக்கி வேறு கட்டிலில் போட்டார்கள். வேட்டியை அவிழ்த்துவிட்டுத் தண்ணீர் ஊற்றினார்கள். அவருடைய கட்டிலில் தண்ணீரை ஊற்றி, விளக்குமாற்றால் பாட்டி தேய்த்துத் தேய்த்துக் கழுவிற்று. அத்தனையையும் கண் இமைக்காமல் பார்த்துக் கொண்டேயிருந்தார். எதுவும் பேசவில்லை. அதற்கப்புறம் வயிற்றுக்கு எதுவும் வேண்டாமென்று சொல்லிவிட்டார்.

மேளம் கொட்ட ஆரம்பித்தார்கள். ரேடியோ கட்டிக் கொண்டிருந்தார்கள். பெண்களின் ஒப்பாரி முறையற்று வந்தது. இரண்டு ஊர்க்காரர்களும் வந்து கூடத் தொடங்கினார்கள். இழவு காணப் பெரியப்பன், அப்பன், சித்தப்பன் மூன்று பேரும் வாசலில் வரிசையாக நின்றுகொண்டிருந்தார்கள். துண்டுக்குள் முகம் புதைத்து, 'இகு இகும்' என்று சத்தம் போட்டுத் துக்கம் காட்டினார்கள். செவத்தான், ஊர்ப் பண்ணயக்காரர் என்று வரிசையாக வந்து உட்கார்ந்தார்கள். மேளக்காரர்கள் பெயர் சொல்லி வாழ்த்திப் பணம் கேட்டார்கள். "சாமி" என்ற குரலைக் கேட்டதும் செவத்தான் அவர்களை

ஊன்றிப் பார்த்தான். பெரியப்பனைத் தனியாகக் கூட்டிக் கொண்டு போனான்.

"என்ன மாமா, அப்பன எங்க வெக்கலாமுன்னு இருக்கறீங்கொ?"

"நம்மூருச் சுடுகாட்டுலதாங்க மாப்ள. வேற எங்க வெக்கறது?"

"இல்ல சின்னூருச் சுடுகாட்டுக்கீது கொண்டோறீங்களோ என்னமோன்னு கேட்டன்."

செவத்தான் அவரிடம் இருந்து நழுவிப்போய் ஊர்ப் பண்ணயக்காரரைக் கூப்பிட்டுப் பேசினான். ஆட்டோர்க் காரர்கள் குழுமினார்கள். கொஞ்ச நேரம் தனியாகக் குசுகுசுப்பு. சட்டென்று எல்லாரும் வண்டிகளில் தொற்றிக்கொண்டு கிளம்பினார்கள். யாருக்கும் ஒன்றும் புரியவில்லை. நாலு சனம் வாசலில் இல்லாவிட்டால் எப்படி? அவர்களோடு தொழிலாளிகளும் போனார்கள். இப்போதெல்லாம் துணி எடுக்க ஆள் வருவதில்லை. மயிர்வெட்ட ஆள் வருவதில்லை. வருசக் கூலியும் கிடையாது. நல்லது கெட்டதுகளுக்கு மட்டும் சாங்கியத்திற்கு வருவார்கள். அதற்கும் தவசம் வாங்குவதில்லை. கூலியாகப் பணம் வாங்கிக்கொள்வார்கள். அவர்களிடம் அப்பன் கேட்டார்.

"எங்க போறீங்க? சாங்கியத்துக்கு ஆளில்லாத?"

"நாங்க என்னங்க செய்யறது? ஊர்ல நாலு பேரு வேண்டாங்கறாங்க. ஊர்க்காரங்க சொன்னா இருக்கறம். வந்து அவுங்களக் கேளுங்க."

என்ன பிரச்சினையென்று இவர்களுக்குப் புரியவில்லை. இழவு வாசல் ஆட்களற்று வெறுமையாய்க் கிடந்தது. பெண்களின் ஒசையும் நின்றுவிட்டிருந்தது. ஆண்களைப் பெண்களும் தொடர்ந் தார்கள். வாசல் ஓரத்தில் சுருண்டு படுத்திருந்த நாயின் வாலை யாரோ மிதித்துவிட, அது 'வாள்' என்று கத்திக்கொண்டு எழுந்தோடியது. ஓடவும் முடியாமல் நடக்கவும் முடியாமல் ஒரு காலைத் தூக்கிக்கொண்டது. பாவம் மணி. ரோட்டில் குழி தோண்டிப் படுத்திருக்கும். பைக்கைத் தாறுமாறாக ஓட்டி வந்து வெங்கான் நாயின் மீது விட்டுவிட்டான். இடுப்பில் நல்ல அடி. எங்கும் போகாமல் வீட்டைச் சுற்றிக்கொண்டு கிடந்தது. புண்ணை நக்கி நக்கிப் பார்த்துக்கொண்டு கலைந்து போகும் கூட்டத்தைச் சட்டை செய்யாமல் மெல்ல நடந்து போய்க் குப்பைக்குழியில் உடலைச் சுருட்டி முடங்கிக் கொண்டது.

O O O

ஊர்ப் பண்ணயக்காரர் வீட்டுக்கு முன் வண்டியை நிறுத்திவிட்டுப் பெரியப்பனும் இவனும் உள்ளே நுழைந்தார்கள். பழைய வீட்டை இடித்து, விசாலப்படுத்தி நான்கைந்து அறைகளாகத் தடுத்துக் கட்டப்பட்ட வீடு. ஜன்னல் கம்பிகளில் நாகரிகம் வழிந்தது. சீமை ஓடுகளை மாற்றிவிட்டுத் தார்சு போடப்பட்டிருந்தது. அந்தக் காலத்துக் கொப்புவைத்த பெரிய கதவுகள் கழற்றப்பட்டு, இரண்டாகப் பிளவுபட்ட சின்னக் கதவுகள், உள்ளே நுழைபவரைத் தடுத்து நிறுத்தின. வீட்டின் உள்மூலையில் இருந்து பண்ணயக்காரர் வந்தார். நெடுநெடுத்த உருவம். நரைத்த தாடி கன்னம் முழுக்க மண்டிக் கிடந்தது.

"என்னங்க மாமா... ஒன்னுஞ் சொல்லாம கொள்ளாம எல்லாரும் இப்படி வந்துட்டீங்களே? சவத்தப் போட்டு வெச்சுட்டு என்ன பண்றது?"

பெரியப்பன் முகத்தில் அழுகை வந்துவிடும் போலிருந்தது. குரலில் தடுமாற்றம். கண் நெகிழ்ந்து இப்பவோ அப்பவோ என்றிருந்தது. கைகள் தளர்ந்து தவித்தன. ஊர் என்ன காரணம் கொண்டு வந்துவிட்டதெனப் புரியவில்லை. பெரியவர் மூச்சுக் காட்டாமல் பேசினார்.

"பிரச்சினென்ன வராத என்ன பண்றது மாப்ள?"

"விசயம் இன்னதுன்னு சொல்லி, என்ன பண்ணலான்னு ஊரு சொன்னாக் கட்டுப்படாத போயிருவாங்களா?"

"செரி மாப்ள, எதுக்கும் செவத்தானப் போய்ப் பாரு."

"நீங்க விசியம் என்னன்னு சொன்னா . . ."

"அதாம் அவனப் போயிப் பாரு மாப்ள."

பெரியப்பனுக்கு என்ன செய்வதென்று தடுமாற்றம். அப்பனின் சாவைவிட ஊர்ப் பகையைத் தேடிக்கொள்வோம் என்ற பயம். ஊர் வேண்டும். எதற்கும் நம்ம சனம் என்றால் ஊர்தான். நமக்கென்று நிற்பதற்கும் ஊர்தான். நல்லதுக்கும் கெட்டதுக்கும் ஊர். போவதற்கும் வருவதற்கும் ஊர். ஊரில்லாமல் தனியாய் நிற்க முடியாது. ஊன்றிக்கொள்ளக் கால் ஊர்தான்.

செவத்தானின் வீடு புதிதாகக் கட்டப்பட்டது. கதவுகள் மைக்கா சீட் போட்டு வழுவழுத்தன. ஜன்னல் கம்பிகள் வளைந்து நெளிந்து ஏதோ வடிவம் காட்டின. விளக்குகள் அழகழகாய்த் தொங்கின. டைனிங் டேபிள், சின்னச் சின்ன பீங்கான் பொம்மைகள். சின்ன மாளிகைக்குள் நுழைந்துவிட்ட உணர்வு. காடு விற்ற பணத்தில் கட்டப்பட்ட வீடு. பெரி

யப்பனுக்கு இருக்கும் சோகத்தில் ஒன்றும் தெரியவில்லை. உள்ளே இருக்கவே ஒருமாதிரியாய் உணர்ந்தான் இவன். பெரியப்பனை ஒண்டி நின்றுகொண்டான். செவத்தான் ஈஸிசேரில் உட்கார்ந்திருந்தான்.

"என்ன மாப்ள விசியம்? பெரியவரக் கேட்டா உன்னயக் கேளுங்கறாரு."

"மாமா ... எதையும் யோசனை இல்லாத செஞ்சா அப்பறம் இப்படித்தான். உங்க தம்பியூட்டோட பாட்டன் கொட்டாயி கட்டி இருந்தாரு. செரி. அது எந்த ஊருக்குச் சேருது?"

"சின்னூருக்குத்தான்."

"அந்த ஊருக்குத்தான் வரி குடுக்கறாங்களா?"

"காடு புடுச்சு அங்க இருந்தாலும் ஊடு இங்கதான் இருக்குது. கோயில் வரியெல்லாம் நம்மூருக்குத்தான்."

"என்ன மாமா ஊரு மாறுச்சு? பஞ்சாயத்து ரோட்டுக்கு இந்தண்ட நம்மூரு. அந்தண்ட அவனூரு. இருந்தாலும் மாமமூடு அந்த ஊருக்குச் சேந்துருவாங்களா?"

"இல்ல மாப்ள ... அப்பனக்கூட நம்மூருச் சுடுகாட்டுலதான் வெக்கப்போறம்."

செவத்தான் செய்த தோரணைகளை இவனால் சகித்துக் கொள்ள முடியவில்லை. 'எதற்கு இத்தனை பூடகம்? மனுசன் வாய் திறந்து பிரச்சினை என்ன என்று சொல்வதற்குள் எத்தனை சுற்றி வளைக்கிறான். இவனுடைய பெரிய மனிதத் தோரணைக்கான விளையாட்டுக்கள் தாத்தாவின் சாவா? அப்படியே கொட்டை கலங்க எட்டி உதைக்க வேண்டும் இவனை. சாய்ந்துகொண்டு கொஞ்சமும் அசங்காமல் என்ன பாவனை? பொறுக்கி ராஸ்கல்.'

"கோயிலு இடிஞ்சுது. ஊர்ல ஆயரம் ஆயரம் வசூல் பண்ணி இப்பக் கட்டிக்கிட்டு இருக்கறம். காலனிக்காரனுவளக் கேப்பமா? எதோ உண்டில்ல வேண்ணாப் போடட்டும். நம்ம சனமுனா எங்கருந்தாலும் நம்ம சனந்தான். செரி. ஆனா ஊர்னு ஒன்னு இருக்குதில்ல?"

"மாப்ள எல்லாஞ் செரி. விசியம் என்னன்னு சொல்லு."

பெரியப்பனுக்குப் பொறுமை கடந்தது. இவன் முகத்தைச் சிவப்பாக்கிக்கொண்டு செவத்தானைப் பார்த்தான். இவர்களுடைய உணர்வுகளைப் புரிந்துகொண்டவன் போல அவன் சொன்னான்.

ஏறுவெயில்

"வரி குடுக்கறது நம்மூருக்கு. பொதைக்கப்போறது நம்மூருச் சுடுகாட்டுல. மோளத்துக்கு மட்டும் அந்த ஊர்க்காரனுவளா?"

ஒரு வழியாகப் பிரச்சினை புரிந்தது. இப்படி ஒன்று வரும் என்ற நினைவு ஒருவருக்கும் வரவில்லை. இரண்டு ஊர்களுக்கு மத்தியில் மாட்டிக்கொண்டு திண்டாடுகிற நிலை. எந்த ஊர் மேளமென்றால் என்ன? கொட்டுகிறான். காசு வாங்குகிறான். ஆட்டூர் ஆளென்றால் என்ன? அவர்கள் சொர்ணவூருக்குப் பக்கத்திலிருக்கும் ஆட்கள். அங்கே போய்ச் சொல்லி வர வேண்டும். இதைப்போய் இவ்வளவு பெரிதாக்க வேண்டுமா என்றிருந்தது. செவத்தான் இவர்களுக்குச் சொன்னான், "இவனுவளப் போவச் சொல்லீட்டு, அவுங்களக் கூட்டியாந்தா ஊர்க்காரங்க எல்லாம் வருவாங்க."

அவனிடம் என்ன பதில் சொல்வதென்று பெரியப்பனுக்குத் தெரியவில்லை. இரண்டு பேரும் திரும்பவும் வீட்டுக்கு வந்தார்கள். சவம் கிடக்கும் வேதனையைவிட, யாரும் வரவில்லை என்ற வேதனையில் சவக்களை அதிகமாகவே படிந்திருந்தது. சின்னூரைச் சேர்ந்த ஒன்றிரண்டு பேர்கள். பங்காளிகள் சிலர் மட்டும் இருந்தார்கள். பெரியப்பன் அவர்களை யோசனை கேட்டார்.

"உசுரு போனதும் நாந்தாம் மோளத்துக்குச் சொல்லி உட்டன். அதென்னமோ இப்படி ஒன்னு வரும்னு ஆரு கண்டா? எந்த ஆளுக்கு இப்ப வெருசக் கூலி கொடுக்கறது கெட்டுப் போச்சு? சும்மா உடுவாங்களா? இதப்போயி பெருசு பண்ணிக்கிட்டு?"

அப்பன் தன்மீது தவறு வந்துவிடக்கூடாதே என்கிற எச்சரிக்கை உணர்வில் விளக்கினார். இழவு வீடு ஆளரவமற்றுக் கிடப்பதைப் பார்க்கப் பெண்களுக்குப் பொங்கிப் பொங்கி அழுகை வந்தது. பெரியவர்கள் பேசிக்கொண்டிருந்தபோது இடையில் பேச வேண்டாம் என்றிருந்தது. ஆனால் இவனுக்கு யோசனைகள். 'எதற்கு இவர்கள் இப்படி யோசிக்கிறார்கள். ஊர்க்காரர்கள் என்ன செய்துவிடுவார்கள்? வராவிட்டால் சவ அடக்கம் நின்றுவிடப்போவதில்லை. ஊரைவிட்டா ஒதுக்கி விடுவார்கள்? அது அந்தக் காலம். இப்போது அதெல்லாம் ஒன்றும் நடக்காது. ஊர்க்கட்டுப்பாட்டை மீறிக் கிணற்றில் தண்ணீர் சேந்திய கொடுக்கனை என்ன செய்துவிட்டார்கள்? பார்த்துக் கொண்டுதானிருக்கிறார்கள். இவர்கள் நினைத்ததைப் போல ஆட்டிவைக்க முடியாது. செவத்தான் என்னவோ குதிக்கிறான். எல்லாம் அவன் கையில்தான் இருக்கிறது. இல்லாத பிரச்சினைகளை எல்லாம் தூண்டிவிடுகிறான்.'

"ஊர உட்டுட்டுக் காரியத்த நடத்தறது ஒன்னும் பெரிய விசியமில்ல."

"அதெப்படி? சுடுகாட்டுக்கு அங்க கொண்டோயித்தான ஆவோனும்?"

"சுடுகாட்டுக்குக் கொண்டோவுலீன்னா என்ன? நம்ம காட்லயே ஓரெடம் இல்லாத போயிருச்சா?"

மேளச்சத்தம் கேட்டுக்கொண்டிருந்தது. எங்கே தங்களைப் போகச் சொல்லிவிடுவார்களோ என்கிற எண்ணத்தில் அவர்கள் வேகம் கூடியது. என்ன ஆனாலும் தங்கள் உரிமையை விட்டுக்கொடுத்துவிடக் கூடாது என்பதில் குறி. சின்னூர் எல்லைக்குள் வேறொரு ஆள் வருவதா? அதையும் விடுவதா?

சித்தப்பன் போய் அவர்களைக் கொட்ட வேண்டாம் என்றார். கொஞ்ச நேரம் பிரச்சினையைப் பேசி முடித்துவிட்டு அப்புறம் கொட்டலாம் என்றார். அவர்களும் உட்கார்ந்தார்கள். 'போகச் சொன்னால் பார்த்துக்கொள்ளலாம்.' சின்னூர் ஆட்கள் நம்பக்கம் இல்லாமலா போய் விடுவார்கள் என்கிற எண்ணம்.

"அப்பிடியெல்லா சுலபமா ஊரப் பகச்சுக்க முடியாது மாப்ள."

"என்ன மசரயாப் புடுங்கிப்புடுவாங்க?"

அண்ணனின் முகத்தில் கோபம் தெறித்தது.

"அப்பிடி இல்லடா. கோயில் கொளம், எனம் சனம் எல்லாம் ஊரோட சேந்தது. ஆள்குடியோடவா ஒறவு வெச்சுக்க முடியும்? நம்ம சனந்தான். இன்னக்கி நாந்தாஞ் சூரப்புலின்னு பேசிட்டா நாளைக்கி நடக்கறதியும் யோசிக் கோணும்."

"இப்ப வந்திருக்கிற ஆளுவள இன்னமே போவச் சொல்றது செரியில்ல. அது நாயமும் இல்ல. அதோட அவுங்க போவமாட்டம்பாங்க. வேறென்ன பண்றது? சொல்லு."

பெரியப்பனின் முகத்தில் தெளிவற்ற கோணங்கள் தென்பட்டன. சித்தப்பனை விட்டால் அப்பவே மூட்டை தூக்குகிற மாதிரி தூக்கிக்கொண்டு போய்ப் புதைத்துவிட்டு வந்துவிடுவார் போலிருந்தது. பெண்களெல்லாம் சத்தம் வராமல் குமைந்தார்கள். செத்தும் அவருக்குக் கொடுத்து வைக்கவில்லையே என்கிற ஆதங்கம். ரேடியோ பாட்டும் நிறுத்தப்பட்டது.

"தெரியாமப் பண்ணியாச்சு. ஊர்க்காரங்ககிட்ட மன்னிப்புக் கேட்டர்றம். எல்லாரும் வாங்கனு வேணுமின்னா கேட்டுப் பாக்கறது?"

"என்ன மசுருக்கு அவனுங்ககிட்ட மன்னிப்புக் கேக் கோணும்? ஊர்ல அவனாட்டம் எவனுடாச்சும் பூந்து கையப் புடுச்சு இழுத்தமா? கோழி கொக்கானியத் திருடிப் புட்டமா? உசுரே போனாலும் மாப்புக் கேட்டர்ர வேல மட்டும் ஆவாது ஆமா."

சித்தப்பன் சொல்வது நியாயமாகத் தெரிந்தது. அப்பன் அவருக்கு அறிவுரை சொல்கிற பாணியில் பேசினார். இவனும் அண்ணனும் சித்தப்பன் பக்கம்தான்.

"என்ன இருந்தாலும் ஊரப் பகச்சுக்கக் கூடாதுடா. போ. போயி... தெரியாம நடந்து போச்சு. என்ன செய்யலா முன்னு அவுங்களையே கேளு. இந்த ஆளுவளப் போவச் சொல்ல முடியாது. அவுங்களையும் இன்னமே வரச் சொல்ல முடியாது. வேற வழி என்ன இருக்குதுன்னு செவத்தானையே கேளு."

சித்தப்பன் "நானே போகிறேன்" என்று புறப்பட்டார். இவன் வண்டியின் பின்னால் உட்கார்ந்துகொண்டான். செவத்தான் இவர்களை எதிர்பார்த்திருந்தான்.

"என்ன மாமா முடிவு பண்ணினீங்க?"

"நாங்க என்ன பண்றது? ஊர் பாத்து முடிவு சொன்னா ஏத்துக்கறம். நாலு பேரக் கூட்டியாரன். கேக்கலாம்..."

அவன் அவசரமாக மறுத்தான்.

"ஒரு மயரானும் வேண்டாம். நாஞ் சொன்னா எல்லாஞ் செரீம்பானுவ."

"அப்ப நீதாஞ் சொல்லு."

சித்தப்பன் அழுத்தமாகப் போட்டார்.

"அப்பவே சொன்னனே? அவங்களப் போவச் சொல்லீட்டு இவுங்கள வரச் சொல்லுங்க."

"அது முடியாது மாப்ள. வந்தவங்களப் போவச் சொன்னா, அந்த ஊர்க்காரனுவ சும்மா இருப்பாங்களா? இப்பவே கச்சக் கட்டிக்கிட்டு நிக்கறாங்க. அதனால வேற வழி சொல்லு."

"வேற வழி ஒன்னுங் கெடையாது."

சித்தப்பன் முகம் இறுகியது. துண்டை உதறிக்கொண்டு எழுந்தார். இவனைப் பார்த்துச் சொன்னார்.

"எந்திரீடா போலாம். எங்கப்பன் இந்த ஊருக்கு எத்தன செஞ்சிருப்பாரு? நன்னி விசுவாசங் கெட்ட நாய்வ. வந்தா வாங்க, இல்லைனா அவுரு பாவம் உங்களக் கேக்கட்டும்."

சட்டென்று அவன் "மாமா அவசரப்படாதீங்க" என்று கையைப் பிடித்து உட்காரவைத்தான்.

"கோவப்பட்டா ஆவுமுங்களா? ஊர்க் காரியம். யோசன பண்ணித்தாஞ் செய்யோணும். இன்னிக்கி ஒன்னு சொல்லிப் புட்டா நாளக்கி நாலு பசவ நம்பளக் குத்தஞ் சொல்லக்கூடாது பாருங்க."

"இந்த நூனாயமெல்லாம் வேண்டாம். என்ன செய்யலா முனு சொல்லு. எங்கப்பன் எத்தன பேருக்குக்கு நாயஞ் சொல்லிருப்பாரு? இன்னக்கி அவுருக்கே நாயங் கேக்க வெச்சுட்டயே?"

"மாமா ... உங்க நெலம எனக்குப் புரியுது. எனக்கொரு யோசன இருக்குது. உங்களுக்கு எப்படி ஒத்து வருமுன்னு பாருங்க."

"சொன்னாத்தான?"

அவர் குரலில் அவசரம் தொனித்தது. இனியும் பொறுக்க முடியாது. இவன் எழுந்து வண்டியைப் பிடித்துக்கொண்டு நின்றான்.

"வந்தவனுவளுக்கு உண்டான கூலியக் குடுத்துருங்க. நம்மூரு ஆளுங்களுக்கு அவுங்களுக்கு உண்டான கூலியக் குடுத்துருங்க. ஊரார நா வரச் சொல்றன்."

"அதெப்படி வராதவங்களுக்குக் கூலி குடுக்கறது?"

"மாமா மொறப்படி அவுங்கதான் வந்திருக்க வேணும். நீங்க கூப்புடுல. வெருசக் கூலின்னு வராட்டியும் நல்லது கெட்டதுக்குத் தொழிலாளிங வேணுமில்ல? அதனால அவுங்களுக்கு உண்டானதக் குடுத்துருங்க. என்ன ஒரு எரநூறு எச்சு. அவ்வளவுதான்."

"செரி."

சித்தப்பன் ஒத்துக்கொண்டார். காரியம் முடிந்தால் சரி. பணத்தை எடுத்து அவனிடமே கொடுத்தார்.

"செரியான ஆளுடா இவன். பூன மசுருனாலும் புடுங்குனது மிச்சமுனு பாக்கறான். என்னமோ இப்பக் காரியம் ஆவுட்டும்."

சித்தப்பன் பணம் கொடுத்ததில் இவனுக்கு உடன்பாடில்லை. இருந்தாலும் ஒன்றும் சொல்லவில்லை. சொல்லி என்ன ஆகப்போகிறது? இரண்டு பேரும் வந்து சேர்வதற்குள் ஊர்க்காரர்கள் ஒவ்வொருவராக மறுபடியும் வாசலில் குழுமினார்கள்.

12

நல்ல நிலா வெளிச்சம். கீழே படுத்துக்கொண்டு நிலாவை மட்டும் பார்த்துக்கொண்டிருந்தான். சுற்றிலும் கலாமுலா என்று சத்தம். நாடகத்தைப் பற்றியே பேச்சு. அடுத்த மாதம் கோயில் கும்பாபிசேகம். அதற்கு இளைஞர்கள் சார்பில் நாடகம் போடுகிற திட்டம். இரண்டு மூன்று ராத்திரிகளாகக் கூடி கூடி இதுதான் பேச்சு.

நிலாவைப் பார்க்கப் பார்க்க இவனுக்கு ஆசையாக இருந்தது. காட்டிலிருந்தால் பட்டப்பகல் மாதிரியிருக்கும். வாசலில் கட்டிலைப் போட்டுக்கொண்டு மல்லாந்தபடி வானத்தையே பார்க்கலாம். முகில்களுக்குள் புகுந்து மெல்ல வெளியேறும் நேரத்தில் மங்கும் ஒளி. சட்டென்று இருட்டு எல்லாப் பக்கமும் பரவிக்கொள்ளும். கொஞ்ச நேரத்தில் மறுபடியும் பளிச்சென்று வெளியே வரும். என்னவோ கண்ணாமூச்சி நாடகம் மாதிரி அப்படியே தொடரும். இங்கே காலனியின் மின்சார வெளிச்சத்தில் நிலவின் ஒளியை உணர முடியாத வருத்தம் இவனுக்குள் மண்டியது.

"காலனிக்காரனுவ தைப்பொங்கலுக்கு வெளை யாட்டுப் போட்டி நடத்துனானுவ. சினிமாப் போட் டானுவ. அதில்லாத உள்ள ஒரு கோயில் கட்டி நாடகம் போட்டானுவ. நாம என்ன அவனுங்களுக்கு எளச்சவங்களா?"

பாலு இவனிடம் இப்படித்தான் தொடங்கினான். அவனுக்கு எப்படியும் நாடகம் போட்டேயாக வேண்டும். கதாநாயகனாக நடித்தேயாக வேண்டும். காலனிக்குள்

ஒரு அந்தஸ்தோடு வலம்வர வேண்டும். அவன் காலனியில் பலசரக்குக் கடை வைத்திருந்தான். கல்லாவில் உட்கார்ந்திருக்கும் போது அவனைப் பார்த்தால், கரும்பூதம் மாதிரி இருக்கும். காலனிப்பசங்கள் தன் ஹீரோத் தன்மையைப் பறித்துக் கொள்வதாக எண்ணம். நாடகத்தில் ஹீரோவாக நடித்தாவது அதனை நிலைநாட்டிவிட வேண்டும் என்று ஆவேசம்.

"நடத்தறது செரி. நம்ம பசங்க அதுக்கு ஒத்து வரணுமில்ல. எவன் வர்றான்."

"தொடங்குனம்னா எல்லாரும் வந்துருவானுங்க. நாடக நோட்டு ஆருகிட்ட இருக்குது?"

வண்டிச் சத்தம் கேட்டது. கண்ணைப் பறிக்கிற வெளிச்சம். படுத்துக்கிடந்தவர்கள், பேசிக்கொண்டிருந்தவர்கள் எல்லாரும் அவசர அவசரமாக எழுந்தார்கள். செவத்தான் வண்டி. அவனைப் பார்த்துப் பேசி நாடகம் பற்றிச் சொல்லி நோட்டீஸில் போடத் தான் இந்தக் கூட்டம். இவர்களைப் பார்த்ததும் அவன் வண்டியை நிறுத்தினான்.

"என்னடா இந்நேரத்துல?"

"உங்ககிட்ட ஒரு விசியம் பேசோணும் மாமா."

வண்டியை அணைத்து ஸ்டேண்ட் போட்டுவிட்டுக் கோயில் திண்ணையில் உட்கார்ந்தான். பெருக்கான் மூஞ்சியில் களைப்பு வடிந்தது.

"கோயில் கும்பாபிசேகத்தப்ப ஒரு நாடகம் போடலா முன்னு இருக்கறம்."

அவன் முகம் உணர்ச்சியற்றுத் தெரிந்தது.

"ஆராரு?"

"நம்ம பசங்கல்லாம் சேந்துதான்."

"நம்ம பசங்கன்னா?"

பாலு காட்டுகிறான்.

"நானு, இவன், ரவி, முத்து... இன்னும் இருக்கற பசங்கல்லாம்..."

அவன் எதிர்பார்த்த பதில் அதில் இல்லை. அவன் முகத்தைக் கோணிக்கொண்டான். ஒரு விரலால் மூக்கை நோண்டினான்.

"நாடகம் எழுதறதுக்கு ஆளிருக்குதாடா?"

"ராமன் பையன் சத்திவேலு எழுதறான்."

இதைக் கேட்டதும் அவன் மௌனமாகிவிட்டான். தலையை உயர்த்திக்கொண்டு ஏதோ யோசிக்கிற பாவனை தெரிந்தது. சத்திவேல் நான்கைந்து நாடகங்கள் எழுதி வைத்திருந்தான். அதில் நல்லதாக ஒன்றைப் போடலாம் என்று முடிவுசெய்திருந்தார்கள். டைரக்சனும் அவன்தான். சினிமாவில் நடிக்கப்போகிறேன் என்று ஒரு இரண்டு மாதம் சென்னை போனான். அங்கிருந்து ஒரு கடிதம் போட்டான். நான் ஊருக்கு வர இருநூறு ரூபாய் உடனே அனுப்பிவையுங்கள் என்று. ராமன் அடித்துப் பிடித்துப் பணத்தை அனுப்பி வைத்தான். திரும்பி வந்தவனை இரண்டு மாத சினிமா அனுபவம் நாடகம் எழுதவைத்துவிட்டது. கிச்சம் தெரிகிற மாதிரி ஒரு பனியன் போட்டுக்கொண்டு போட்டோ எடுத்திருந்தான். அதை எல்லாரிடமும் காட்டிக்கொண்டு, சினிமாவிலிருந்து அழைப்பு வரும் என்று சொல்லிக்கொண்டிருந்தான். பெரியப்பன் பட்டறைக்குத் தறி ஓட்டப் போவதும் இல்லை. நின்றுவிட்டான்.

செவத்தான் குரல் மௌனத்தைக் கலைத்தது.

"அந்தப் பசங்களோட சேர்றதுன்னு முடிவு பண்ணிட்டிங்க. நாளக்கி அவுங்கூட்ல போயிப் பொண்ணு கட்டுவீங்களா?"

அவன் எதை எதையோ முடிச்சுப்போட்டதாக இவர்களுக்குக் கோபம் வந்தது.

"பொண்ணு கட்றதப் பத்தியா இப்பப் பேச்சு?" இவன் குரலில் வேகம். அவனையும் உசுப்பியது.

"இன்னக்கி நாடகம்பீங்க, நாளக்கிக் கலியாணம்பீங்க. நம்மபசங்க புத்தி இப்படியா போவோணும்? நீங்களாச் செய்யுங்க. நாடகம் எழுத உங்களால முடியாதா? ம்..."

"ஆமா, ராத்திரியில கொட்டாயிக்கு வரச்சொல்றுக்குப் பொண்ணு கட்டிக்கிறது எவ்வளவோ தேவலாம்."

ரவி யாரும் எதிர்பார்க்காத வகையில் இதைப் போட்டுவிட்டான். சட்டென்று ஒரு பெரிய அமைதி சூழ்ந்துகொண்டது. அவன் முகம் ஜிவுஜிவுத்தது. அவனுக்கு இதை எதிர் கொள்வது சங்கடமாகிவிட்டது. சங்கடத்தைத் தவிர்க்கிற பாணியில் பாலு பேசினான். ஆனாலும் குரலில் சுரத்தில்லை.

"அவங் கெடக்கறான் உடுங்க. நாங்கூட நாடகம் எழுதலாம். ஆனா சத்திக்குன்னா சினிமா அனுபவமெல்லாம் இருக்கு."

ஏறுவெயில்   177

"என்னடா சினிமா அனுபவம்? பெரிய சினிமா? என்னய உட்டா இன்னக்கி நாலு நாடகம் எழுதித் தருவன்டா. அவனப் போயிப் புடிச்சிக்கிட்டுத் தொங்கறானுவ. இப்பவே அவனுங்க நம்ம பேச்ச மதிக்கறது கெடையாது. தலையில நடக்கறானுவ. நாடகம் அது இதுன்னு கூடிக் கொலவுனா மேல ஏறித்தான் முதிப்பானுவ."

"அதெதுக்கு மாமா. அது இதுன்னு பேசாதீங்க. அவனுங்களும் நம்மூருக்காரனுங்கன்னுதான் சேத்தரம். அவனுங்களுக்கு இதுல பங்கிருக்குது. நீங்க என்ன சொல்றீங்க?"

"பங்கிருக்கும்டா பங்கு ... நாடகம் எழுத முடியலீனா கபடி நடத்துங்க. உங்க சார்பில ரண்டு சினிமாப் போடுங்க. ஆரு வேண்டாங்கறா?"

அதற்கு மேல் பேசுவதற்கு ஒன்றுமில்லை என்கிற மாதிரியோ பேசினால் தனக்குத்தான் சங்கடம் என்பதாலோ துண்டை உதறித் தோளில் போட்டுக்கொண்டு அவன் எழுந்தான். எல்லாவற்றையும் தானே தீர்மானிக்கிற மமதை. எதற்கெடுத்தாலும் அவனையே தொங்க வேண்டும் என்கிற ஆணவம். தாத்தா சாவின்போது பிரச்சினை உண்டாக்கியவன் தானே என்கிற கோபம் இவனுக்கு வேகத்தைத் தூண்டியது.

"நாங்க நாடகம் நடத்தறது நடத்தறதுதான். ஊர்ல சொரீன்னு சொன்னாப் பாக்கறம். இல்லீனா எதுக்கும் எங்களையெல்லாம் கூப்படாதீங்க."

அதைக் கேட்டுக்கொண்டே அவன் வண்டியை எடுத்தான். மெல்லமாய்க் குரலை உள்ளே விழுங்கினான்.

"எப்படியோ உங்கிஷ்டம்."

அவன் அப்படிச் சொன்னதே பெரிய அங்கீகாரமாகி விட்டது. அதற்கப்புறம் எல்லாம் வேகமாய் நடந்தன. சத்திவேலின் நாடகத்தை வாங்கி எல்லோரும் படித்தார்கள். தனித்தனியாகப் படித்தால் நாளாகும் என்று, சத்திவேல் சத்தமாகப் படிக்க எல்லாரும் கேட்டார்கள். அவன் உணர்ச்சிகர மாகவும் நாடக பாவனைகளோடும் படித்தான். எல்லோருக்கும் கதை பிடித்திருந்தது.

○ ○ ○

கேரக்டர் செலக்சனின்போது அடிதடியே நடக்கும் போலிருந்தது. கதாநாயகன் கேரக்டருக்குப் பாலுவுக்கும் மணிக்கும் போட்டி. இரண்டு மூன்று நாட்கள் எலியும் பூனையுமாய் இரண்டு பேரும் திரிந்தார்கள். பாலுவின்

பலசரக்குக் கடைக்கு எதிர்ப்பக்கம் மணியின் 'நவீன் டெய்லர்ஸ்'. ஒரு பெண் அழைக்கிற மாதிரி சிரித்துக்கொண்டு நிற்கும் படம். பாலுவும் மணியும் ஒருவரை ஒருவர் எரித்து விடுவதைப் போலப் பார்த்தார்கள். சாடைமாடையாகத் தாக்குதல்.

மணி ரோட்டில் போகும்போது பாலு கல்லாவில் உட்கார்ந்துகொண்டு, "பன்னாடப் பசங்களுக்கெல்லாம் ஹீரோன்னு நெனப்பு" என்பான்.

கடைக்கு வருபவர்களிடம் மணி, "பொதபொதன்னு இது ஒரு மூஞ்சியா? காரிச்சட்டி மாதிரி. இவன் காமெடிக்குக் கூட லாயக்கில்ல" என்று சொல்லிச் சிரிப்பான்.

இது பெரிய விசயமாகப் போய் எங்கே நாடகமே நடக்காதோ என்ற நிலைக்கு வந்துவிட்டது. இரண்டு பக்கமும் கோஷ்டி. சத்திவேலுவுக்குப் பயமாகிவிட்டது. தனக்குக் கிடைத்திருக்கும் அரிய வாய்ப்புப் பறிபோய்விடுமோ என்கிற தவிப்பு. தன் சினிமாக் கனவுகளை எல்லாம் இதில் கொட்டி அற்புதமாக்கிவிட வேண்டும் என்று துடித்துக்கொண்டிருந் தவனை இந்தப் பிரச்சினை வாட்டியது. இவன்தான் அவனுக்கு ஐடியா கொடுத்தான். உடனே அது அமலுக்கு வந்தது.

"நாடகத்துக்கு ரண்டு ஹீரோ ரண்டு ஹீரோயின். ஆரு அதிகமா டொனேஷன் கொடுக்கறாங்களோ அவுங்க முதல் கதாநாயகன்."

எல்லாரும் ஒத்துக்கொண்டார்கள். பாலு இருநூறு ரூபாய் டொனேஷன் கொடுத்து முதல் கதாநாயகனாகிவிட்டான். மணி இரண்டாம் கதாநாயகன். இதே போலக் காமெடியிலும் பிரச்சினை வந்தது. காமெடிக்கென்று ஒரு நடிகை உண்டு. அதனால் அதற்கும் அடிதடி. அதற்கும் சத்திவேல் தீர்வு வைத்திருந்தான்.

"வசந்த மாளிக பாத்தீங்கல்ல. அதுல நாகேஷ், வி.கே. ராமசாமி ரெண்டு பேரு காமெடிக்கு வர்றாங்கல்ல. அது மாதிரி இதுலயும் போட்டுக்கலாம்."

வில்லன் பாத்திரம் சத்திவேலுக்கு. அதை யாருக்கும் விட்டுக்கொடுக்க அவன் மறுத்துவிட்டான். வில்லனுக்குக் கையாளாக இரண்டு பேர். இரண்டு கதாநாயகிகளானதால் இரண்டு பேர்கோடும் வில்லனுக்குக் கனவுசீன். அப்பனாக வருகிற பச்சாமிக்கு கனவுசீன் வேண்டுமென்று ரகளை. அப்பனாக நடிப்பவனுக்கு எப்படிக் கனவுசீன் கொடுக்க

ஏறுவெயில்

முடியும்? அதற்கு வழியே இல்லை. கதையை அப்படி ஒன்றும் மாற்ற முடியாது. ஆனால் சத்திவேல் கில்லாடி. அதையும் தீர்த்துவைத்தான்.

"செரி உடுங்க. அப்பனுக்கு ரண்டாங் கல்யாணம் பண்ணிக் கோணும்னு ஆசை. கதாநாயகியக் கண்டதும் அவளையே கட்டிக் கிட்டா எப்டி இருக்குமுன்னு நெனைக்கறான். அந்த எடத்துல ஒரு கனவு சீன் போட்ரலாம்."

இவனுக்கு நான்கைந்து சீன்கள் வருகிற மானேஜர் கேரெக்டர். கௌரவ நடிகர். காலேஜில் படிக்கிற பையன் என்கிற மரியாதை. மற்றபடி இவன்தான் பொருளாளர். சத்திவேல் வளவுப் பசங்கள் ஐந்தாறு பேருக்கும் கேரக்டர்கள் கொடுக்கப்பட்டிருந்தன. ஒரு வழியாக 'ரிகர்சல்' தொடங்கியது. எல்லாரும் எட்டு மணிக்கே வந்து உட்கார்ந்திருப்பார்கள். டைரக்டர் மட்டும் ஒன்பது மணிக்கு வருவார், ஒரு பெரிய சால்வையைப் போர்த்திக்கொண்டு.

அவனவன் சாயங்காலம்வரைக்கும் வேலை செய்துவிட்டு நாடகத்திற்கென்று அவசர அவசரமாக வருவார்கள். சத்திவேலுக்கு வேலை எதுவுமில்லை. சினிமாவில் நடிக்கப் போகிறேன் என்று தறிக்குப் போவதை விட்டவன் அதற்கப்புறம் அந்தப் பக்கம் போகவே இல்லை. சினிமாக் கனவில் மிதந்து கொண்டு வேலை எதற்கும் போவதில்லை. சினிமாவுக்கு ஆள் தேவை விளம்பரங்களுக்குத் தபால் போட்டு நான்கைந்து இடங்களுக்குப் போய் வந்தான். ஒவ்வொரு இடத்திலும் மேக்கப் டெஸ்ட் என்று இருநூறு, முந்நூறு வாங்கிக்கொண்டு, இரண்டு போட்டோவைக் கொடுத்தனுப்பிவிடுவான்கள். அதனால் இப்போது அதற்கும் அனுப்புவதில்லை. ராணி, குமுதத்திற்குக் கதை அனுப்புகிறான். இன்னும் எதுவும் வெளியாகவில்லை.

இந்த நாடகம் நன்றாக நடந்துவிட்டால் பக்கத்து ஊர்களி லெல்லாம் வாய்ப்புப் பிடித்துவிடலாம் என்கிற நம்பிக்கை. அப்படியிருந்தும் எல்லாரையும் காக்கவைத்துப் 'பந்தா' பண்ணினான். தினம் தினம் இப்படிச் செய்வதைப் பொறுக்க முடியாமல், அவனுக்காகக் காத்திருக்காமல் ரிகர்சலைத் தொடங்கிவிட்டார்கள். டூயட் சீன் பாட்டுக்கு நடனம். காமெடியன் ரவி கதாநாயகி மாதிரி நடிக்க ரிகர்சல் தொடங்கியது. பாட்டும் சத்திவேல் எழுதியதுதான்.

நெஞ்சுக்குள்ள சாரக் காத்து
நெருங்கிவந்து எனனத் தேத்து
கொட்டும்மழ தாங்கவில்ல மாமா – ஓரே
போர்வைக்குள்ள ஒதுங்கிவிட லாமா?

கட்டைக் குரலில் மாறி மாறிப் பாடிக்கொண்டு ஆடினார்கள். அதற்குள் சத்திவேல் வந்துவிட்டான்.

"நா வரங்காட்டி யாரு ரிகர்சல் தொடங்குனது?"

மிகப்பெரிய தவறைச் செய்துவிட்ட மாதிரி கத்தினான். அவனை, அவன் திறமையை அவமானப்படுத்திவிட்டார்கள் என்பதைவிட, அவன் இடத்திற்கு அவசியமே இல்லாமல் போய்விடுமோ என்கிற பயம்.

"நீ ஆடி அசஞ்சு சாமத்துக்கு வருவ. நாங்க அதுவரைக்கும் உக்கோந்துக்கிட்டு இருக்கணுமாடா?"

அடுத்த நாளிலிருந்து எல்லாருக்கும் முதலாய் அவன் வந்து உட்கார்ந்துகொண்டான். அவன் சொன்னபடி மற்றவர்கள் கேட்க வேண்டுமென்பதில் மாத்திரம் பிடிவாதமாய் இருந்தான். வில்லன் பாத்திரம் அவனுக்கு. அவன் கையையும் காலையும் ஆட்டி வசனம் பேசுகையில் கோமாளி மாதிரி இருக்கும்.

"டேய்... மொட்ட. அவ என்ன அவமதிச்சுட்டாடா. அவள நான் அடையல, எம்பேரு கார்க்கோடன் இல்ல."

"மொதலாளி நம்ம சொட்ட என்னமோ சொல்றான்."

"டேய் சொட்ட அவ கெடைக்கட்டும். நாந் தின்னது போவ எச்சில் உனக்குத்தான்டா."

மொட்டை சொட்டையாக நடித்தவர்கள் கஜேந்திரனும் கீர்த்தியும். அவர்களால் இதைத் தாங்கிக்கொள்ளவே முடிய வில்லை.

"என்ன இருந்தாலும் அவன் எங்கள 'டா' போட்டுக் கூப்படறத ஒத்துக்கவே முடியாதுரா."

"நாடகந்தான்டா இது."

"என்ன இருந்தாலும் அவன்?"

இவன் அவர்களைச் சமாதானப்படுத்திப் பார்த்துவிட்டு, எரிச்சலடைந்து சொன்னான்.

"போங்கடா. அவன் உன்ன டேய்னு கூப்பிட்டா உம் பவிசு கொறஞ்சு போயிருச்சா? அப்பிடிச் செய் இப்பிடிச் செய்னு அவஞ் சொல்றபடிதான் எல்லாருங் கேக்கறம். அப்ப இந்த ரோசம் எங்க போச்சு? அது இதுன்னு பேசாத.

ஏறுவெயில்

ஒழுங்கா நடிக்கறதா இருந்தா நடிங்க. இல்லைனா மூட்டயக் கட்டுங்க."

அந்த வளவு என்றாலும் அவன் இவர்களைவிட இதில் நாலு விசயம் தெரிந்திருந்தான் என்பதால் சகித்துக்கொண் டார்கள். நாடகம் முடியும் வரைக்குமாவது பேசாமல் இருக்க வேண்டும் என்று வாய் மூடினார்கள். ஒன்றிலேயே ஒருத்தன் உயர்வில் மற்றவன் பொறாமை கொள்ளும்போது, இன்னொருவன் ஆட்டிப் படைக்கிறான் என்றால் கேட்க வேண்டியதில்லை. செவத்தானும் ஊர்க்காரர்களும் அதற்குத் தூபம் போட்டு அணையாமல் பார்த்துக்கொண்டார்கள்.

"நேத்து வெரைக்கும் சாமீன்னு கைகட்டி நின்னவனுங்க. இன்னக்கி நீங்க குடுக்கற எடத்துல, நாளக்கி நம்முட்டுக் குள்ளயே வந்து பொண்ணு கேப்பானுங்க. அவனவன் அக்கா தங்கச்சியக் குடுங்க. எந்த எடத்துல எவனிருக்கோணுமோ அந்த எடத்துல அவனிருக்கோணும்டா."

நாடக ஆசையில் அதையெல்லாம் காதில் போட்டுக் கொள்ளவில்லை. நடிகைகளைப் பார்த்துப் பேசி ஒப்பந்தம் செய்துவிட்டு வரத் தேரூர் போனார்கள். நான்குமுறை. ஒவ் வொரு முறையும் நூறு நூறு செலவு. அதற்கு முன் எப்போதும் காணாதது. ஒரு மினுமினுப்பே கூடியிருந்தது. கல்யாணப் புது மாப்பிள்ளைக்குக் கூடும் தளதளப்பு. அடிக்கடி குசுகுசு வென்று பேசி வெட்கச் சிரிப்பு சிரித்தார்கள். "நடிகைகளுக்கு மிகவும் கிராக்கி... தேடி அலைய வேண்டி இருக்கிறது... வெயிலில் அலைந்து பார்த்தால் தெரியும். இடம் கண்டு பிடிப்பதே பெரிய கஷ்டம். நாலு இடம் போவதற்குள் சைமாண்டு விடுகிறது. ஆளிருந்தால் வரமாட்டேன் என் கிறார்கள். வருகிறேன் என்பவர்கள் பார்க்கிற மாதிரிகூட இல்லை." இப்படி என்னென்னவோ சொன்னார்கள்.

பொருளாளர் என்ற முறையில் இரவு ரிகர்சலின்போது செலவுக் கணக்கை எல்லார்க்கும் இவன் சொன்னான்.

"நாலு தடவ போனதுக்கு நானூறு செலவு. இன்னம் யாரையும் புக் பண்ணவுமில்ல. அதனால இன்னமே அவுங்க போக வேண்டாம். நானும் இன்னம் வேற யாராச்சும் ரண்டு பேர் போகலாம்."

இவன் அப்படிச் சொன்னதும் அவர்களுக்கு வெலவெலத்து விட்டது. பாலுவுக்கு இவன்மேல் ஆத்திரம். கூட இருந்தே குழி பறிக்கறவன் என்று தனியாகத் திட்டினான். கூடிக் கூடி ரகசியமாகப் பேசிச் சிரித்தான்களே. இவனையும் ஒருமுறை கூட்டிப்போயிருந்தால் எதற்கு இந்தப் பிரச்சினை வருகிறது?

இவனுக்கு அவர்களைச் சரியாகப் பழி வாங்கிவிட்ட திருப்தி. குட்டு உடைந்துபோகப் பாலு சொன்னான், "இந்தத் தடவ பேசி முடிச்சிருவம். இல்லைன்னா அடுத்த தடவ நீங்க போங்க. அனாவசியமாச் செலவு எதுக்கு?"

"அனாவசியமா யார்ரா செலவு பண்ணுனா? நீங்கதான்? அங்க இருக்கறவ ஒவ்வொருத்தியையும் தொடறதுக்கும் தடவற துக்கும் பொதுப் பணந்தாங் கெடச்சுதா?"

முன்பே ரவியிடம் இதைப் பற்றிப் பேசிப் போட்டு வைத்திருந்த மந்திரம் நன்றாக வேலைசெய்தது.

"டேய்... அசிங்கமாவெல்லாம் பேசாத. எனக்குந் தெரியும்."

"என்னத்தடா இல்லாததப் பேசிட்டம்? எவகிட்டயோ போயிட்டு வந்ததத்தானக் குசுகுசுன்னு பேசிச் சிரிக்கிறிங்க. பொதுப் பணத்துல வேசிகிட்டப் போறீங்களா? ஏமாந்தவன் வேற ஆளப் பாருங்க."

எழுந்ததும், பட்டென்று அவனை அடித்துவிட்டான் பாலு. ரவி திரும்பப் பிடித்துக் குதற இரண்டு பேரும் கட்டிப் புரண்டு உருண்டார்கள். இவன் குறுஞ்சிரிப்போடு பேசாமல் பார்த்துக்கொண்டிருந்தான். மற்றவர்கள் விலக்கிவிட்டார்கள். சத்திவேல் அவர்களைச் சமாதானப்படுத்தினான்.

"ரண்டு பேரும் அடிச்சீங்க. செரியாப் போச்சு. இன்னமே பொல்லாப்பு வேண்டாம். இவ்வளவு செஞ்சதுக்கப்பறம் நாடகத்தக்கீது நிறுத்தீரப் போறீங்க."

"அவன் எதுக்கடா என்னய மொத அடிச்சான்?"

"வேசி கிட்டப் போறன்னு சொன்னாக் கோவம் வராதா?"

"பெரிய யோக்கிதம் இவுரு. அந்தத் தெருவுல கேக்கலாம் வாடா."

அவனவன் வண்டவாளங்கள் நாறின. சத்திவேலுக்குப் பெரிய சங்கடமாகிவிட்டது. வாய் மூடி மௌனியானான். நாற்றத்தின் சுவாசம் இவனுக்குப் பெருத்த ஆசுவாசத்தைக் கொடுத்தது. ஒரு பெரிய காரியத்தைச் சாதித்துவிட்ட திருப்தி. எதையோ பழிவாங்கிவிட்ட பின்பு மனசு கொள்ளும் அமைதி. இரண்டு பேரையும் ஒருவழியாக அடக்கிவைத்து, ரிகர்சல் மறுபடியும் தொடங்கியது. நாள் நெருங்க நெருங்க மேடையில் ஏதாவது வசனம் மறந்துவிடுமோ என்கிற பயத்தில் நாற்பது பக்க நோட்டில் எழுதிக்கொண்டு எல்லாரும் உருத் தட்டினார்கள்.

ஏறுவெயில்

கோயில் கும்பாபிசேக நோட்டிஸ் போடும் வேலை நடந்து கொண்டிருந்தது. நாடக நோட்டீஸை எழுதிச் செவத்தானிடம் கொண்டுபோய் கொடுத்தார்கள். அவன் பேப்பரைத் தூக்கி ஒருமுறை பார்த்துவிட்டு, "பைனான்ஸ்க்கு வாங்க. படிச்சுட்டுச் சொல்றேன்" என்று சொல்லிவிட்டான். அவனுக்கு ஆபீஸ் மாதிரி பைனான்ஸ்.

கரட்டூர் முழுக்கவும் காளான்கள்போல் பைனான்ஸ்கள் முளைத்திருந்தன. பைனான்ஸில் பணம் போட்டால் வட்டி அதிகம். கூட்டுச் சேர்ந்தால் லாப தொகை கை நிறைய வந்தது. அதைப் பார்த்துத்தான் எல்லாரும் இருக்கிற பணத்தை எல்லாம் துடைத்தெடுத்துக் கொண்டுபோய் அங்கே திணித் தார்கள். கடலைக்காய் போடுகிற பணமாக இருந்தாலும் எருமை விற்கிற பணமாக இருந்தாலும் கொஞ்சமும் குறையாமல் அப்படியே பைனான்ஸ்க்குப் போனது. வருகிற வட்டிப் பணத்தைச் செலவு செய்யவும் மனம் வராது. நான்கைந்து மாதம் கழித்து, வட்டிப்பணம் ஓர் ஐயாயிரம் சேர்ந்தால் அதுவும் பைனான்ஸ்க்குப் போகும். பெண்களின் கழுத்து களில் ஒரு பொட்டுத் தங்க நகையும் கிடையாது.

நிலத்தை விற்றுக் கடனையெல்லாம் அடைத்துவிட்டு மிச்சப் பணத்தைக் கொண்டுபோய் பைனான்ஸில் போட் டவர்கள் உண்டு. நிலம் இருந்து எதற்காகிறது? வருசத்தில் இரண்டு மூன்றுமுறைகூட மழை பெய்வது கிடையாது. கடலை போட்டால் போடும்போது ஈரம் இருந்தது. வெளியே வந்ததும் புழுதி பறந்தது. களைவெட்டி மாளவில்லை. பூப்பூக்கிற தருணத்திற்கு மழை பெய்வதில்லை. ஏதாவது ஒன்று வந்துவிடும். கடைசியாய்க் கூட்டிக் கழித்துப் பார்த்தால் இந்த நிலத்திலிருந்து என்ன மிச்சமாயிற்று? குடியானவன் கணக்குப் பார்த்தால் உழக்கோல்கூட மிஞ்சாது. 'ஆய் ஆய்' என்று ராவும் பகலும் பாடுபட்டதுதான் மிச்சம். நிலத்தை விற்றுவிட வேண்டியதுதான். நல்ல விலை வந்தது. ஆயிரமும் இரண்டாயிரமும் இருந்த காலம் மலையேறிவிட்டது. நிலங்கள் மனைகளாயின. சதுர அடிக் கணக்கில்தான் விற்பனை. விற்றுவிட்டுப் பைனான்ஸில் போட்டால் வட்டி வந்தது. வீடு ஒன்று கட்டிக்கொள்ளலாம். ஒரு வண்டி வைத்துக்கொள்ளலாம். சலவைச் சட்டை வேட்டி போட்டுக்கொள்ளலாம். போகலாம் வரலாம். வேறென்ன வேண்டும்?

செவத்தான் மாதிரியான ஆட்கள் முழுக்கப் பொறுப் பெடுத்துக்கொண்டார்கள். பைனான்ஸ் அவர்களுக்கு வைப்பு வீடு மாதிரியானது. எதற்கெடுத்தாலும் 'பைனான்ஸ்க்கு வா' என்றார்கள். இவர்கள் போனபோது அவன் நோட்டீஸை

எடுத்துப் படித்தான். கும்பாபிசேக நோட்டிசின் கடைசிப் பக்கத்தில் அதைப் போட வேண்டும் என்றார்கள்.

"நாடகத்துக்கெல்லாம் நோட்டீஸ் போடோணுமா? இது வேற ஒருபக்கம் வருமாட்டம் இருக்கு" என்று முணுமுணுத்தாலும் போட ஒத்துக்கொண்டான். ஒவ்வொரு விசயத்திலும் மூக்கை நுழைத்து அவன் ஆடும் ஆட்டம் சகிக்க முடியவில்லை.

தலைவரைக் கொண்டுபோய் அமெரிக்காவில் போட்டு விட்டார்கள். அந்த மனுசன் பொட்டென்று போய், ஒரு வழியானால்தான் இவன் கொட்டம் அடங்கும் என்று அவனுக்குப் பின்னால் பேசிக்கொண்டார்கள். அவனிடம் பேசும்போது என்னவோ ரகசியம் பேசுகிற மாதிரி குசுகுசுப்பாய்ப் பேசினார்கள்.

எரிச்சல் தாங்கமாட்டாமல் இவன் கொஞ்சம் சத்தமாகவே சொன்னான், "நாடகத்துக்கு நாங்க பணம் வசூல் பண்ணி யிருக்கறம். இத்தன நாளா ரிகர்சல் பாக்கறோம். ஒரு நோட்டீஸ் கூடப் போடுலீன்னா ஊர்ல இத்தன பசங்க எதுக்கு இருக்கறது?"

"செரி செரீடா மாப்ள. எதுக்குக் கோவிக்கற? நான் வேண்டாமுனா சொல்றன். போட்டுருவம் போட்டுருவம்."

இவர்களைத் தாட்டிவிட்டால் போதும் என்பதில் அவன் குறியாக இருந்தான். ஒத்துக்கொண்டாலும் நோட்டீஸ் வந்த போது நாடகத்தைப் பற்றி ஒரு சின்னக் குறிப்பு மட்டும் இருந்தது. பையன்களுக்கெல்லாம் அவனை நார் நாராகக் கிழித்துவிட வேண்டும்போல் ஆத்திரம். முதல் முதலாக நோட்டீஸில் பேரைப் பார்க்கும் ஆவலில் இருந்த அத்தனை பேருக்கும் அதிர்ச்சி.

❈

13

"நாங்க எழுதிக் குடுத்தத ஏம் போடல?"

நான்கைந்து பேர் கும்பலாக அவனைச் சுற்றிக் கொண்டார்கள். அவன் கொஞ்சம் அசந்தது போல் தெரிந்தது. முகம் வேர்க்கத் தொடங்கிவிட்டது. ரொம்பவும் சமாளித்துக்கொண்டு வண்டியை விட்டுக் கீழிறங்கினான்.

"போடக்கூடாதுனு ஒன்னுமில்ல. எடம் பத்துல."

"என்ன மாமா எடம் பத்துல? மொதல்லயே நாங்க சொன்னம்ல? அப்ப என்ன சொன்னீங்க நீங்க?"

"செரிதாம் போட்ரலாமின்னுதாஞ் சொன்னன். கோயில் மேட்டரே நெறைய வந்திருச்சு பாத்தீங்கல்ல?"

பாலு அந்த நோட்டீஸைக் கையில் வைத்துக் கொண்டிருந்தான். அதைப் பிடுங்கி அவன் முன்னால் நீட்டினான் ரவி.

"இதுல எவ்ளோ எடத்தக் கொறைக்கலாம் தெரிமா? பாருங்க."

அதைக் கைகளில் வாங்காமலே அவன், "பாத்தன். பூசாரி எழுதிக் கொடுத்தது. அத எப்பிடிக் கொறைக்கறது சொல்லுங்க? வாங்க அப்பிடி ஒரு டீ குடிச்சுக்கிட்டுப் பேசலாம்" என்றான்.

அவன் டீக்கடையை நோக்கி வேகமாக நடந்தான். இவர்களிடமிருந்து தப்பித்துக்கொண்டு போவதற்கு அவனுக்கு அது ஒரு வழி. பதற்றத்தைக் குறைத்துக் கொள்ளவும் முடியும். இவர்களும் விடாமல்

தொடர்ந்தார்கள். இரண்டில் ஒன்று பார்த்துவிடுகிற வேகம். அவன் எல்லாவற்றையும் அவனிஷ்டம்போல் செய்தான். ஊர்ப் பண்ணயக்காரரோ மற்றவர்களோ அவன் என்ன சொன்னாலும் வேதவாக்காகப் பாவித்து ஏற்றுக்கொண்டார்கள். அவன் பேச்சுக்கு மறுபேச்சு இல்லை. எல்லாரையும் மந்திரம் போட்டுக் கட்டிவைத்திருந்தான்.

எதுவானாலும் 'செவத்தானப் போய்க் கேளுங்க.' இதுதான் பதில்.

'அவன் என்ன கொம்பனோ? சுயநலக்காரன். கும்பாபி சேகம் முடிந்ததும் தலைவருக்காகக் கோயிலில் லட்சார்ச்சனை நடத்தப்போகிறானாம். எல்லாம் சாகசம்.'

"தானப்பசாமிய மட்டும் இவ்வளோ பெரிசாப் போட்டிருக்கீங்கல்ல? எங்களப் போடறதுக்கு என்ன?"

"சாமி பேரச் சொல்லிக்கிட்டு ஊர ஏமாத்தி ஓலயில போடற பொறுக்கி அவன். அவனுக்கு முக்காப் பக்கம் பேரு."

"பொம்பளைங்களப் பாத்தா, கொரங்கு சேஷ்ட பண்ணிக்கிட்டு விசிலடிக்கறானாம். அவனுக்கு என்ன மரியாத?"

இவர்கள் பேச்சு அவனுக்கு எரிச்சலூட்டியது. பாக்கெட்டிலிருந்து ஒரு நோட்டீஸை எடுத்து நீட்டினான். "இந்தா இதப் படிச்சுப் பாருங்க." அது தானப்பசுவாமிகளின் அருள் வரலாறு.

"வகுரநூரில் இருந்தாலும் ஆட்டேருக்கு வாரம் ஒருக்கா வர்ராரு. நம்ம கோயிலுக்குனு கேட்டதும் செல பண்ணிக் குடுத்தாரு. அதப் படிச்சுப் பாருங்க. அவரப் பத்தி இவ்வளவு கேவலமாய் பேசமாட்டீங்க."

விளக்கு வெளிச்சம் தெரிய நின்றுகொண்டு ரவி அதைப் படித்தான். காலனிப் பையன்கள் இரண்டு மூன்று பேர் இவர்களையே பார்த்துக்கொண்டு ரோட்டோரத் திட்டில் உட்கார்ந்திருந்தார்கள். அவன் எதையாவது சொல்லிச் சீக்கிரமாக இவர்களிடமிருந்து விடுவித்துக்கொண்டு ஓடிவிடப் பார்த்தான்.

'அருள்மிகு தானப்பசுவாமி சுமார் ஐந்து அடி உயரமும் தரமான உடல் அமைப்பும் உடையவர். அவரது சிரசில்

அடர்ந்த முடி, சிறிய நெற்றி, வில் போன்ற இரு புருவங்கள், கருணை ஒளி நிறைந்த கண்கள் எடுப்பான நாசி, இயற்கையான புன்சிரிப்பு, அருள்வாக்கு சொல்லும் திருவாய், அருள் ஆசி வழங்கும் இரண்டு கைகள், அடியார்களின் அல்லல்களை அகற்றுவதற்குச் சென்று வருவதற்கே அமைந்தோம் என்று கூறுவதுபோலப் பாதக் குறடு ஏறி நிற்கும் கால்களின் பொற் பாதங்கள். கருணை மிக்க பார்வை. தேனினும் இனிய கண்டிப்பான சொற்கள் ஆகியவை ஒருங்கிணைந்து அமைந்த அருள்மிகு தானப்ப சுவாமி அவர்களின் உருவமே ஒரு தனி அழகு. எண்ணத்திலே எழுச்சியும் உள்ளத்திலே அமைதியும் சொல்லிலே இனிமையும் அருள்மிகு மஞ்சாமியே நேரில்வந்து நம்மிடையே நிற்கின்றாரோ என்று எண்ணத் தோன்றும். காட்சி காணக் கிடைக்காத தங்கம். அவரது அன்பும் அருட் பார்வையும் புன்சிரிப்பும் முகத்தில் தவழும் அமைதி மிக்க ஒளிமயமான அழகும் நம் உள்ளத்தில் மகிழ்ச்சியைக் கொடுத்து நம் அகக் கண்களைத் திறக்கின்றன.'

'நிறுத்துரா' என்று பாலு அதைப் பிடுங்கிக் கிழித்து எறிந்தான். வண்டியை எடுத்துக்கொண்டு அவன் கிளம்பி னான். மறுபடியும் இவர்கள் வண்டியைச் சுற்றி நின்று கொண்டார்கள்.

"ஊட்டுக்கு வாங்கடா பேசலாம்."

"இப்ப இங்க பேசோணும். எறங்குங்க."

அவன் பேசாமல் இறங்கி வந்தான். கோயில் திண்டில் உட்கார்ந்தான். இவர்கள் நின்றுகொண்டார்கள்.

"தானப்பசாமி ஒரு அலிப்பய. ஒம்போது. அவனத்தான் நேர்லயே நாங்க பாத்தோமே. அந்த எச்சக்கலக்கி எடங் குடுக்கிறீங்க. நாங்க இத்தன கஷ்டப்பட்டு நாடகம் நடத்தறம். எங்களுக்கு ஒரு வழி சொல்லிட்டுப் போங்க."

அவன் பாலுவின் தோளைப் பற்றிப் பக்கத்தில் உட்கார வைத்துக்கொண்டான்.

"நீங்க சின்னப் பசங்கடா. உங்களுக்கு என்ன தெரியும்? இன்னைக்கு இந்தப் பக்கத்துக்கே பெரிய சாமியார் தானப்பசாமி தான். போய்ப் பாருங்க. அவனச் சுத்தி எப்பவும் கூட்டந்தான். எதோ சொல்றது நடக்குதோ இல்லையோ அவனுக்குப் பணங் குவியுது. ஆட்டூர்லயே இன்னக்கி ஒரு பெரிய மாளிக

கட்டியிருக்கறான். பாத்தீல்ல. அவனுக்கு வாய்ஸ் இருக்குது. அவன் ஏமாத்தறானோ என்னமோ? நம்ம கோயிலுக்கு அம்ப தாயிரங் குடுத்துச் செல பண்ணி இருக்கறான். ஒரு பைசா ரண்டு பைசா இல்ல, அம்பதாயரம். சொளையா. அவனுக்குத் தான்டா மொத எடம். நீங்க எந்தத் தாயோலிவளையோ வெச்சுக்கிட்டு நாடகம் போடுவீங்க. அதுக்கு நாங்க ஒரு பக்கங் குடுக்கோணுமோ?"

"மறுபடியும் அது இதுன்லாம் பேசாதிங்க."

"நாங்க பசங்க ஒத்துமையா இருந்தா உங்களுக்குப் பொறுக்காதே?"

இவர்கள் பேச்சின் வேகம் படிப்படியாகத் தணிந்தது. ஐம்பதாயிரம் செய்யும் வேலை. அவன் கொடுத்திருந்த பணம் அவர்கள் பேச்சை அடைத்தது. அது அவனுக்குச் சாதக மாயிற்று.

"அறிவுகெட்ட பசங்களா, எந்த எடத்திலிடா வித்தியாசம் இல்ல? இன்னக்கி அதுதான்டா எதும் நடத்துது. தானப்பசாமியே நம்ம ஆளுடா. அதான் நம்மூருக் கோயிலுக்குப் போயிக் கேட்ட ஒடனே காச எடுத்துக் குடுக்கறான். இல்லைனாக் குடுப்பானா சொல்லு?"

"அதென்னமோ எங்களுக்கு நோட்டீஸ் வேணும்."

"எதுக்குடா நோட்டீஸ்? பெரிசு பெரிசா அவனுங்க பேரு வர்றது, நம்ம பசங்க பேரு துக்குளியூண்டா? எதாச்சும் மூளையில இருக்குதாடா? கவர்மெண்டே அவனுங்களுக்குத் தான் அளவத்த சலுக குடுக்குது. குருவம் பையன் மதுரையில படிக்கறானே. அவனுக்கு முழுச்செலவும் அவனுங்களே தர்றாங்க. நம்ம பசங்க எதாச்சும் படிக்கப் போனாக் குடுப்பானா? இதோ மாப்பிளயே படிக்கறான். இவனுக்குக் கவர்மெண்டு என்னத்தக் குடுக்குது? நெத்தி வேர்வ நெலத்துல உழுவ ஒழைக்கற காசக் கொண்டோயித்தான் அவனுக்குக் குடுக்கறான். அத நெனப்புல வெச்சுக்கங்க."

கஜேந்திரன் சட்டென்று செவத்தானின் பேச்சுக்கு ஆமாம் போடுகிற தோரணையில் பேசினான்.

"நா அப்பவே சொன்னங்க. அவன் என்னைய 'டா' போட்டுப் பேசறான்னு. ஆரு கேட்டா? அவன் என்னமோ டைரக்டருன்னு பெரிய பந்தா பண்ணிக்கறான். அவங்கூட வர்றவனுவ நம்பள

மதிக்கறாங்கறயா? எங்க பட்டறையில தறி ஓட்டறவந்தான். எங்கிட்டயே தோள்ல கை போட்டுப் பேசறான்."

அவன் பக்கம் கொஞ்சம் கொஞ்சமாய்ப் போவதை உணர்ந்து, எப்படியாவது காரியம் சாதிக்க வேண்டும் என்கிற எண்ணம் வந்தது இவனுக்கு.

"அதெல்லாங் கெடக்கட்டும். இப்ப நோட்டீஸ் இல்லாத எப்பிடி நாடகம் நடத்தறது? தனியாவாச்சும் நாங்க நோட்டீஸ் போடறம்."

"காலனிப் பசங்க நடத்துன நாடகத்துக்கெல்லாம் நோட்டீஸ் போட்டாங்க. நாங்க என்ன அவனுங்களுக்கு எளச்சவங்களா?"

செவத்தான் யோசிக்கிற பாவனையில் பேசாமல் இருந்தான். கோயில் விளக்கில் பூச்சிகள் மொய்த்து, சூடு பட்டுக் கீழே விழுந்தன. சுற்றிலும் சின்னச் சின்ன விடிவிளக்குகள் கலர்கலராய் எரிந்தன. கை ஓடு போட்டு வேய்ந்த பழைய கட்டிடம் காணாமல் போய்விட்டிருந்தது. கோயில் பளபளத்துப் புதுவண்ணம் பெற்று நின்றது. கோபுரங்களில் புதுப்புது உருவங்கள். உச்சியில் எரியும் விளக்கு எல்லாவற்றையும் தழுவி வெளிக்காட்டியது.

"நாளைக்கிக் காத்தால கசோக் பைனான்ஸுக்கு வாங்க. ரண்டு பேரு போதும். நோட்டீசுக்கு நான் ஏற்பாடு பண்றன். ஆனா ஒரு கண்டிசன்..."

"சொல்லுங்க."

"நாடகம் தொடங்கி வெக்கறதுக்கு நம்ம வெட்டுக்காரர் தான் வரோணும். வர்ற பஞ்சாயத்துத் தேர்தல்ல அவுரு நிக்கறாரு. என்ன சொல்றீங்க?"

"அதனாலென்ன வரட்டும். நோட்டீசு வந்தாச் செரி."

"ஒரு நாள்ல நோட்டீசு ரெடி."

மறுநாள் நோட்டீஸ் வந்தது. இவர்கள் எழுதிக்கொடுத்த மாதிரியே. கொஞ்சமும் மாறாமல்.

ஸ்ரீ சாமியாயி துணை

வாழ்க தமிழ் உலகம்   வளர்க கலை உலகம்

கரட்டூர், ஆட்டூர் கிராமம்
ஸ்ரீ சாமியாயி கோயில்
குடமுழுக்கு விழாவை முன்னிட்டு

வருகிற தை மாதம் 21-ம் தேதி (3-2-85) ஞாயிற்றுக்கிழமை இரவு 9-00 மணியளவில் ஸ்ரீ மகா சாமியாயி கோயில் அருகில் அமைந்திருக்கும் சிங்கார மேடையில்

ரெட்ரோஸ் இளைஞர் மன்றம் வழங்கும் முதல் கலைமலர்

மீண்டும் மணக்கோலமா?

என்னும் சமூக நாடகம் நடைபெறும்

தயாரிப்பு நிர்வாகம்: ரெட்ரோஸ் இளைஞர் மன்றம், ஆட்டூர்	நாடக அரங்கம் ஒளி & ஒலி அமைப்பு: மணிமேகலா சீன் கம்பெனி, பருவூர்	இசையமைப்பு: ரெயின்போ ஆர்க்கெஸ்ட்ரா ஓடையூர்
நடிகர்கள்: K.M. பாலு K.S. மணி K.R. சத்திவேல் K.V. ரவிச்சந்திரன் K.K. கஜேந்திரன் K.N. கீர்த்தி K.A. முருகேசன் K.G. பச்சாமி K.E. செல்லப்பன் மற்றும் பலர்	நடிகைகள் : J.G. சியாமளா, தேரூர் M.D. நதியா, தேரூர் R.C. சுமதி, தேரூர்	கதை - வசனம், பாடல்கள் டைரக்ஷன்: K.R. சத்திவேல், ஆட்டூர்

கரட்டூர் அண்ணாசாலை எதிரில் உள்ள ரங்குசாமி சூப்பர்மார்க்கெட் கட்டிடத்தில், **ஸ்ரீசூரியவன்** சைவ உணவகம். இங்கு டீ, காப்பி, டிபன், சாப்பாடு, தயிர் சாதம், லெமன் சாதம், தக்காளி சாதம், சைவபிரியாணி ஆகியவை கிடைக்கும்.

இப்படிக்கு சூரியபவன், K. ஆறுமுகம், கரட்டூர்

குறிப்பு: தங்களின் ஆர்டரின் பெயரில் இனிப்பு காரம் டிபன் வகைகள் உடனுக்குடன் செய்து தருகிறோம் என்பதை மகிழ்வோடு தெரிவித்துக் கொள்கிறோம்.

ஸ்ரீவேல்முருகன் பிரிண்டர்ஸ், பெரிய தெரு, கரட்டூர்.

○

சாவடி முழுக்க ஏகக்கூட்டம். பெண்களும் குழந்தைகளும் எட்டி விழுந்துகொண்டு பார்த்தார்கள். சினிமா ஷூட்டிங் நடப்பது போன்ற தோற்றம். வந்திருந்த நடிகைகளைப் பார்த்துப் பார்த்து ஆண்கள் சிரித்தார்கள். ரிகர்சல் நடந்துகொண்டிருந்தது. ஃபைனல் ரிகர்சல். ஊர்ப் பார்வை முழுக்க அங்கேதான். அவசரமாய் வேலை இருப்பவர்கள்கூடப் போகிற வருகிற நேரத்தில் ஒரு எட்டு இதைப் பார்த்துவிட்டுத்தான் போனார்கள். வயசுப் பெண்கள் வெட்கமும் உற்சாகமும் சேர நடித்தவர்களைப் பார்த்துக் கண்ணுக்குள் முணுமுணுத்தார்கள். பையன்களுக்கென்றால் இவர்களைப் பார்க்க, தங்களைப் பெரிய பெரிய நடிகர்களாகக் கருதி அலட்டிக் கொண்டார்கள். வசனம் மறந்துவிட்டபோது பேந்தப் பேந்த விழித்தார்கள். ஒரே சத்தம். எது நாடகச் சத்தம், எது பார்ப்பவர்கள் பேச்சு என்று பிரித்துப் பார்க்க முடியவில்லை. இதற்கிடையே இசைக்காரர்கள் ஒரு பக்கம் உட்கார்ந்து பாடல்களைப் பாடிப் பார்த்துக்கொண்டிருந்தார்கள். எல்லாம் புதுப்பாடல்கள். புதிதாக மெட்டுக் கட்டித்தான் பாட வேண்டும். நடிகைகள் மூன்று பேரும் ஜிகினா மங்கிய உடைகளில் கரகாட்டத்திற்கு வந்திருப்பவர்களைப் போலிருந்தார்கள். வசனத்தைத் தாங்களாகவே இடத்திற்கு ஏற்பப் பேசினார்கள். காதல் சீன் பார்க்கில் நடந்தது. பாலு அவள் கன்னங்களைக் கிள்ளிக் கிள்ளிப் பேசினான்.

"தொடாத பேசுய்யா. சும்மா சும்மா தொட்ட, போயிருவன் ஆமா."

"இவ பெரீய பத்தினி. உன்னயத் தெரியாதாடி?"

"இப்படியெல்லாம் பேசுனா நான் நடிக்கேவேமாட்டேன்."

அவள் ஒரு ஓரமாய்ப் போய் உட்கார்ந்துகொண்டாள். இசையமைப்பாளர்களைப் பக்கத்தில் கூட்டிவைத்துக் காமெடி ரவி அவனுக்கான பாட்டைப் பாடச் சொன்னான். அவர்கள் பாடக் காமெடி நடிகையைக் கூட்டிக்கொண்டு பாட்டுக்கு ஆடினான்.

கிள்ளாத ரோசா போகாதே
சொல்லாம போனா ஆகாதே . . .

அவன் துரத்தித் துரத்திக் கட்டிப்பிடிக்க அவள் பயந்து பயந்து ஓடினாள்.

நெஞ்சோடு ஆடும் பூந்தேவி
கொஞ்சாட்டிப் போகும் என்னாவி
காதல் நெஞ்சு கண்ணே கொஞ்சு . . .

அவள் துள்ளத் துள்ள அவன் இறுக்கினான். அவள் கடித்துக் கையை விடுவித்துக்கொண்டு தள்ளிப்போய் விட்டாள். அப்பன் வேடப் பச்சாமி தன்னுடைய பாட்டுக்கும் ஒத்திகை கேட்டான். சைடு ஹீரோவும் பாட்டைப் பாடி ஒத்திகை கேட்டான். சத்திவேல் தலையைப் பியத்துக்கொண்டான். ஒரே களேபரம். ரச்சை பொறுக்காமல் இவன் கத்தினான்.

"இதெயெல்லாம் நிறுத்துங்கடா. எல்லாரும் பேசாத தள்ளி நில்லுங்க. கடைசி ரிகர்சல் ஒழுங்காப் பாக்காட்டி ஸ்டேஜ்ல போயி வசனத்த மறுந்துட்டு, காட்சிய மறந்துட்டு நிக்க வேண்டியதுதான். மொதக் காட்சியில இருந்து ரிகர்சல் தொடங்குங்க. வேடிக்க பாக்கறவிய எல்லாரும் மொதல்ல போங்க. ராத்திரி நாடகத்த வந்து பாருங்க."

ஒருவழியாய் எல்லாரையும் விரட்டிவிட்டு நாடக ரிகர்சல் முதல் காட்சியிலிருந்து தொடங்கியது. வசனம் மறந்தவர்களுக்கு முழு நாடக நோட்டையும் வைத்துக்கொண்டு இவன் அடி எடுத்துக்கொடுத்தான். சத்திவேல் அப்பவும் "அப்பிடி நடி. இப்பிடி நடி" என்று சொல்லித் தந்தான். அவனுடைய சீன்களுக்குக் கத்தி அமர்களப்படுத்தினான். அவன் வில்லனாம்.

தண்ணீர் குடிக்கப் போகலாம் என்று நடிகைகளுக்கு உடை மாற்ற நாலைந்து கீற்று வைத்துக் கட்டியிருந்த தடுப்பைத் தாண்டினான். கீற்றுச் சந்தில் கண்களை வைத்துக்கொண்டு கீர்த்தி குனிந்திருந்தான். எவளோ உள்ளே உடை மாற்றிக் கொண்டிருந்தாள். கீர்த்தியின் பொச்சாங்குட்டில் ஓங்கி ஒரு உதைவிட்டான். அவன் நிமிர்ந்து 'ஹீ ஹீ' என்று இவனைப் பார்த்துச் சிரித்தபடி கேட்டான் "பாக்கிறியா?." "போடா உன்னோட சீன் வந்திருச்சு." கீர்த்தி வேண்டா வெறுப்பாக ரிகர்சல் நடக்கிற இடத்துக்குப் போனான்.

இவனுக்குத் தலையை வலித்தது. சூடாக ஒரு டீ குடிக்க வேண்டும் போலிருந்தது. பையன்களை நினைக்கக் கோபம் மண்டியது. நடிகைகளைச் சதை சதையாகப் பியத்துத் தின்று விடுவான்கள் போலிருந்தது. அவர்களில் தங்கள் அபிமான நடிகைகளின் அங்க லாவண்யங்களைப் பார்த்தான்களா? தொய்ந்து, கன்றி மரத்துக் கிடந்த மேனியில் அபிமான நடிகைகளின் சாடையை உணர்ந்தான்களா? மட்டரகப் பவுடர் பூச்சுகளில் மினுமினுத்த அழகு தெரிந்தது. நடிகைகளுடன் நடத்திக்கொண்டிருந்த மானசீகப் புணர்ச்சியை இங்கே நடைமுறைப்படுத்த முயன்றார்கள். 'ச்சே... ஏன் எனக்கு இதில் ஈடுபாடில்லை? ஈடுபாடில்லையா அல்லது படிக்கிறவன் என்பதால் மற்றவர்கள் எனக்கும் கீழே எனகிற கௌரவம்

தடுக்கிறதா? இல்லையென்றால் இவர்களைவிட இன்னும் மட்டமாகத்தான் நடந்திருப்பேனா? ராமாயைத் தேடிப்போனது எதன் வெளிப்பாடு? முரளி, கோபால் மாதிரி இவர்கள் எனக்குச் சமதையில்லை என்கிற எண்ணமா? அப்படி இருந்தால் நானும் இப்படித்தான் இருப்பேனா? காமத்தின் துள்ளாட்டம் ஒவ்வொரு அணுவுக்குள்ளும் இருக்கிறது. கட்டி இழுக்கிறது. தன்னை மீறி எதுவும் இல்லை என்று ஆர்ப்பரிக்கிறது. மீறினால் கவிந்துகொள்கிறது. புரளக்கூட விடுவதில்லை. அப்பா ...' எண்ணங்கள் பின்னச் சாவடிக்குப் போக மனமின்றி வீட்டுக்கு நடந்தான். நாடகத்தை எப்படியாவது ஒப்பேற்றட்டும். சாயங்காலம் போனால் போதும்.

காலையிலிருந்து கும்பாபிசேக நிகழ்ச்சிகள் தொடர்ந்து கொண்டிருந்தன. சாயங்காலம் 35 எம்மம் திரையில் தலைவர் படம் ஒன்று. அதற்கப்புறம் நாடகம். நாடகத்திற்குத் தலைமை தாங்கித் தொடங்கிவைக்கவிருந்தது வெட்டுக்காரன் என்கிற கே.கே. முருகய்யன். வருகிற பஞ்சாயத்துத் தேர்தலில் தலைவருக்கு நிற்கப்போவதாகப் பேச்சு. அமைச்சர் கந்தசாமிக்கு மச்சான் முறை. முள்ளேருக்குப் பக்கத்தில் ஒரு ஐடிஐ தொடங்கி, வியாபாரம் நன்றாக நடந்துகொண்டிருந்தது. அதைப் பாலிடெக்னிக்காக உயர்த்தவும் முயற்சி நடந்தது. ஆள் மிகுந்த ஒல்லி நாற்காலியில் உட்கார்ந்திருப்பதே தெரியாது. முகம் பார்க்கும் கண்ணாடியைக் கண்ணுக்கு மாட்டியிருப்பான். வெள்ளை வேட்டி, சட்டை, தங்கச் செயின், வாட்ச், மோதிரம், மைனர்செயின், கார். எல்லாம் சேர்ந்து ஆளின் உருவத்தைக் கொஞ்சம் எடுத்துக் காட்டியது. செவத்தானுக்குப் பிரசிடென்டாக நிற்க ஆசை இருந்தது. அதற்குத்தான் கேகேளம்மைக் காக்காய் பிடித்துக்கொண்டிருந்தான்.

கார் வந்து நின்றதும் வரவேற்க ஓடினார்கள். கையெடுத்துக் கும்பிட்டுக்கொண்டு, கொட்டக்கோல் அசைவது போல மேலே வந்தான் வெட்டுக்காரன். போட்டிருந்த நாற்காலியில் நிமிர்ந்து அமர்ந்துகொண்டான். பக்கத்தில் செவத்தான், அந்தப் பக்கம் ஊர்ப் பெரியவர், வீரன். பாலு வரவேற்புரை நிகழ்த்தினான். துண்டும் மாலையும் பாலு எடுத்துக்கொடுக்க ஊர்ப் பண்ணையக்காரர் அணிவித்தார். அவரைப் புகழ்ந்து செவத்தான் பேசியதும், வெட்டுக்காரன் உரையாற்றித் தொடக்கிவைத்தான். அவனுக்குப் பேச்சு வரவில்லை. தத்தித் தத்தி வரும் வார்த்தைகளில் பாதியை உள்ளுக்குள்ளேயே விழுங்கினான். வெட்டுக்காரன் பேசி அமர்ந்தும் இவன் நன்றியுரையாற்ற வேண்டும். சத்திவேல் இவன் காதில் "நான் ஒரு ரண்டு நிமிசம் பேசறன்" என்றான்.

"இந்நாடகத்தின் இயக்குநர் சத்திவேல் அவர்கள் உங்கள் முன் சில வார்த்தைகள் பேசுவார். அதன்பின் நன்றியுரை" என்று கூறி இவன் ஓரத்திற்கு வந்துவிட்டான். சத்திவேல் எல்லாரையும் தான் பணிந்து வணங்கிப் பேசினான். இந்நாடகத்திற்காய்த் தான் தூக்கம்கூட இல்லாமல் இரவு பகலாய்ப் பணியாற்றியதையும் தன்னுடைய கலை ஆர்வம் தான் அதற்குக் காரணம் என்றும் விலாவாரியாகப் பேசினான். அத்தோடு நின்றிருந்தால்கூடப் பிரச்சினை இல்லை. சங்கரதாஸ் சுவாமிகள், சம்பந்த முதலியார் ஆகியோர்களின் நாடகத்துறைப் பணிகளைப் பற்றிப் பேசினான். பாலச்சந்தர், ஸ்ரீதர் எல்லாரும் நாடகத் துறையிலிருந்து சினிமாவுக்கு வந்தவர்கள்தாம் என்று உதாரணம் சொல்லி, தன்னுடைய சினிமா அனுபவத்தையும் கூறினான். எல்லாரும் இருக்கிற இடங்களிலேயே நெளிந்தார்கள். செவத்தான் முகத்தில் ஈயாடவில்லை. வேறு இடமாக இருந்தால் அறைந்தாலும் அறைந்திருப்பான். இதெல்லாம்கூடப் பரவாயில்லை. மேஜைமேல் இருந்த மாலையைக் கையில் எடுத்துக்கொண்டான் சத்திவேல்.

"நம் பகுதிக்குக் கிடைத்திருக்கும் அருமையான தலைவர் திரு.கே.கே. முருகய்யன் அவர்கள். இந்தப் பகுதியில் ஒரு ஹைஸ்கூல் கூட இல்லாமல் கிடந்த சமயத்திலே இவரோ நான் ஒரு ஐடிஜேயே கொண்டு வருகிறேன் என்று சபதமிட்டு நிறைவேற்றியும் உள்ளாராகையால், நம் ஊர் இதனால் தனிப்பொலிவு பெற்றுத் திகழ்ந்து கொண்டிருக்கிறதென்பதை நாமெல்லாம் அறிவோம். அப்படிப்பட்ட அய்யா அவர்களை இந்நாடகத் தொடக்க விழாவிற்குக் கூப்பிட்டிருப்பதில் நான் பெருமகிழ்ச்சி அடைவதோடு, அய்யா அவர்கள் தலைவர் வழி நடப்பவராகையால் தலைவர் நாடகத்துறையிலிருந்துதான் படிப்படியாக முன்னேறினார் என்பதை நாடே அறியும். அத்தகைய முன்னேற்றத்தை நாங்களும் அடைய ஆசி வழங்கியிருக்கும் அய்யா அவர்கள் ஒரு சினிமாவும் தயாரித்து இந்தப் பகுதிக்குப் பேரும் புகழும் சேர்க்க வேண்டுமென்று கேட்டுக்கொள்வதோடு அவர்கள் பொன் கழுத்திற்கு என் சார்பாக இந்த மலர் மாலையைப் பொன்மாலையாக மறுபடியும் அணிவிப்பதில் பெருமகிழ்ச்சி அடைகிறேன்..."

வெட்டுக்காரன் வேண்டா வெறுப்பாக எழுந்து நிற்க, சத்திவேல் மாலையைப் போட்டுவிட்டு, அவர் கைகளைப் பற்றிக் கண்களில் ஒற்றிக்கொண்டான். நாளைக்கு ஏதாவது படம் எடுத்தால் தன்னையே டைரக்டராகப் போட வேண்டும் என்கிற வேண்டுகோள் அந்தப் பணிவில் தொனித்தது. அவன் பேச்சோடு அது முடிந்துவிடவில்லை. நாடகம் முடிகிறவரை

குமுறிக்கொண்டிருந்தது. முடிந்ததும் ஆரம்பித்தது. செவத்தான் புயல் மாதிரி உள்ளே நுழைந்தான். விடிகாலை நடிகைகளைப் பஸ் ஏற்றி அனுப்பிவிட்டுத் திண்ணையில் வந்து உட்கார்ந்திருந்தார்கள்.

"எங்கடா அந்த ராஸ்கல்? மால போடறானாம் மால. அவரு என்னய மொறைக்கற மொற நாக்கப் புடுங்கிக்கிட்டுச் சாவலாமான்னு இருக்குது. என் மானமே போச்சு."

அந்த வளவுப் பையன்கள் போய்விட்டிருந்தார்கள். பாலுவைப் பார்த்துச் செவத்தான் அடிக்காத குறையாகப் பேசினான்.

"போட்ட மாலயத் திரும்பப் போடறானே? அத்தன பேருத்துக்கு மத்தியில அவன் எனக்கு மால போடறான்னு அவரு கோவச்சுக்கராரு. ஏன்டா பாலு... நாஞ் சொன்னதுக்குப் பொத்துக்கிட்டு வந்ததே உனக்கு? அவம் புத்தியக் காமிச்சுப்புட்டாம் பாத்தியா? இன்னொரு நாளக்கி அவுரு வருவாரா? நீங்கெல்லாம் மூல மூலயாப் போயி நிக்கிறீங்க. அவங் கொண்ணாந்து மால போடறான். 'நாடகத்தின் இயக்குநர்' பேசுவாராம். மாப்ள மைக்கிலயே சொல்றான். இன்னமே அவனுவள எதுக்காச்சும் கூட்டுச் சேத்துனீங்க நான் பொல்லாதவனாயிருவனாமா."

ஊர்ப் பண்ணையக்காரர் முதற்கொண்டு எல்லாரும் சேர்ந்துகொண்டு இவர்களை வாங்கு வாங்கென்று வாங்கி விட்டார்கள். வடிந்த தூக்கமெல்லாம் எங்கோ பறந்துவிட்டது. கஜேந்திரனும் கீர்த்தியும் "நாங்க முந்தியே சொன்னங்க" என்று பேச்சுக்கொரு தரம் சொன்னார்கள். மறுநாள் பையன்க ளெல்லாரும் சத்திவேலைக் கூப்பிட்டு ஆக்ரோசத்தோடு கேட்டார்கள்.

"என்னமோ தூங்காத நாடகத்துக்கு வேல செஞ்சம்னியே. நீ மட்டுந்தானா தூங்குல. நாங்கெல்லாம்?"

"போட்ட மாலயத் திரும்ப எதுக்குடா போட்ட?"

"உனக்கு இத்தன தெனாவெட்டா?"

சமாதானப்படுத்த ஆள் யாருமில்லை. பாலு பேசாமல் ஒதுங்கிக்கொண்டான். இவனைத் தூரத் தள்ளி நிற்கச் சொல்லி விட்டார்கள். கஜேந்திரனும் கீர்த்தியும்தான் தலைமை. சத்திவேலுக்குக் கோபம் வந்துவிட்டது.

"அது இதுன்னு பேசாத. நா இல்லீனா நாடகம் எழுதிக் கிழிச்சுருவிங்களா?"

"டேய்... எங்க தெருவுல கைகட்டி நின்ன பசவ, எலும்ப முறிச்சுப்புடுவம் டோய்..."

அவன் கீர்த்தி சட்டையைப் பிடிக்க, கீர்த்தி அவன் சட்டையைப் பிடிக்க, இரண்டு பேரும் புரண்டு உருண்டார்கள். அவ்வளவுதான். தொடங்கிவிட்டது. எல்லாரும் சேர்ந்து சத்திவேலைச் செமையாக உதைத்தார்கள். காக்கைகளுக்கிடையே சிக்கிக்கொண்ட எலியாய் அவன் திமிறினான். துடித்தான். துள்ளித் தப்பித்துக்கொண்டு தூரத்தில் போய் நின்றுகொண்டான். சட்டை அக்கக்காகக் கிழிந்து தொங்கியது. லுங்கி பின்பக்கம் கிழிந்து நேர்க்கோடாய் இருந்தது. தலை கலைந்து பம்மி நின்றது. கையை வீசி வீசிப் பேசினான். புழுதிமுகம். அழுகை மீறிக் கொண்டு வந்தது. பைத்சியகாரனைப் போல் தோன்றினான்.

"டேய்... ஆளச் சொல்லியாடா அடிக்கறீங்க? ஒரு நாளைக்கிச் சினிமாவுல பெரிய ஆளாயி உங்களையே கைகட்டி நிக்க வெக்கல... நா எங்கப்பனுக்குப் பொறக்கல டோய்..."

அங்கே நின்றுகொண்டு, "இப்ப மட்டும் உங்கொப்பனுக்கா பொறந்த நீ? எங்கப்பனுக்கோ பாட்டனுக்கோ" என்று கத்தி "ஓய்" என்று வாந்தி எடுக்கிற மாதிரி சிரித்தார்கள். அடுத்த வருச நாடகத்திற்காகக் கஜேந்திரனும் கீர்த்தியும் அப்போதே எழுதத் தொடங்கிவிட்டார்கள்.

14

மனிதக் குரல்வளை அறுபடுகிற மாதிரி 'ஓ' என்ற சத்தத்துடன் வாதனாராம் மரங்கள் சாய்ந்தன. அண்ணாந்து பார்த்தால்கூட உச்சி தெரியாத உயரம். ரொம்ப காலமாக அரக்கிக்கூட விடப்படாமல் வளர்ந்து தடித்த மரங்கள். ஆட்டுப்பண்ணைக்கே அதுதான் அழகு. ஆட்டுப்பண்ணை, காளை நிலையம் ஆன பின்பும் மரங்கள் அப்படியேதான் நின்றன. மேற்கு மூலையில் மட்டும்தான் பரிதாபமான டெல்லிக் காளைகள் நான்கைந்து கட்டியிருக்கும். எப்போது பார்த்தாலும் அவற்றின் முகத்தில் பசிக்களை தெரியும். வாய் நுரை ததும்ப 'ங்கெஸ்' என்று மூச்சுவிடும். தூரத்தில் ஏதாவது மாடோ எருமையோ போனால் 'ம்... ம்...' என்ற சத்தத்தோடு கட்டியிருக்கும் மரங்களை அசைத்துப் பார்க்கும். எடைபோட்டுப் போடப்படும் தீனியைக் கொறித்துவிட்டுத் தேமே என்று கிடக்கும். காளைகள் அடைத்துக்கொண்ட இடம் போக மிச்சமெல்லாம் காக்கைகளின் சாம்ராச்சியத்திற்கேற்ற மரங்கள்தான்.

ஆடு மேய்க்கிறவர்கள் உள்ளே ஓட்டிவிட்டு ஏறிக் கொண்டு மரங்கொத்தி விளையாடுவார்கள். வலுசப் பையன்கள் சரசரவென மேலே ஏறிக்கொண்டே போவது பார்க்கப் பயமாயிருக்கும். நிலாவைப் பிடித்து விடுகிற ஆவேசத்துடன் மரத்தின் ஒவ்வொரு கிளையையும் பற்றிப் பற்றி ஏறுவார்கள். சில சமயம் மேலே இருந்து தழை ஒடித்துப் போடுவார்கள். சித்திரை மாதம் இளம் பச்சை நிறத்தில் மரங்கள் தழையும்போது ஊருக்கே புதிதாக உயிர்வந்த மாதிரி இருக்கும். மரங்கள் நின்றது போகக் கோயில் அழுந்த ரோட்டுக்கு வடபுறம்

தென்னிந்திய மேப் மாதிரி ஒரு வால் நிலம். அதை ஊரார் கோயிலுக்கு ஆக்கிரமித்துக்கொண்டார்கள். தொடக்கத்தில் பொங்கல் வைக்கும்போது மட்டும் அதைப் பயன்படுத்தினார்கள். அப்புறம் ஒரு வருசம் சின்ன மேடை போட்டு இரண்டு கல்லையும் நட்டுவிட்டார்கள். அதற்கு இரண்டு மணி அடித்து வைத்தான் பூசாரி. கால்நடைத் துறைக்காரர்கள் அதை ஒன்றும் கண்டுகொண்ட மாதிரி தெரியவில்லை.

இப்போது மரங்களை வெட்டினார்கள். காக்கைகள் அந்தரத்தில் எழும்பிக் கத்தின. வெட்டப்பட்டு விழுந்த தழைகளைக் கண்டு ஆடுகள் ஓடிவந்தன. இருபது தடியான ஆட்கள், அடிமரம் கணக்காய் உடல் சேவேறிக் கிடக்க, வெட்டுவதும் இழுப்பதுமாய் வேகவேகமாய் வேலை நடந்தது. கால்நடைத் துறைதான் வெட்டுவதற்கு ஆள்விட்டிருந்தது என்று எல்லாரும் நினைத்தார்கள். இவ்வளவு நாளாக இல்லாமல் திடீர் என என்ன அக்கறை வந்துவிட்டது? முழுக்க முழுக்கக் காளைகளைப் பரப்பப்போகிறார்களா?

வெட்டுகிற ஆட்கள் முகத்தை 'உம்'மென்று வைத்துக் கொண்டிருந்தார்கள். இந்தப் பக்கத்தைச் சேர்ந்தவர்களல்ல. வெளியூர் ஆட்கள்தான். கோடாரியும் மண்வெட்டியுமாக இங்கே திரிந்த ஆட்கள் கண்ணில் படவில்லை. வெளியூர் ஆட்களைக் கூட்டி வந்திருந்தார்கள். விழுந்த மரக்கிளைகளில் ஏறிக் குஞ்சு குளுவான்கள் 'ஜிங்குஜக்காம்' என்று ஆடின. பெண்களும் ஆண்களும் சுற்றிலும் நின்றுகொண்டு, மரம் விழுந்ததும் ஆகாசம் வெறுமையாகிப் போய்விடுகிற அதிசயத்தைப் பார்த்து நின்றார்கள்.

"எதுக்கு வெட்டறீங்கோ?"

ரங்கம்மா சத்தம் போட்டுக் கேட்டது. தலையைத் தூக்கி வெற்றிலை எச்சிலை முகத்தை நோக்கி உமிழ்கிற தொனியில் துப்பிவிட்டு, 'விக்கொ' என்றான் ஒருத்தன். அவன்களின் அலட்சியம் என்னவோ ஊரையே காறித் துப்புகிறார் போலிருந்தது. வீரனுக்கு இதை இரண்டில் ஒன்று பார்த்து விடுகிற ஆவேசம் வந்துவிட்டது.

"யார்ரா உங்கள வெட்டச் சொன்னது?"

'உன் அதட்டல் இங்கே வேகாது' என்கிற பாவனையில் அவர்கள் சொன்னார்கள்.

"பாத்தியமுள்ளவங்கதான்."

அயலூரில் இருந்து இங்கே வேலைக்கு வந்தவன்களுக்கு என்ன ஒரு கொழுப்பு. ஆளைத் துச்சமாகத் தூக்கி எறிந்தார்கள்.

சாணிக் குப்பையை ஏலம் விடுவது என்றால் ஊர்க்காரர்களைக் கூப்பிடுவார்கள். மழை, காற்றில் முறிந்த கிளைகளை, மரங்களை ஏலம் விடுவது என்றால் ஊரைத்தான் கூப்பிடுவார்கள். ஊரைக் கூப்பிடுகிற வழக்கத்தை மரம் வெட்டுவதற்கு மட்டும் மாற்றிவிட்டார்களா? தடியை அழுத்த ஊன்றிக் காளை நிலையத்தை நோக்கி நடந்தான் வீரன்.

காளை நிலைய வாசற்படியில் நின்றுகொண்டு கத்தினான். முறுக்கி விட்டு, மீசையைத் தடவிக்கொண்டு, தலையை ஆட்டி ஆட்டிப் பேசுகையில் எதிரே இருப்பவர்கள் பயந்து நடுங்கிப் போய்விட்டார்கள்.

"என்ன மசுருக்குடா அசலூர்க்காரன உடரீங்கொ? கவர் மெண்டுனா என்ன வேணாலும் செஞ்சிருவீங்களோ? ராத்திரிக்கு வந்து ரண்டு காளய அவுத்துக்கிட்டுப் போய்ட்டா என்னடா பண்ணுவீங்கொ?"

கண்ணை மூடிக்கொண்டு கல் எறிகிற மாதிரி பேசினான். உள்ளே இருந்து இரண்டு பேர் ஓடிவந்து "விசயம் வேற" என்கிற மாதிரி சாடை காட்டி வீரனைக் கூட்டிக்கொண்டு போனார்கள். அதற்கப்புறம் வீரனின் மூலமாகச் செய்தி ஊர் முழுக்கப் பரவியது. எல்லாருக்கும் அதிர்ச்சி.

காலனி வந்த பின்னால் இந்தப் பக்கத்துக் காடுகள் விற்ற விலை சொல்லி மாளவில்லை. ஆளாளுக்குப் பணம் இருக்கிறவன்கள் நிலத்தை இஷ்டத்திற்கு வாங்கிப்போட்டார்கள். எல்லாம் லட்சத்தில்தான். நிலத்தை விற்றுவிட்டுப் பணத்தைப் பைனான்ஸில் போட்டுவிட்டு 'அப்பாடா' என்றிருக்கலாம். பல நிலங்கள் கைமாறிவிட்டன. கவர்ன்மெண்ட் நிலம் சும்மா கிடப்பதைப் பார்க்கப் பொறுக்காத அமைச்சர் கந்தசாமி, இந்த நிலத்தை ஆக்கிரமித்திருந்தான். பல வருசங்களுக்கு முன்னால் கால்நடைத் துறைக்குக் குத்தகைக்கு கொடுத்த நிலம் அது என்றும் கொடுத்தவருடைய பேரனிடமிருந்து நிலத்தை வாங்கிக்கொண்டதாகவும் சொன்னார்கள். கந்தசாமியின் பினாமி பேரில் நிலம். அவன்தான் ஆட்களை ஏவிவிட்டு மரங்களை வெட்டி வேலிபோடப்போகிறான். உழைக் கேட்டதும் "நமக்கு இந்த இஸ்கார் வேண்டாம்" என்று டாக்டர் லீவு போட்டுவிட்டுப் போய்விட்டான். இனி வேறு ஆட்சர் வந்துதான் நடவடிக்கை எடுக்க வேண்டும்.

"எவன்டா அவன் டாக்டரு? பொட்டப்பயன்."

மறுபடியும் தடியை ஊன்றித் தாவித் தாவி வந்தான் வீரன். ஊர்ப் பையன்களிடம் குசுகுசுவென்று பேசினான்.

வீட்டுக்குப் போய் எல்லாரையும் வரச்சொல்லி ஆள்விட்டான். அப்படியே சாராயக்கடைக்குப் போய்வந்தார்கள்.

"செவத்தானப் பாத்யா. ஆளே அட்ரஸ் இல்லாத போயிட்டான். எல்லாரும் அவுங்க தலைவனாட்டமே பொட்டப் பசங்கதான்டா."

வீரனின் கையில் நல்ல வீச்சுக்கத்தி. ஒவ்வொருவன் கையிலும் அரிவாள், தடி, மண்வெட்டி என்று ஆயுதங்கள். நாலைந்து மரங்கள் சடசடவென்று விழுந்துகிடந்தன. சுற்றிலும் நின்றுகொண்டு "வாங்கடா வெளியில" என்று பையன்கள் கத்தினார்கள். வீரன் தலைவன் கணக்காய் முன்னே நின்றுகொண்டான்.

"மேல ஒரு வெட்டு உழுந்தாலும் உங்க தலயத்தான்டா சீவுவோம்."

"அசலூர்க்காரனுவளுக்கு இங்க வந்து கொழுப்பாடா? வாங்கடா வெளிய."

இருபது முப்பது பேர்களும் அரண்டுபோய் நின்றார்கள். வலுசப்பையன்கள் முண்டக்கட்டையோடு சாராய வெறியில் நிற்பதைப் பார்க்க, அவர்களுக்கு என்ன செய்வதென்று புரியவில்லை. சுற்றிலும் தீ வளையம். உள்ளேயும் இருக்க முடியவில்லை. வெளியே வந்தாலும் முடியாது. அகப்பட்டுக் கொண்டு திண்டாடினான்கள்.

அண்ணன் அரிவாளை ஆட்டிக்கொண்டு நின்றான். அவன் கண்களின் சிவப்பு காந்தலடித்தது. "டேய்..." என்று அசரீரியாகச் சத்தம் போட்டான். முயல்வேட்டைக்குப் போன நாய்களின் குரோதம் அவன் முகத்தில் படிந்தது. பொம்பளைகள் தள்ளி நின்றுகொண்டார்கள், என்னமோ நடக்கப்போகிற எதிர்பார்ப்பு.

"தலைவனாந் தலைவன். இந்தச் செவத்தானோட வேலயாத்தான்டா இருக்கும். காட்டிக் குடுத்துட்டு ஊட்டுக்குள்ள போயி ஒளிஞ்சுக்கிட்டானா? பாத்துட்டு வாங்கடா. இருந்தானா இங்க புடுச்சி இழுத்தாங்கடா."

பையன்கள் போகத் தயங்கினான்கள். அண்ணன் பேசாமல் நின்றான். நான்கைந்து பெரிய ஆட்கள் தடியை ஓங்கிக்கொண்டு போனார்கள். "நேத்துவரைக்கும் தண்ணி போட்டுட்டு, ரவுடியாட்டஞ் சுத்திக்கிட்டுக் கெடந்தவனுக்கு இன்னிக்கித் தலைவரு பட்டமா? புடுங்கியாயிட்டானா? பாத்திடுவம் இன்னக்கி."

அவனது வளர்ச்சி பொறுக்காத பொச்செரிப்புகள் தடிகளோடு நடந்தன. வீட்டைத் தட்டின. அவன் இல்லை. தான் இந்தப் பிரச்சினைகளில் முன்னால் நிற்கக் கூடாதென்று எங்கேயோ தலைமறைவானவன் இன்னும் வரவில்லை. உருட்டிக் கோமணம் கட்டிக்கொண்ட நான்கைந்து தடிகள் கண்ணாடி சன்னல்களில் மோதின. அவை கலகலத்து விழுந்தன. சுற்றிலும் இருந்த கலர் பல்புகள் நொறுங்கின. வெளியே கிடந்த சாமான்கள் தூளாயின. கையில் கிடைத்ததையெல்லாம் போட்டு நொறுக் கினார்கள். அந்த இடம் பன்றிகள் புகுந்து உழப்பிய சாக்கடை மாதிரி தோன்றியது.

பெரிய கொம்பன்கள் நான்கைந்து பேரை அங்கே அனுப்பிய வீரன் தினவெடுத்து நிற்கும் இளந்தோள்களுக்கும் வேலை கொடுத்தான்.

"இத்தன பேரு வந்து வெட்டுறானுவ. ஆப்பீச உட்டு வெளில வர்றானுவளா பாரு. போங்கடா. போயி நாலு இழுப்பு இழுங்கடா."

காளை நிலையம் நோக்கி ஒரு படை போனது. இத்தனைக்கும் மரம் வெட்டுபவர்களைச் சுற்றி நின்ற வியூகம் கொஞ்சமும் கலையவில்லை. என்ன ஆகுமோ என்று பெண்கள் திகிலோடு பார்த்தார்கள். "அடேய் வாடா" என்று ஒருத்தனைப் பிடித்து இழுத்த அம்மாவுக்கு மகன் கையால் ஒரு வேகமான தள்ளல் கிடைத்தது. பிரளய காலம் போன்ற சத்தம்.

தடித்த நரம்புகளால் பின்னப்பட்ட மூக்கணாங்கயிறுகள் இரண்டு பக்கமும் இழுக்க வேப்ப மரங்களுக்கிடையே கட்டுண்டு கிடந்த காளைகள் சுதந்திரம் பெற்றன. உள்ளமுங்கிக் கிடந்த வேகம் தூண்ட, அவை உடலைத் துள்ளிக்கொண்டு ரோடு, காலனி எங்கெங்கும் புகுந்தோடின. காளைகளின் பாய்ச்சலுக்குப் பயந்து வீட்டுக் கதவுகள் அடைபட்டன. காளை நிலைய ஆட்கள் சிதறி ஓடினார்கள். உள்ளே இருந்த செமன் ட்யூபுகள், முட்டைகள், பிரிட்ஜ் எல்லாம் உயிர்விட்டன.

"ராத்திரிக்குக் காள உடுடான்னா ஊசிதாம் போடு வங்கறான்."

"டேய்... சாலாக்கமாடா காட்டறீங்க?"

யார் யார் என்று அடையாளம் தெரியாத வேகம். ஓட்டம், கூச்சல். எங்கெங்கே தங்களின் எதிரிகள் இருக்கிறார்களோ, அங்கெல்லாம் தாக்குதல். முன்பு சாதாரணமாக உள்ளே எரிந்துகொண்டிருந்த பகைகளுக்குப் பழி வாங்கும் வடிகால். காளை நிலையத்திலிருந்து முட்டை ஒரு தட்டு சாராயக்கடைச்

சாக்கனாங் கடைக்குப் போனது. சாராயக்கடை ஆட்களும் பயந்துகொண்டுதான் இருந்தார்கள். ஆனால் அங்கே மட்டும் துளியும் விங்கனம் படவில்லை. இத்தனைக்கும் அது செவத்தானுடையதுதான்.

பஸ் ஸ்டாப்பில் ஒரு குஞ்சு இல்லை. எப்போதும் கூட்டம் அடைத்துக்கொண்டு நிற்கும். இப்போது வெறிச்சோடிவிட்டது. நிமிசத்திற்கு ஒரு பஸ் போகும். அவை தூரத்திலேயே நிறுத்தப் பட்டன. சைக்கிள், வண்டி எதுவும் ரோட்டில் இல்லை. கடைகள் எல்லாம் இழுத்துச் சாத்தப்பட்டன. அவற்றின் மீது கற்கள் மோதி விழுந்தன. எல்லாப் பக்கமிருந்தும் ஒரே இரைச்சல். யார் என்ன செய்தார்கள் என்பதே தெரியவில்லை. எங்கே என்ன நடந்தது என்பதும் புரியவில்லை. அந்தச் சமயத்தைப் பயன்படுத்திக்கொண்டு வளையத்திற்குள்ளிருந்த ஆட்கள் வெளியே ஓடித் தப்ப எத்தனித்தார்கள். அவர்களைத் துரத்திக்கொண்டு தடியோடும் அரிவாளோடும் இவர்கள். உயிர்ப் பீதி கண்களில் படரக் கையில் பிடித்துக்கொண்டு திசை தெரியாமல் ஓடினார்கள்.

தூரத்தில் போலீஸ் வேனின் மூக்கு தெரிந்தது. அங்கங்கே சிதறிக் கிடந்த கூட்டத்தை ஒன்றுபடுத்த வீரன் முயன்றான். தன் கைக்குள்ளிருந்து எப்போதோ ஓடிவிட்ட கட்டுப்பாட்டை அவன் அறியவில்லை. அவன் கத்தல் காதுகளைத் தாண்டி எங்கெங்கோ ஒலித்தது. அண்ணனுக்கு மேலே சட்டையில்லை. கீழே லுங்கி இல்லை. ஒரு பிச்சாண்டியைப் போல டிராயரோடு தடியைத் தூக்கிக்கொண்டு திக்குத் தெரியாமல் ஓடினான். தலை பைத்தியக்காரனுடையதைப் போலக் கலைந்து கிடந்தது. எதையும் லட்சியம் செய்யாமல் மண்ரோட்டை நோக்கி ஓடினான். கல் தடுக்கிக் கீழே விழுந்தான். மறுபடியும் எழுந்து ஓடினான்.

கடை திறந்து ஒரு வாரமாகிவிட்டது. கடையில் சோடா போடக்கூட எந்தச் சரக்கும் இல்லை. இரண்டு மாத வாடகை பாக்கி. ஒரு வாரமாக அண்ணன் இப்படியே சுற்றிக்கொண் டிருந்தான். பழைய சொத்து நீத்தண்ணியை அரித்துப்போடுகிற மாதிரி, மிச்சமிருக்கிற பணத்தைச் சூறைவிட்டான். அப்பன் எதையும் காணாத தோரணையில் பைனான்ஸ்க்குப் போவதும் வருவதுமாயிருந்தார். இப்போதும் பைனான்ஸ்க்குத்தான் போயிருந்தார். யாருக்கோ ஐயாயிரம் பணம் வேண்டும் என்று எடுத்துக் கொடுக்க. ஜாயின்ட் கையெழுத்துப் போட இவர் போயிருந்தார். இவன் காலேஜ் போய்விட்டான். அண்ணன் திக்குத் தெரியாமல் ஓடினாலும் வீட்டை நோக்கித் தான் போனான்.

ஏறுவெயில்

போலீஸ் இறங்கும் முன்பே இடம் வெறிச்சிட்டுப்போய் விட்டது. "எல்லாரும் அரெஸ்ட் ஆகலாம்" என்று வீரன் கத்திய கத்தல் யாருக்கும் கேட்கவில்லை. துண்டைக் காணோம், துணியையைக் காணோம் என்று பறந்துவிட்டார்கள். கடைசியாய் வீரனும் எந்தப் பக்கமோ ஓடிவிட்டான். கையில் சிக்கிய ஒன்றிரண்டு பேர்களுக்குச் செமையான பூசை. தப்பி ஓடிய வெளியூர் ஆட்களை இழுத்துவந்து சுற்றிலும் போலீஸ் காவல் போட, மரங்களை வெட்டுகிற வேலை மறுபடியும் தொடங்கியது. நிலத்தைச் சுற்றிலும் வேலி போட்டார்கள்.

அவிழ்த்துக்கொண்டோடிய காளைகள் இன்னமும் வெறி தீராமல் சுற்றிக்கொண்டிருந்தன.

o o o

நடந்தது எதுவும் தெரியாமல் போதையில் அண்ணன் ஓடி வந்தான். பின்னால் ஏதோ முகம் தெரியாத எதிரி துரத்துவதுபோல் பயம். கற்கள் தடுக்கி விழுந்தான். தடுமாறி எழுந்து மறுபடியும் ஓடினான். "எவன்டா?" என்று வாய் அனிச்சையாகப் பேசிக்கொண்டிருந்தது. தடத்திலிருந்து ஏறி வீட்டுக்கு வந்துவிட்டான். வீட்டில் யாருமில்லை. பாட்டிதான் திண்ணைமேல் உட்கார்ந்து அரிசியைப் புடைத்துக் கொண் டிருந்தது. அவன் வந்த கோலத்தைப் பார்த்துத் தாங்க முடியாமல், முறத்தைத் திண்ணைமேல் வைத்துவிட்டு, வந்து பிடித்துக்கொண்டது. "ச்சீ போ கெழ்டி" என்று ஒரு தள்ளுத் தள்ளிப் பாட்டியைக் கீழே சாய்த்தான். கையை ஊன்றி மெல்ல எழுந்த பாட்டி திண்ணையில் வந்து உட்கார்ந்து கொண்டது. அவனைப் பிடித்து அமர்த்துகிற வலு தனக்கில்லை என்ற உண்மை தெரிந்ததும் வாயால் அதனைச் சாதிக்க முயன்றது.

"பயா... உனக்கே இது நல்லாருக்குதாடா? நாம எப்பேர்ப்பட்ட குடும்பம். எத்தன பேருக்குப் புத்தி சொன்ன வம்சம்? அத்தக்கிப் புத்தி சொல்லி அண்ணன் மவ அவுசேரி போன கதயா நீ இப்பிடிப் பண்ணலாமாடா டேய்."

"உம் பையனப் போயிக் கேளு. எங்கிட்டப் பேசுன ஓதைதான்."

பாட்டியைப் பார்த்துக் குழறிக் குழறிப் பேசினான். பாட்டிக்குக் கண் சரியாகத் தெரியவில்லை. வந்த வட்டிப் பணத்தை வைத்துக்கொண்டு தானாகவே சோறாக்கிக் கொண்டது. தாத்தா செத்த பின்னால் வேலை எதற்கும் போகவும் முடியவில்லை. முந்தி இருந்த பாட்டியின் கம்பீரம் தொய்ந்து,

பால்விடாத எருமையின் கிடாக் கன்று மாதிரி சாகவோ பிழைக்கவோ என்றிருந்தது.

"யோசன பண்ணிப் பாருடா. இப்படி இருந்தா ஆருடா பொண்ணு குடுப்பா சொல்லு. உங்கொப்பனும் நாலு பக்கஞ் சுத்திப் பாத்துட்டான். பையங் குடிக்கறான் குடிக்கறானு ஊரே பேசுது. அவனவன் பொண்ணு பெத்து வெச்சிருக்கிறவன் இப்படி இருந்தா குடுப்பானாடா? காலத்திக்கும் இப்பிடியே ஒண்டிக்கட்டையாவா இருக்கப் போற? உனக்கும் எத்தன சொல்லியும் புத்தி வரமாட்டீங்குது. ஆனுக்குப் பித்தி சொன்னா அறிவுமுண்டு நெனவுமுண்டு. ஈனுக்குப் பித்தி சொன்னா என்ன உண்டு?"

"ஏய் கெழவி. இன்னக்கிப் பாத்தாலும் நாங் கண்ணாலம் பண்ணுவன். உனுத மூடிக்கிட்டுக் கெட ஆமா."

பாட்டிக்குக் கண்ணீர் நிறைந்தது. எல்லாப் பேச்சுகளையும் கேட்டுக் கேட்டு மரத்துப் போய்விட்ட உடம்பு.

"நா மூடிக்கறன்டா கண்ணு. ஒழுங்கா இருந்து பாட்டி யாளுக்கு ரண்டு துண்டங் கொண்டாந்து குடுத்தீனா சந்தோசமா மூடிக்கறன்... ம்... காலனியில ஆருட்டுக்கோ தெனம் போறீன்னு பால்காரப் பொம்பளைங்கெல்லாம் பேசறாங்க. அறியாப்பையனுக்கு எதுக்குடா இந்தத் தொழுவாடு? இங்க இருக்கற பசுவளக் குட்டிச்செவுராக்கோணுமின்னே முண்டைவொ காலனியில இருக்கறாளுவ. காலனி வந்தாலும் வந்தது, மொளச்சு மூனு எல உடறதுக்குள்ளயே கிள்ளிப் போட்டுருது."

"நா எங்கயும் போவன். எப்பிடியும் வருவன். உனக்கென்ன? சோறு ஆக்கறயா திங்கறயா? அதோட செரி. அதுக்கு மேல மூச்சு உட்டா கொன்னுபுடுவன். கொரவிலிமேல கால வெச்சு முதிச்சுப்புடுவன்."

உரலின் மேல் உட்கார்ந்துகொண்டு ஒரு மரக்கட்டையை எடுத்து வீசினான். அது திண்ணையில் பட்டுத் தெறித்தது. காலல மேலே தூக்கிக்கொண்ட பாட்டி கண்ணில் படிந்திருந்த பச்சைப் பூளையை நோண்டிக்கொண்டு சொன்னது.

"ஆமா, என்னயக் கொன்னு போட்டுட்டு எல்லாரும் நல்லா இருங்க... இந்தச் சீவன் போவமாட்டீங்கிதுன்னுதான் கெடக்கறன். இந்தக் கருமாந்தரத்தயெல்லாம் பாக்கோணுன்னு எந்தலையில எழுதியிருக்கு. காட்ட வித்துச் சொளயாப் பணத்த எடுத்துக் குடுத்தான். கடை வெக்கறன்னு ஒத்தக் காலல நின்னு வாங்கிட்டுப் போனத ஒன்னுக்கு ரண்டாப்

பெருக்குவீனு பாத்தா. இப்பக் காலுங் கையுமா வந்து நிக்கிற. இதுக்கு மேல எங்க போவான் அவன்? பிள்ளையும் பையனும் நல்லதாப் பெத்து வெச்சிருந்தா நாலு பேருக்கு மின்னால தல நிமிந்து நடக்கலாம். இல்லைனாக் கழுந்துகிட்டுத்தாம் போவோணும். உனக்குத்தான் எதாச்சும் மனசன் சொல்றாங்களேன்னு இருக்குமா இருக்காதாடா? ம். கால்ல நடந்தாக் காத வழி போலாம். தலையில நடந்தா தத்தேரியாத்தாம் போவோணும்."

அவன் எழுந்து பீடியைப் பற்றவைத்தான். காற்றில் அணைந்து அணைந்துபோனது. திண்ணைப் பக்கம் போனான். அதன் மூலையில் மணி சுருண்டு படுத்திருந்தது. பைக்கில் அடிபட்ட பின் முழுதுமாகச் சைமாண்டுபோய்விட்டது. வெதிரின் பக்கம் ஆறாத காயம். எந்த நேரமும் அதை நக்கிக் கொண்டேயிருந்தது. புருடு கட்டுகிற மாதிரி அதுவும் வளர்ந்து கொண்டே இருக்கிறது. சொட்டை பாய்ந்து பரிதாபமாகப் போய்விட்டது. "ஒனத்தியாத் திண்ண கேக்குதா?" நாயை எட்டி உதைத்தான். அது கத்தவும் சக்தியற்றுக் கீழிறங்கி வாலைச் சுருட்டிக்கொண்டு மெல்லமாய்க் குப்பைக்குழியை நோக்கிப் போனது.

"கெழவி... சோத்தத் தின்னூட்டு நேரங் காலமே மொடங்கிக்கோ. அதும் இதும் பேசுன இன்னைக்கே கொள்ளி வெச்சிருவன்."

பீடியைப் பற்றவைக்க அண்ணன் குச்சியை உறைத்தான். கை நடுங்கியது. தலை நிற்கவில்லை. குச்சி நழுவி நழுவிக் கீழே விழுந்தது.

"தல கண்ட போதைல வர்ரயேடா பாவீ..." பாட்டி கீழே இறங்கி மண் குடத்தில் இருந்த தண்ணீரைத் தூக்கிவந்து அவன் தலையில் ஊற்றியது. பாட்டியை மீறி வளர்ந்த உருவம் எட்டவில்லை. சட்டென்று குடத்தைத் தட்டிவிட்டான். மண் குடம் சுக்கலாய் உடைந்தது. பாட்டி வயிற்றில் அடித்துக்கொண்டு குடத்தைப் பார்த்தது. அவன் கட்டுத்தரையில் போய் உட்கார்ந்து கொண்டான். பீடியைப் பற்றவைத்துக்கொண்டு, நெருப்புக் குச்சியை ஓலைமேல் வீசி எறிந்தான்.

காற்று வீசியடித்தது. சின்ன நெருப்பைக் கண்டதும் அதற்கு உற்சாகம் பொத்துக்கொண்டது. காய்ந்த ஓலைகளில் சடசடத்து ஏறியது. பாட்டி இன்னமும் உடைந்துபோய்விட்ட மண் குடத்திற்காய்ப் புலம்பிக்கொண்டிருந்தது. அண்ணன் கட்டுத்தரையில் விழுந்து கிடந்தான். ஆளரவமற்றுத் தீ ஏறியது. நொறுக்குத் தீனி ஒருசேரக் கிடைத்துவிட்ட மமதையில்

பற்றிப் படர்ந்தது. தூரத்திலிருந்து யாரோ "அய்யோ நெருப்பு" என்று கத்தியும்கூடப் பாட்டிக்குத் தெரியவில்லை. தன் பின் பக்கத்தில் தீப்பற்றி எரிந்தாலும் முன்பக்கம் அறியாத அளவு கண் போய்விட்டிருந்தது. யார் யாரோ ஓடிவந்து கத்திய பிறகுதான் பாட்டி எழுந்து தூர வந்தது. நெருப்பு மங்கலாகக் கண்ணுக்குத் தெரிந்தது. அழுகை வரவில்லை. 'ஆங்' என்று ஒருவிதச் சத்தம் மட்டும் எழும்பியது. தலையிலும் வயிற்றிலும் அடித்துக்கொண்ட பாட்டியைச் சுற்றிலும் நான்கைந்து கிழடுகள் சேர்ந்து ஒப்பாரிக் குரல் கொடுத்தன. கண்ணீர் வந்தது. வாய் பனங்கிழங்காய்ப் பிளந்திருந்தது. கொஞ்ச நேரம் விட்டு விட்டு ஒலி எழும்பியது.

பெண்கள் சுற்றி நின்றுகொண்டு "போனது போச்சு. அழுவாத ஆயா" என்றார்கள். நெருப்பு எழுந்து தலைக்கு மேல் கைகுவித்த மாதிரி சேர்ந்துபோனது. டகை வானில் பரவி ஊர் முழுக்கவும் தகித்தது. புகையை உணர்ந்து ஆளாளுக்கு ஓடிவந்தார்கள்.

"நா கோயில்ல நின்னு பேசிக்கிட்டிருந்தனா. பாத்தாப் பொவைன்னா பொவை. நாங்கூட மோளத் தெருவுலதாம் புடிச்சிருச்சோ என்னமோன்னு ஓடியாந்தன்."

"நா உங்க காட்டுக்குத்தான் போனன். பொவையப் பாத்தொடன மாகாட்டுலதான் என்னமோன்னு ஓடி யாந்தேன்."

அத்தனைக்கும் காற்று பரவியது. பக்கத்திலிருக்கும் இரண்டு கொட்டகைகளுக்கும் பிடித்துவிடாமலிருக்க ஆட்கள் கிணற்றுத் தண்ணீர் கொண்டுவந்து குடம் குடமாய் ஊற்றி நனைத்தார்கள். தீ உச்சத்தில் இருந்தது. இவர்கள் யாரும் வீட்டில் இல்லை. மிச்சமிருந்த இரண்டு கொட்டகைகளையும் காப்பாற்றும் வேகத்தில் மற்றவர்களை இழுத்துக்கொண்டு கிணற்றிலிருந்து சாரி போட்டுக்கொண்டு தண்ணீர் மொண்டு வந்தார்கள். ஆண்கள், பெண்கள் எல்லாரும் வரிசையாக நின்றுகொண்டு, குடத்தை மாற்றிவிட்டார்கள். எரிகிற தீயை அணைக்க முடியாது. பக்கத்திலிருப்பதையேனும் காப்பாற்றலாம்.

யாரோ போய்ப் பாட்டியின் கொட்டகைக் கதவை உடைத்தார்கள். கதவின் மேற்புறம் பற்றி எரிந்தது. உள்ளேயிருந்து இரண்டு பானைகளைத் தூக்கி வந்தார்கள். புகை சுருள் சுருளாய்க் கதவைத் தள்ளிக்கொண்டு வந்தது. நாற்றம் மூச்சை அடைத்தது. உள்ளே நுழைந்தவர்களைப் புகை தன் வாலால் அடித்து விரட்டியது. போய் முட்டிப் பார்த்துக் கண்ணைக் கசக்கிக்கொண்டு வந்தார்கள். தூக்கி வந்த மொடாக்களில்

எரிந்துகொண்டிருந்த புடவைகளையும் துணிகளையும் எடுத்து வெளியே போட, ஒரு சின்ன முடிச்சில் ஒன்பது ஒரு ரூபாய்க் காசுகள். அதைப் பாட்டியிடம் நீட்டினார்கள்.

"இதயும் அதிலயே போட்டு எரீங்கோ..." என்று பாட்டி கத்தியது. சர்க்கரை வெந்து பாகாய்க் கிடந்தது. கடலைக்காய் கரிக்கரியாய்ப் போய்விட்டிருந்தது. அரிசி தீய்ந்து படபடத்தது. எல்லாம் போய்விட்டது. பாட்டியின் உடைமைகள் என்று ஒன்றையும் காப்பாற்ற முடியவில்லை. வெளியே கிடந்த கட்டில் மட்டும் தப்பித்துக்கொண்டது.

இவன் பஸ்ஸை விட்டு இறங்கியதும் ஊர்க் கலவரம், தீப்பிடித்தது எல்லாம் இவனை எட்டின. வேகமாக வந்தான். பாட்டியைப் பார்க்க வயிறு பதறியது. அத்தனை பேர் இல்லாமலிருந்தால் இந்நேரம் எல்லாம் போயிருக்க வேண்டியதுதான். குடித்துவிட்டால் மட்டும் பீயைத் தின்றுவிடுவானா? தீயை வீட்டில் போடுகிற அளவுக்குத் தெரியாதா? எச்சக்கலயன். எல்லாவற்றையும் ஒழிப்பதற்கென்றே வந்திருக்கிறான். அவனையும் தூக்கிச் சென்று நெருப்பில் போட்டுவிடலாம் என்றிருந்தது இவனுக்கு. போய்த் தலை மயிரைப் பிடித்துத் தூக்கினான். கன்னத்தில் அறைந்து இழுத்தான். ஏதோ எறும்பு கடித்தது போல வாயைக் கோணிக் கொண்டு "ஸ்ஸ்" என்றான். எட்டி உதைத்தான். புட்டுக் கலங்கிச் சாகட்டும். முதுகில் கும்மினான். நெஞ்சடைக்கட்டும். பொறுக்கி ராஸ்கல்.

யார் யாரோ இவனை வந்து பிடித்தார்கள். பாட்டியும் கட்டிக்கொண்டது. இவன் பாட்டியைக் கட்டிக்கொண்டு அழுதான். நெருப்பு இன்னும் அணையவில்லை. தாழ்ந்து உயர்ந்து வேடிக்கை காட்டியது. பனந்தப்பைகள் இற்று விழுந்த சத்தம் கேட்டது. எல்லாம் கரியாக்கொண்டிருந்தன. இனி என்ன?

அண்ணன் ஒன்றும் உணராது கட்டுத்தரையில் சலவாய் ஒழுக மண்ணில் முகம் புதைத்துப் பிச்சைக்காரனாய்க் கிடந்தான்.

❄

15

அப்பனின் குரல் உள்ளமுங்கிப் போய்விட்டது. வார்த்தைகள் ஒலிகளற்றுச் சவமாய் வெளி வந்தன. திண்ணை மூலையில் சாய்ந்து, உட்கார்ந்தவரைத் தூர எழுப்பவே முடியவில்லை. குக்கிப்போய்விட்டார். குமுறிக் குமுறி அழுகை மாத்திரம் வந்தது. சாப்பாட்டையே முழுக்க வெறுத்து ஒதுக்கிவிட்டவர் போலக் கண்ணிலும் காண மறுத்தார். அதுவரைக்கும் இழக்காத எல்லா வற்றையும் இழந்துவிட்டுப் புற உலகத்திற்குப் பயந்தோடி வந்து வீட்டுக்குள் புகுந்துவிட்ட துயரம் அவரை லேசில் விடுவதாயில்லை. வருகிறவர்களும் அவரை இம்சைப் படுத்தி வதைக்கவே விரும்பிச் சொற்களை எறிந்தார்கள். ரணப்பட்டுப்போய் அவர் நெஞ்சு துடித்த துடிப்பு காந்தலடித்தது.

அவரது அத்தனை ஆட்டங்களும் அமுங்கிப்போய் விட்டன. 'சுவேகா'வை எடுத்துக்கொண்டு கண்மண் தெரியாமல் பறக்கிற பறப்பு, சாராயக்கடையில் நோட்டுகளைச் சூறைவிட்ட திமிர், கிணற்றில் தண்ணீர் துளியும் இல்லாதபோதும் "என் கை பட்டா வருமடா" என்று ஐம்பது தென்னம்பிள்ளைகள் வாங்கிவந்து நட்ட பணக்கொழுப்பு, யாராக இருந்தாலும் பெரிய சூரப்புலி மாதிரி எட்டிய உடன் அறைந்த அதிகாரத்தனம், எல்லாவற்றுக்கும் சமாதி கட்டியாயிற்று. இனி வெளியே போனால் தலைத்துண்டைப் போட்டுக்கொண்டு முகம் தெரியாத இருளில்தான் போகமுடியும் என்றாகி விட்டது.

வந்து கேட்பவர்களுக்குப் பதில் சொல்வதற்கே வெட்கிப்போனார். கூனிக்குறுகிச் சொன்னார். பணம்

கொடுத்தவர்கள் சுள்சுள்ளென்று குத்துகிற மாதிரி கேட்டார்கள். சோழியக்காட்டு சித்தான் ஐயாயிரம் கொடுத்திருந்தான். அவன் வந்து நாக்கைப் பிடுங்கிக்கொள்கிற மாதிரி பேசிவிட்டுப் போனான்.

"மாமந்தான எங்க போயரப் போவுதுன்னு குடுத்தன். கையில சொளையா மொடமொடன்னு வாங்குல? அந்த மானக்கிக் குடுக்கத் தெரிய வேண்டாம்? காச எடுத்து வெக்கல நாறிப் போயிரும் ஆமா... வாங்கற வழியில வாங்கிக்குவம்."

அவன் கையை ஆட்டிய தோரணை உதைக்க வருபவன் போல இருந்தது. இது மாதிரி கொஞ்சமும் ஈவிரக்கம் இல்லாத நாய்களிடம் பணம் வாங்கி எதற்கு அப்பன் பைனான்ஸில் போட்டார்? இவனுக்குக் கோபமாய் வந்தது.

"எந்தலைய அடகுவெச்சாச்சும் குடுத்தர்ரம் பையா. கொஞ்சம் பொறுத்துக்க. எங்காசக் கண்ட நாயி தின்னாலும் நான் ஒருத்தங் காசத் திங்கமாட்டன்."

"பாண்டா பத்தரமா... ஒன்னுமில்ல. சொலக்குனு கைய விரிச்சுப்புட்டாப் போச்சு. நானென்ன வெத்தலயக் கிள்ளிப் போட்டு நோட்ட வாங்கற 'அருமை'யா பண்ணறன். வேர்வத் தண்ணிய நெலத்துல சிந்துனாத்தான் நாலு காசு."

"நான் இல்லைனு சொல்லுலைடா. உன்ன மாதிரி நாலு பேத்துக்கிட்ட வாங்கிப்போட்டன். இப்பிடி ஆவுமுனு கெனாவிலயும் நெனக்கல. ஆனது ஆயிப்போச்சு. கொஞ்சம் பொறுத்துக்க. நாங் குடுத்தர்ரன்."

"கொஞ்சம் பொறுத்துக்கன்னா, எவ்வளவு நாளக்கி?"

"உம் பணம் ஐயாயிரத்துக்கு இந்தப் பேச்சு பேசற. என்னோடதுந்தான் அம்பதாயிரம் போச்சு. ஆருகிட்டக் கேக்கட்டும்?"

அப்பன் குரல் தழைந்தது. அழத் தொடங்கிவிட்டார். அவன் பொறுத்துப் பார்த்து, எச்சரித்துவிட்டுப் போனான்.

ஐந்தாறு பேர்களிடம் பணம் வாங்கிப்போட்டிருந்தார். கந்தனிடம் இரண்டாயிரம். மீசைக்காரப் பாட்டியிடம் நான்காயிரம்... இப்படி இன்னும் கணக்கு வந்தது. முப்பதாயிரத் துக்குப் பக்கமாய். எல்லாம் ஆற்று வெள்ளத்தில் போன மாதிரி போய்விட்டது. அப்பன் தலையைப் பிடித்துக்கொண்ட சனியன்தான் இனி.

கரட்டூர் முழுக்கவும் காளான்கள்போல் முளைத்த பைனான்ஸ்கள் அதே வேகத்தில் இற்று விழுந்துவிட்டன.

எல்லாரும் பைனான்ஸ் பைனான்ஸ் என்று ஆடினார்களே தவிர, பைனான்ஸில் குவிகிற பணம் அத்தனையும் எங்கே போனது என்பதைப் பற்றி யாருக்கும் தெரிந்திருக்கவில்லை. வீதிக்குப் பத்து இருபது என்று பைனான்ஸ்கள் புழுத்தன. ஆனாலும் பணம் போதவில்லை. ஐயாயிரம் டெபாசிட் வந்தாலும் அடுத்த நொடி பறந்துவிடும். மூன்று ரூபாய் வட்டி, ஸ்டாம்ப் சார்ஜ் அது இது என்று நிறையப் பணம் கழித்துக் கொள்வார்கள். எவ்வளவு வட்டி எடுத்துக்கொண்டாலும் பணம் போன மாயம் புரியவில்லை. அதைப் பற்றி யாருக்கும் அக்கறையும் இருக்கவில்லை. வட்டி வந்தால் போதும் என்கிற ஆசைதான்.

ஆனால் ஊர் முழுக்க லாரிகள் பெருகின. ரிக் சர்வீஸ்கள் வட மாநிலங்களை ஆக்கிரமித்துக்கொண்டன. விசைத்தறிப் பட்டறைகள் காடு கரை எங்கே பார்த்தாலும் முளைத்தன. சுற்றிலும் இருந்த நிலங்கள் எல்லாம் வீடுகளாக உருமாறி அடையாளங்களை இழந்தன. எங்கெங்கிருந்தோ புதுப்புது முகங்கள் வந்து வந்து குடியேறின. எதற்கு எவ்வளவு பணம் கேட்டாலும் கொடுப்பதற்குப் பைனான்ஸ் இருந்தது. எல்லாம் சீராக இருந்த மாதிரிதான் பட்டது. பணம் எடுத்தவர்கள் வட்டி கட்டிக்கொண்டிருந்தார்கள். பணம் போட்டவர்கள் மாதம் ஒரு 'பைனான்ஸ் மீட்டிங்'குப் போய் பை நிறைய அள்ளிக்கொண்டு வந்தார்கள். எதுவும் துலங்கவில்லை.

எங்கோ ஒருவன் மஞ்ச நோட்டீஸ் கொடுத்தான். அடுத்த வினாடி மஞ்ச நோட்டீஸ்கள் எல்லா மூலைகளிலிருந்தும் பறந்து வந்து பைனான்ஸ்களை அரித்தன. பணம் வாங்கியவன் சொத்துகளெல்லாம் பெண்டாட்டி பேரிலும் கூத்தியா பேரிலும் இருந்தன. அவன் பேரிலேயே இருந்தாலும் ஒன்றும் செய்ய முடியவில்லை. கொஞ்சமாகக் கடன் வாங்கியவனும் கட்ட முடியாது என்று முரண்டு பிடித்தான். பைனான்ஸில் வைத்திருந்த பாண்டுகளும் பத்திரங்களும் வெற்றுக் காகிதங்கள் தாம். எதற்கும் பிரயோஜனமில்லை. எந்தச் சட்டமும் உதவ வில்லை. மனசாட்சிக்குப் பயந்து ஒன்றிரண்டு பேர் கட்டினார்கள். ஊர்ச் சொத்தைத் தின்கிறோம் என்கிற குற்ற உணர்வெல்லாம் யாருக்கும் இல்லை. துளிர்விட்டுப் போனது. சாட்சிக் கையெழுத்துப் போட்ட மானஸ்தர்கள் கொஞ்சம் பேர் பணத்தைக் கட்டினார்கள். இல்லையேல் மோகன் வாத்தியார் மாதிரி மருந்து குடித்துச் செத்தார்கள். தற்கொலைகள் சகஜமாயின. அவற்றைப் பார்த்து இதழ்க் கடையில் புன்னகை விரிய நடக்கத் தொடங்கியவர்கள் ஏராளம்.

அழிகிற பைனான்ஸ்களின் கதைகள்தான் ஒரு மாதமாக. அங்கே வசூல் இங்கே வசூல் என்று ஓடிக் கடைசியில் கால் ஓய்ந்து திரும்ப வேண்டியதுதான். கரட்டூர் எங்கும் பணவாடை போயிற்று. பிணவாடை சூழ்ந்தது.

அப்பன் இரட்டைக் கூட்டுச் சேர்ந்திருந்தார். காடு விற்ற பணம் ஐம்பதாயிரம் முதலில் போட்டாயிற்று. ஊரில் இருக்கிற ஒண்டி சண்டிகள், ஏழை பாழைகள் வட்டிக்காக இவரிடம் கொடுத்த பணத்தைச் சேர்த்து முப்பதாயிரம் போட்டார். இவரை நம்பித்தான் பணம் கொடுத்தார்கள். பத்தாயிரம் ரூபாய்க்குச் சாட்சிக் கையெழுத்துப் போட்டிருந்தார். அத்தனையும் கூண்டோடு கைலாசம் போயாயிற்று.

இவர்கள் சொந்தப் பணம் போயிற்று. அதைக் கேட்பா ரில்லை. ஊரில் வாங்கிப் போட்ட பணத்தைக் கொடுத்தவர் களுக்குத் திருப்ப வேண்டுமே? பாண்டில்லை. பத்திரமில்லை. இருந்தாலும் மானம், மனசாட்சி. அதனால்தான் எப்படியாவது கொடுத்துவிட வேண்டும் என்பதில் உறுதியாக இருந்தார். கொடு என்றால் எங்கே போவார்? அம்மா கழுத்தில் கிடந்த நகை பத்துப் பவுனிருக்கும். அதை உயிரே போனாலும் கழற்ற மாட்டேன் என்று சொல்லிவிட்டது.

"எச்சக்கலயன். ஊர்ல எவனெவனோ ஊம்பக் குடுக்கறானு கொண்டோயிக் குடுத்தான். எங்க அண்ணமூடு அன்னைக்கிக் கேட்டதுக்கு லொல்லைலன்னா. இன்னக்கி எல்லாம் அம்போனு போயிருச்சு. அவுங்களோட சேந்திருந்தா இன்னக்கி இரவது தறி ஓடும். கூடப்போட்ட நாயி. இப்ப என்னோட நக வேணுமாம் நகை. இந்தப் பச்சியப்பன் பிள்ள சாவற நாளைக்கி அதப் பாத்துக்கலாம்."

பேச்சு இந்த நேரம் என்றில்லை. குத்திக்காட்டிக் காட்டி எப்போதும் பேச்சுதான். அண்ணன் அவன் பங்குக்கு.

"கெழவியூட்டுக்குத் தீ வெச்சுட்டன்னு ஆளாளுக்குப் பேசுனீங்களே? இப்ப என்ன ஆச்சு? அதென்னமோ ஒரு ரண்டாயரம். இப்ப லட்சக் கணக்குல போயிருச்சில்ல. ஆன போறது தெரியாது. எலி போறது தெரியுமாமா. என்னய ஆராச்சும் வாய் தொறந்து பேசட்டும். கிழிச்சு... கிழிச்சுப்புடுவன்."

பாட்டிக்குக் புதிதாகக் கொட்டகை போடவில்லை. மாதம் ஒரு மகன் வீட்டில் போய் இருந்துகொள்ளும் ஏற்பாடு செய்து விட்டார்கள். கொட்டகை இருந்த இடம் கரிந்து கிடந்தது. மண் சுவர்கள் கரிச்சட்டியாய் அப்பி இடிந்து கிடந்தன. அதற்கப்புறம் அவன் ஒரு பத்து நாள் எழுந்திருக்காமலே

கிடந்தான். அப்பனுக்குப் பெனான்ஸ் பிரச்சினை வந்ததும் கெக்கலி கொட்டிக்கொண்டு எழுந்துவிட்டான்.

இந்தப் பிரச்சினை வந்த ஒரு வாரத்திற்குள் ஆளே ஒன்று மில்லாமல் போய்விட்டார். என்ன செய்வதென்றே யாருக்கும் தெரியவில்லை. பணம் கொடுத்தவர்கள் தினமும் ஒரு நடை வந்து பேசிவிட்டுப் போனார்கள். தேமே என்று வாய் மூடிக் கொள்ள வேண்டியிருந்தது. இவன் பெயரில் பேங்கில் இருக்கும் பணத்தை எடுத்துக்கொள்ளலாம் என்றால், அது கடலில் கரைத்த பெருங்காயம். அதை எடுப்பதில் அப்பனுக்கு விருப்ப மில்லை. அதைப் பற்றி அவர் மூச்சுவிடவில்லை. பிஸ்ஸி முடிக்கப்போகிறான். மேற்கொண்டு என்ன செய்வதென்பதைப் பற்றியும் முடிவு செய்யவில்லை. இவனுக்கும் ஒரே குழப்பம் தான்.

வீடு எப்போதும் பேயறைந்த மாதிரி இருந்தது. யார் முகத்திலும் செழுசெழுப்பு இல்லை. முகம் கொடுத்துக் கலகலப்பான பேச்சு இல்லை. என்னமோ கடனுக்குச் செய்கிற மாதிரி அவரவர் வேலை நடந்தது.

இவனுக்கு எப்போதும் மன உளைச்சல். எதையாவது போட்டு உழப்பிக்கொண்டே இருந்தான். இந்த வேதனைகளை விட்டுவிட்டு எங்காவது ஓடிவிடலாம் எனத் தோன்றியது. எங்கே ஓடுவது? என்ன செய்வது? காலடி எடுத்துவைக்கும் போதே முகத்தில் துயரம் சப்பென்று வந்து அப்பிக்கொண்டது. என்ன செய்தும் விடுவிக்க முடியவில்லை. அப்பனை ராத்திரியில் கவனமாகப் பார்த்துக்கொள்ள வேண்டியிருந்தது. ஏதாவது ஏடாகூடமாகச் செய்துவைத்தால்? பணம் போனால் சம்பாதித்துக்கொள்ளலாம். மனுசன போய்விட்டால்? அழுது அரற்றி, கத்திப் புரண்டு என்ன செய்து என்ன? போனது போனதுதான். வெளியே போனால் ஒவ்வொருவரும் பின்னால் சிரிக்கிற மாதிரி தோன்றியது. அவனவன் யோக்கதையைக் கிளறிப் பார்த்தால் தெரியும் என்று கோபம் வந்தது. பயந்து கொண்டே பாட்டி இரவும் பகலும் அக்காவைக் கவனித்துக் கொண்ட மாதிரியே இப்போது அப்பனை இவன்.

இத்தனையிலும் அப்பன் ஒரு முடிவோடுதான் இருந்தார். என்ன ஆனாலும் வாங்கியவர்களுக்குப் பணத்தைக் கொடுத்து விடுவது. அமாவாசை நாள். பக்கத்திலிருப்பவர் முகம் தெரியாத அளவுக்குக் கரும் இருட்டு. இவர்களைக் கூப்பிட்டுப் பேசினார் அப்பன்.

"காட்ட வித்தரலாமாடா?"

"ஆமா. கையவலம் இருக்கறதியும் வித்துப்புட்டுச் சட்டிய எடுத்துக்கிட்டு ஊடூடாப் போயி எரந்து குடி."

பொசுங்கி நைந்த அப்பனின் குரலை அடக்கச் சத்தம் போட்டது அம்மா. அப்பனுக்கு வேகம் வந்தது. ஓய்ந்துபோய் உட்கார்ந்தும் பழைய வேகம் குறையவில்லை.

"மனசனோட கோவத்தக் கௌராத ஆமா. என்னமோ உங்கப்பழுட்டுல இருந்து கொண்டாந்து பொதி பொதியாக் கொட்டுனவளாட்டம் பேசற. நீ லட்சமாக் கொணாந்ததில எடுத்து நாங் காடு புடிச்சம் பாரு?"

"எங்கப்பனுந்தாம் போடாதயா போயிட்டாரு. பொவையிலயக் கடிச்சிக்கிட்டேனாச்சும் சேத்தி வெச்ச காச எனக்குக் குடுக்காத அனாமத்தாவா போட்டுட்டுப் போயிட்டாரு?"

"போட்டாம் போட்டான். பிச்சக்காசு. அந்தக் காசத் தொட்ட நேரந்தாண்டி மனசன அங்கயும் இங்கயும் அலையா அலைய உடுது. ஒரு காரியத்த உருப்படியாச் செய்ய முடியுதா? காலடி எடுத்துவெச்ச நாள்ல இருந்து எதாச்சும் வெளங்குதா? எத்தன பாவம் பண்ணுன ஊடோ? எங்கப்பனும் எங்கம்மாளும் சொந்தம் மயித்துதுன்னு போயிக் கட்டுனாங்க. இங்கயே மேக்கு வளவு விருமாயிய எனக்குக் குடுக்கறமின்னாங்களாமா."

"இப்பத்தாம் போறதுதான்... ஊருக்கு ஏழு கூத்தியா வெக்கறதுக்கு."

அம்மாவுக்கு அடி விழுந்தது. வாயைத் திறக்கிற நேர மெல்லாம் அடி உதையில்தான் போய் முடிந்தது. அடிப்பது அப்பனுக்கும் வாங்குவது அம்மாவுக்கும் என்னவோ பழக்க தோசம் போலாகிவிட்டது. எதுவும் பேச்சில் நிற்கிற சண்டைகள் அல்ல. அண்ணன் போய் அம்மாவைத் தூரக் கூட்டிவந்தான்.

"அம்மாள எதுக்குக் கைதொடற நீ? இன்னமே மேலே கைபடட்டும். அப்பங் கிப்பங்கற மரியாதையெல்லாம் அப்பறம் பாத்துக்கறேன். இருந்த காசையெல்லாம் கொண்டோயித் தொலச்சுப்புட்டு இங்க இருக்கறவங்க மேல ஏறுனா? ஆரு என்ன பண்ணுவா?"

"அதக் கேளு மொதல்ல... எல்லாத்துக்கும் நாந்தான் தொக்கு..."

வாசல் கல்லின் மேல் உட்கார்ந்துகொண்டார். அவருக்குப் பின்னால் இவனும் உட்கார்ந்துகொண்டான். இவனைக் கேட்டார்.

"நிய்யென்னடா சொல்ற?"

"நானென்ன சொல்லட்டும்? உன்னோட இஷ்டம்."

"அப்பம் பொச்சப் புடுச்சுக்கிட்டே போ. நல்லாப் பாங்கெணறாய் பாத்துத் தள்ளுவான்."

அம்மா சாபம் விடுகிற மாதிரி கைகளை நொடித்துக் கொண்டு சொன்னது.

"நீ பேசாதிரும்மா ... குறுக்கக் குறுக்க ஆளாளுக்குப் பேசுனா என்ன அர்த்தம்?"

"சரி. காடு வித்தா நாங் கையெழுத்துப் போட வரமாட்டன்."

அண்ணன் விளக்கைப் பார்த்துக்கொண்டு சொன்னான்.

"எம் பேர்ல கெரயம் இருக்குதுடா. வந்தா வா. வராட்டி மசுராச்சு."

"நாங்க இல்லாத வித்துப்புடுவியா நீ?"

"விக்காட்டிக் காட்டக் கொதவு வெச்சு வாங்கறன். இன்னிக்கி ஊடேறி வர்றவங்களுக்கு நான்தான் பதில் சொல்றன். எங்காடு, எங்காசு. நான் விப்பன், புடிப்பன். பொறத்தாண்ட வர்றதுன்னா வாங்க. இல்ல, நான்பாட்டுக்குப் போய்க்கிட்டே இருப்பன்."

அப்பன் எல்லாம் வெறுத்துவிட்ட நிலையில் பேசியதைப் பார்க்க இவனுக்குக் கண்ணீர் ததும்பியது. அண்ணனோ அவரைப் புரிந்துகொள்கிற நிலையிலில்லை.

"எனக்குத் தனியா ஒரேக்கரா உடு. நா வித்துக்கறன்."

"உனக்கு மட்டும் ஒரேக்கரா எப்பிடிடா வரும்? இருக்கறதே ரண்டு. ரண்டையும் பொதுவுல வித்துப்புட்டு இருக்கற கடனக் கட்டலாம். காலனியில ஒரு ஊடு இருக்குதாமா. அத வாங்கி அங்க குடிபோயரலாம். கடைக்கு வேண்டியத வாங்கிப் போட்டு அதனாச்சும் ஒழுங்காப் பாக்கலான்டா. நிய்யும் கொண்டோயிப் போட்ட காசு எல்லாத்தயும் ரவுடிப் பசங்களோட குடிச்சே ஒழிச்சுப்புட்ட. இவனும் மேல படிக்கறானே என்னமோ? இல்லைனா மூனுபேரும் சேந்தே கடையப் பாத்துக்கலாம். நல்லாப் பாத்துக்கிட்டா வருமானம் வராதயா போயிருது? உங்கொம்மா பேச்சக் கேட்டுக்கிட்டு ஆடாத."

அப்பனின் பேச்சில் அண்ணன் மௌனமானான். யோசிக்கிற தோரணையில் கொஞ்ச நேரம் கழித்துப் பேசினார்.

"நம்மு மாகாட்டு முக்கணத்துக்கிட்டயே ஒரு அம்பதாயர ரூவா ஊடு இருக்குது. அவனுக்கு அஞ்சாயரம் லாபங்

குடுத்துத்தான் வாங்கோணும். போனாப்போவது என்ன பண்ணறது... போனதெல்லாம் போச்சு. இன்னமே என்ன? அத்தன மண்ணும் நம்புளுதுதான். இன்னக்கி அதுலயே ஒருடு வாங்க நம்மால முடியில... ம்... மிச்சப் பணத்துல பிள்ளைக்கி ஒரு பத்தாயரங் கொடுத்தர்லாம். பையன் பொறந்துல இருந்து ஒண்ணுங் குடுக்கல. அங்க போயாச்சும் ஒழுங்கா இருந்தீனா ஒரு கண்ணாலங்காச்சி பண்ணலாம். இப்பிடியே தின்னூட்டுத் தண்டுவனாச் சுத்துவியா?"

அப்பன் பேச்சுக்கு எதிர்ப் பேச்சில்லை. காலனியில் வீடு வாங்கிக் குடிபோவது முடிவாகிவிட்டது. இருக்கிற காட்டை நல்ல விலைக்கு விற்கிற பேச்சில் அப்பன்.

○ ○ ○

மணி காலனி டிச்சுக் குழிக்குள் செத்துக்கிடப்பதைப் பால்காரிகள் வந்து சொன்னார்கள். இரண்டு நாட்களாக அதைக் காணோம் என்று இவர்களும் எங்கெங்கோ தேடிப் பார்த்துவிட்டு, காலனியே கதி என்று அங்கேயே இருந்து விட்டதோ என்று நினைத்துக்கொண்டார்கள். வழக்கமாக அது போகும் வீடுகளுக்குப் போய்ப் பார்க்கலாமா என்று இவனுக்குத் தோன்றியது. அப்பனோ அம்மாவோ அதை அவ்வளவாகப் பொருட்படுத்தவுமில்லை. மனிதனுக்கு இருக்கிற கஷ்டம் போதாதென்று இது வேறா?

எடுத்து எங்காவது காலனிக் காட்டுக்குள்ளேயே புதைத்து விட வேண்டுமென்று நினைத்துக்கொண்டு, ஒட்டுக் கூடையைத் தூக்கிக் கொண்டு கிளம்பினான். செத்துக் கிடந்த நாயை எடுத்துப் புதைக்கப் போகிறான் என்றதும் எல்லாரும் சிரித்தார்கள். கன்னத்தில் கைவைத்துக்கொண்டு அதிசயமாகப் பார்த்தார்கள். எங்கோ செத்துக் கிடக்கிற நாய். அதைப் புதைக்க வேண்டுமா? 'செத்த பொணம் எத்தெருவோ?' செத்து இரண்டு நாளிருக்கும். புழுத்துக் கிடக்கிறதாம். அதைப் போய்த் தூக்கிவர வேண்டுமா?

இவனுக்கு அவர்கள் சொல் எதுவும் காதில் ஏறவில்லை. அத்தனை காலமும் காலடியில் கிடந்தது அது. தொத்துக்கால் போட்டு முகத்தை நக்கியபோது அதன் நாற்றம் தெரியவில்லை. வாலைக் குழைத்துக்கொண்டு மடியில் ஏறிப் படுத்துக்கொண்ட போது, அந்த உடலின் அன்பு தேவையாயிருந்தது. காட்டுக்குள் எங்கே போனாலும் பின்னாலேயே வருகையில் எடுத்துக் கொஞ்ச வேண்டும்போலிருந்தது. இன்றைக்குப் புழுப்புழுத்து விட்டால் அதை எடுத்துப் புதைக்கக்கூடவா கூசிப் போகும்? சிரித்தவர்களைப் பார்க்க எரிச்சல் வந்தது இவனுக்கு.

மணி கொஞ்ச நாளாக உடல் சோர்வாகத்தானிருந்தது. பைக்கில் அடிபட்ட பின்னால் வெதிரில் பட்ட காயம் ஆறாமல் கட்டியாகிவிட்டது. அப்போதும் அது காலனிக்குப் போய்க் கொண்டுதானிருந்தது. நொண்டிக்கொண்டே போய்விடும். இளைத்துப்போய் ஒன்றுமில்லாமல் போனது. கொஞ்சம் கொஞ்சமாகக் குக்கிக்கொண்டிருந்தது. இன்னும் கொஞ்ச நாள் இருந்திருந்தால் காலனிக்கே போயிருக்கலாம். அதற்குள் அவசரம். இல்லை இனிமேல் ஒரு துளி மண்ணையும் கண்ணில் பார்க்க முடியாது என்கிற துயரம். காட்டில் திரிந்து ஓடி விளையாட முடியாது. பெருக்கான்களை வாயில் கவ்விக் கொண்டு வர முடியாது. மேய்கிற ஆடுகளின் தாடையைப் பிடித்துக் கவ்வ முடியாது. நிலத்திற்கும் அதற்கும் சம்பந்தமில்லை. வீடு, வாசற்படி அதற்குள்ளேயே ஒடுங்கிக்கொள்ள வேண்டும். மீறிப் போனால் இரண்டு வீதிகளைச் சுற்றலாம். அவ்வளவு தான். அதற்குப் பயந்துகொண்டுதான் இப்போதே போய் விட்டதோ?

எந்த டிச்சில் கிடந்தது என்பது இவனுக்குத் தெரிய வில்லை. கழிநீர் எடுத்துவரும் தன்னாயாப் பாட்டியிடம் கேட்டான். கீழே இருந்த குழியைக் காண்பித்தது அது.

"போய்ப் பாரு. நாத்தம் மூக்கத் தொளைக்குது கருமம்."

நான்கு அணப்புகளுக்குள் தொடங்கிய அதன் வாழ்வு எங்கெங்கோ ஓடி, விழுந்து ரணப்பட்டு மீண்டும் அங்கேயே போய் முடிந்துவிட்டது. அதன் உலகம் மிகவும் சுருங்கியது. வீடு, ஆட்டுப்பட்டி, தென்னை மரத்தின் குளுகுளு நிழல். அவற்றுக்குள்ளேதான் திரிந்துகொண்டிருந்தது. ரண்டு நாளுக்குச் சோறே கிடைக்காது. எப்போதாவது பழைய களியைக் கரைத்து ஊற்றுவார்கள். நாக்கில் சலவாய் ஒழுக அதைச் சலச்சலப்பென்று குடிக்கும். நாயுண்ணிகள் உடல் முழுக்கச் சொப்பிக் கிடக்கும். அவற்றின் கடி தாங்காமல் அந்தரத்தைப் பார்த்து வெறியோடு கத்திக்கொண்டு, உடலை வவ்வவ்வென்று கடித்துக் குதறி வலியைத் தீர்த்துக்கொள்ளும்.

காராட்டுக் காலத்தில் பொட்டை நாய்களைத் தேடி ஓடும். பிணையல் போட்டபடி எங்காவது முள் மறைவில் மாட்டிக்கொண்டு விடுவிக்க முடியாமல் தடுமாறும். வேலிக்கு இழுக்கிற ஓணான்களின் கதையாய், அது இங்கே இழுக்க, பொட்டை நாய் எதிர்ப்பக்கம் இழுக்க, மானம் போகும். ஆடு மேய்க்கிற பையன்கள் கல்லெடுத்து இட்டு, வாய்க்குள் குமிழியிட்டுச் சிரிப்பான்கள். காராட்டுக் காலம் முடிகிற தறுவாயில் உடல் முழுக்கச் சொறி படர்ந்துகொள்ளும். நாயைப்

பார்க்கச் சகிக்காது. சீமெண்ணெய்யை மேலே ஊற்றி என் னென்னவோ வைத்தியம் செய்வார்கள். மேலே இருக்கிற முடியெல்லாம் உதிர்ந்து, சொட்டை பாய்ந்து, சாகிற மாதிரியாகி விடும். அதிலிருந்து மீண்டு வரும்போது ஒரு தத்திலிருந்து பிழைத்து வருகிற மாதிரிதான்.

காட்டின் எல்லா மூலைமுடுக்குகளும் அதற்கு அத்துபடி. திரும்பத் திரும்ப அதையே சுற்றிச் சுற்றி வந்து மோப்பம் பிடிக்கும். எலி வங்குகள் இருந்தால் கண்டுபிடித்துவிடும். பெருக்கான் தாரைகள் தெரிந்தால் குரைத்து வெளிப்படுத்தும். நாலு அணப்புக்குள்தான் அதன் வாழ்க்கை. அதற்குப் பெரிதாக ஒன்றும் தெரியாது. அந்த மண்ணோடு தன்னைப் பிணைத்துக் கொண்டிருந்தது. மண்ணின் புழுதியைக் கிளறிவிட்டுச் சுவாசிக்கும். வெளியே இருந்து காற்று வந்து புழுதியைக் கிளறி எழுப்பினால், கண்ணை மூடித் திறந்து ஊளையிட்டுச் சோகம் காட்டும். அங்கே நின்று அதையும் சுவாசிக்கும். தார்ரோட்டில் எப்போதாவது போகிற வருகிற பஸ்கள்கூட அதற்கு அந்நியம்தான். அதற்கென்று ஒரு இடம். ஒரு பிணைப்பு. உலகத்தின் உணர்ச்சிகள் அத்தனையும் அதற்குள்ளேயே. அதைவிட்டு வெளியேவர அது எப்பொழுதும் விரும்பிய தில்லை. மண்ணோடே தன்னை மாய்த்துக்கொள்கிற ஆசைதான். யார் விட்டார்கள் அதை? வேகமாய் வந்த காற்று அதைத் தூக்கிக்கொண்டு போய் வெளியே எறிந்தது.

நாய் கிடந்த இடத்தைக் கண்டான். அடையாளம் தெரிய வில்லை. பல் மட்டும் முகத்தைக் காட்டியது. தோலின் நிறம் நைந்த கரித்துணி மாதிரியாகிவிட்டிருந்தது. நாற்றம் குடலைப் புரட்டியது. அதன் அடையாளங்கள் அத்தனையும் சிதைந்து விட்டிருந்தன. மணி என்று கண்டுகொள்ள எதுவுமில்லை. புழுக்கள் மொய்த்தன. நீர்விட்டுப்போன உடல் நசநசத்துக் கனிந்தது. உப்பிப் பெருத்திருந்த வயிறு பொம்மிட்டு வெடித்து நாறியது. ஒரு நிமிடம் இவனுக்கே அசூசையாக இருந்தது. அப்புறம் அதை நினைக்கக் கண்ணீர் வந்தது. தேம்பித் தேம்பி அழ வேண்டும்போலிருந்தது. அழுதாலும் இந்தக் கான்கிரீட் கட்டிடங்களுக்கிடையே தேற்ற ஒரு கரம் கிடைக்காது. தன் போக்கில் அழுதுகொண்டு போக வேண்டியதுதான். என்னதான் அன்பும் பாசமும் நிறைந்து வடிந்தாலும் நாற்றத்தைச் சகித்துக்கொள்ள முடியவில்லை. மேலே தூரத்தில் பார்த்து, நல்ல காற்றை இழுத்துக்கொண்டு அனிச்சையாக நாயின் உடலைத் தூக்கிக் கூடையில் போட்டான். பெரிய காரியத்தைச் சாதித்துவிட்ட ஆவேசம் குடிகொண்டது.

சும்மாட்டைக் கூட்டித் தலையில் கூடையை வைத்துக் கொண்டு நடந்தான்.

நிலத்தைவிட்டு வெளியே எறிந்ததும் நாய் பட்ட பாட்டை நினைக்க இவனுக்கு ஒவ்வொன்றும் பெரும்பூதமாய்க் கண் முன் ஆடியது. காட்டிலிருந்து வளவுக்குப் போய்க் குடி யேறியதும் நாயைத் துரத்திப் பிடிக்க இவன் அலைந்ததும் அது முள்ளுக்குள் புகுந்து புகுந்து ஓடித் தப்பித்ததும் இப்போது நடந்தவை போலிருந்தன. எவ்வளவு நிகழ்ச்சிகள் அதற்குள் நடந்து மறைந்து ஒன்றுமற்றுப்போய்விட்டன. எதிலும் நிலை கொள்ள முடியாமல் அது தவித்த தவிப்பு. காடு, வளவு என்ற அதன் ஓயாத அலைச்சல். காலனி வந்த பிறகும் அதன் ஓட்டம் நிற்கவில்லை. காலனி வீடுகளைச் சார்ந்துகொண்டது. எத்தனை அடி. கடைசியாய்ப் பைக்கில் அடிபட்டதுதான். இப்போது உயிரையே விடுவதற்கும் காரணமாகிவிட்டது. இல்லை யென்றால் இன்னும் கொஞ்ச நாளுக்கு உயிரோடு இருந் திருக்கும்.

சின்ன அணப்புக்குள் சுற்றிக்கொண்டிருந்த நாயைப் பரந்த வெளியில் தூக்கிப் போட்டுச் சுவாசி என்றதும், அதற்கு விழி பிதுங்கிவிட்டது. மூச்சு தடுமாறியது. என்னென்னவோ செய்தும் தன்னை நிலைநிறுத்திக்கொள்ள முடியவில்லை. கடைசி வரை அந்த மூச்சிரைப்பு தொடர்ந்தது. நான்கு அணப்புகளை விடப் பரந்த வெளி அதற்கு எந்தப் பாதுகாப்பையும் தந்துவிட வில்லை. அங்கே பட்ட கஷ்டங்கள் ஒரு பக்கம். இங்கேயும் கஷ்டங்கள். பழக்கப்பட்ட ஒரு வாழ்விலிருந்து மற்றொரு வாழ்விற்கு மாறிக்கொள்ள முடியாத துயரம். கூடுதலாய் அதுதான் நாயை உருக்கிவிட்டது. தின்றுச் சப்பிப்போட்டு விட்டது. அதன் வாழ்க்கை ஒருவழியாய் ஈடேறிவிட்டது.

கூடையைக் கீழே வைத்துவிட்டுக் குழி வெட்டினான். மடித்துக் கட்டிய லுங்கி. வெற்றுடம்பு. தென்னம்பிள்ளைக் குழியில் மண் லகுவாய் இறங்கியது. ஆழக் குழி வெட்டினான். இல்லாவிட்டால் ஏதாவது நாய்கள் வெளியே இழுத்துப் போட்டுவிடும். செத்த பிறகாவது ஒரிடத்தில் நிலகொள்ளட்டும். மண்ணின் சுவாசத்தில் மயங்கிக் கிடக்கட்டும். நாயின் நீட்டத்திற்குச் சரியாக இருக்குமா என்று ஒருமுறை பார்த்துக் கொண்டு, உடலை எடுத்து உள்ளே போட்டான். புழுக்கள் சிதறின. மூக்கைப் பிடித்துக்கொள்ளக் கை பரபரத்தது. தான் தொட்டுத் தூக்கிய உடல் என்பது நினைவுக்கு வந்தும் நாற்றத்தைச் சகித்துக்கொள்ளத் தயாரானான். மண்ணைத் தள்ளி மூடினான். கொஞ்சம் கொஞ்சமாய் உடல் மறைந்தது.

ஏறுவெயில்

இவனுக்கு மயக்கம் வரும்போலிருந்தது. கண் கட்டிக்கொண்டது. கை தடுமாறியது. மண்ணைத் தள்ளி மூடிக் குழியின் மேல் நான்கைந்து கற்களை எடுத்துவைத்துவிட்டு நிமிர்ந்தான். பொழுது உச்சத்தில். மடங்கிவிட்ட தன் உடம்பை நிமிர்த்தி எழுந்தான்.

வேர்வை மடிந்து மடிந்து ஓடிய முதுகில் வெயில் பாய்ந்து சுள்ளென்று உறைத்தது.

✽

வட்டார வழக்குச் சொற்பொருள்

1. அணப்பு — உழவு நிலத்தின் சிறு பிரிவு. உழவுக்கு வசதியாகக் கரைகட்டிப் பிரிக்கப்பட்டிருக்கும் நிலப்பகுதி.
2. அப்பாசை — மிகு பற்று. வெகுநாள் கிடைக்காத ஒன்றின் மேல் ஏற்படும் அளவுக்கு மீறிய ஆசை.
3. அல்லை — ஓரம்; பக்கம். அக்குளிலிருந்து இடைவரைக்குமான உடலின் விளிம்புப் பகுதி.
4. அன்னாப்பு — திமிர்; கர்வம்.
5. இக்கம் — இடுப்பு.
6. உருவு — நோய்நொடி வராமல் காக்க வேண்டும் என்னும் நேர்ச்சிக்காக நாட்டார் தெய்வங்களுக்குச் செய்துவைக்கும் மனித உருவச் சுடுமண் சிற்பம்.
7. கடுமிஞ்சம் — அதிக தூரம் நடக்க முடியாத குழந்தை (கைகளைக் கழுத்தில் கட்டிக்கொண்டும் கால்களை வயிற்றுப் பகுதியில் கட்டிக் கொண்டும்) பெரியவர்களின் முதுகில் ஏறிக்கொள்ளும் முறை.
8. குருவலம் — மிகுந்த விருப்பம்; காலமும் நேரமும் கூடிவருதல் (குருபலன்).

9. கூச்சம் — வீட்டைத் தாங்கும் மரத்தூண்.
10. கூடப்போடுதல் — தொலைத்தல்; கெடுத்தல்.
11. கூம்பு — கோழி ஒருமுறை முட்டையிடும் பருவம்; கார்த்திகைத் தீபத் திருவிழா.
12. கைவாசி — கைராசி.
13. சலவாய் — எச்சில்.
14. சூலவேரி — கோடைக்காலத்தில் மண்ணையும் புழுதியையும் வாரிவரும் சிறு சுழல் காற்று. (இது பேய்க்காற்று என்பது நம்பிக்கை.)
15. சைமாண்டு — உடல் தளர்ந்து (போதல்).
16. தத்து — உயிருக்கு ஆபத்து உண்டாக்கும்படியான நோய் அல்லது விபத்து. (இது விதி சார்ந்தது என்பது நம்பிக்கை.)
17. தலைகண்ட போதை — அளவு மீறிய கடும்போதை.
18. தானாவதி — பணம் எதுவும் பெற்றுக்கொள்ளாமல் திருமண ஏற்பாட்டுக்கு உதவுபவர்.
19. தூரி — ஊஞ்சல்.
20. தொண்டு — ஒழுக்கமற்றவர்; பலரோடு உறவு வைத்திருப்பவர்.
21. நங்கை — அண்ணி, கணவனின் அக்கா, மனைவியின் அக்கா ஆகியோரைக் குறிக்கும் உறவுப் பெயர்.
22. நவண்டு — கீழ் உதடு.
23. பழமை — அரட்டை.
24. பறைத்தல் — தோண்டுதல்.
25. பூட்டை — தானியக் கதிர்.
26. முசுவு — தொடர்ந்து வேலைகளில் ஈடுபட்டிருத்தல் (busy).
27. மூத்தபுடிச்சி — முதல் மனைவி.

28. மேடவை	–	மண்ணிட்டு நிரப்பி உருவாக்கும் மேடு.
29. விருமத்தி	–	எதுவும் செய்யாமல் அசைவற்று இருத்தல்.
30. வெதிர்	–	ஆணின் விரை.
31. வேட்டை	–	வீட்டில் வளர்க்கும் நாய் நன்றாக இருக்க வேண்டும் என்னும் நேர்ச்சிக்காக நாட்டார் தெய்வத்திற்குச் செய்து வைக்கும் நாய் உருவச் சுடுமண் சிற்பம்.
32. வைரா	–	பரம்பரை; வகையறா.